കവിയുടെ വാക്കും
ദാർശനികന്റെ കാഴ്ചയും

kaviyude vakkum darshanikante kazhchayum

•

k v karthikeyan

•

first edition
november 2018

•

published
chintha publishers, thiruvananthapuram

•

typesetting
star communications, thiruvananthapuram

•

cover
deepa

വിതരണം

ദേശാഭിമാനി ബുക്ക് ഹൗസ്

H O തിരുവനന്തപുരം-695 035
Ph: 0471-2303026, 6063020
www.chinthapublishers.com
chinthapublishers@gmail.com

ബ്രാഞ്ചുകൾ

ഹെഡ്ഡാഫീസ് ബ്രാഞ്ച് കുന്നുകുഴി • സ്റ്റാച്യു തിരുവനന്തപുരം • കെ എസ് ആർ ടി സി ബസ് സ്റ്റേഷൻ ആലപ്പുഴ • കെ എസ് ആർ ടി സി ബസ് സ്റ്റേഷൻ എറണാകുളം • മച്ചിങ്ങൽ ലെയ്ൻ തൃശൂർ • ഐ ജി റോഡ് കോഴിക്കോട് • മാവൂർ റോഡ് കോഴിക്കോട് • എൻ ജി ഒ യൂണിയൻ ബിൽഡിങ് കണ്ണൂർ • സെൻട്രൽ ബസ് ടെർമിനൽ കോംപ്ലക്സ് താവക്കര കണ്ണൂർ

CO - 2724 / 4786
ISBN - 978-93-87842-97-7

കവിയുടെ വാക്കും
ദാർശനികന്റെ കാഴ്ചയും

കെ വി കാർത്തികേയൻ

ചിന്ത പബ്ലിഷേഴ്സ്
തിരുവനന്തപുരം-695 035

കെ വി കാർത്തികേയൻ

1952 ൽ ആലപ്പുഴ ജില്ലയിലെ അരൂരിൽ ജനനം. എഴുപതുകളുടെ തുടക്കത്തിൽ ടി ടി സി പാസായി. കുറച്ചുകാലം അരൂരിൽ ട്യൂട്ടോറിയൽ കോളേജ് അദ്ധ്യാപകനായി പ്രവർത്തിച്ചു. ഈ ഘട്ടത്തിൽ ദേശാഭിമാനി സ്റ്റഡി സർക്കിളിന്റെയും അക്ഷര ഫിലിം സൊസൈറ്റിയുടെയും സംഘാടകനും പ്രവർത്തകനുമായി സാംസ്കാരികരംഗത്ത് സജീവമായി.

ഇതിനിടയിൽ പാലക്കാട് ജില്ലയിലെ ചളവറയ്ക്കടുത്തുള്ള തരുവക്കോണം പ്രൈമറി സ്കൂളിൽ അദ്ധ്യാപകനായി ജോലി ലഭിച്ചു. ഇടതുപക്ഷ അദ്ധ്യാപക സംഘടനാ പ്രവർത്തനത്തിനൊപ്പം സാഹിത്യ - സാംസ്കാരിക പ്രവർത്തനങ്ങളിലും സജീവമായി. *ഗ്രന്ഥാലോകം*, *ഭാഷാപോഷിണി* തുടങ്ങിയ പ്രസിദ്ധീകരണങ്ങളിൽ ഇക്കാലത്തുതന്നെ എഴുതിത്തുടങ്ങി. സാംസ്കാരിക സംവാദങ്ങളിലും സജീവ സാന്നിദ്ധ്യമായിരുന്നു.

പാലക്കാട്ടെ അദ്ധ്യാപക ജീവിതത്തിന്റെ ആദ്യവർഷങ്ങളിൽ, കവി വി കെ ഗോവിന്ദൻ നായർ (വി കെ ജി)ക്കൊപ്പം അദ്ദേഹത്തിന്റെ വസതിയായ 'ഗോപവാട'ത്തിലായിരുന്നു താമസം. വിഷ്ണുനാരായണൻ നമ്പൂതിരി, എൻ എൻ കക്കാട്, ആറ്റൂർ രവിവർമ്മ തുടങ്ങിയ കവികൾ ഗോപവാടത്തിലെ സന്ദർശകരായിരുന്നു. ഇവരുമൊത്തുള്ള സംവാദങ്ങളും ചർച്ചകളും പില്ക്കാലത്തെ കെ വി കാർത്തികേയന്റെ സാഹിത്യ ജീവിതത്തിനു കരുത്തുപകർന്നു.

ഇതിനിടയിൽ കാലിക്കറ്റ് യൂണിവേഴ്സിറ്റിയിൽനിന്ന്, പ്രൈവറ്റായി പഠിച്ച് ഇംഗ്ലീഷ് സാഹിത്യത്തിൽ എം എ ബിരുദം ഉയർന്ന മാർക്കോടെ കരസ്ഥമാക്കി. ഒപ്പം, ഡോ. കെ എൻ എഴുത്തച്ഛന്റെയടുത്ത് സംസ്കൃതം അഭ്യസിച്ചു. ഇംഗ്ലീഷിലും സംസ്കൃതത്തിലും നേടിയ ജ്ഞാനം ക്ലാസിക്ക് ഗ്രന്ഥങ്ങൾ വായിക്കുന്നതിന് അദ്ദേഹത്തെ ഏറെ സഹായിച്ചു.

2008 ൽ അദ്ധ്യാപകവൃത്തിയിൽനിന്നു വിരമിച്ചതിനുശേഷം സാഹിത്യ - സാംസ്കാരിക പ്രവർത്തനങ്ങളിൽ കൂടുതൽ സജീവമായി. സാഹിത്യ - സാംസ്കാരിക വിഷയങ്ങൾ സംബന്ധിച്ച് ആനുകാലിക പ്രസിദ്ധീകരണങ്ങളിൽ ലേഖനങ്ങൾ പ്രസിദ്ധീകരിച്ചു. സാഹിത്യ - സാംസ്കാരിക പ്രഭാഷകൻ എന്ന നിലയിലും ശ്രദ്ധിക്കപ്പെട്ടു.

2010 നുശേഷം ഒറ്റപ്പാലത്തേക്കു താമസം മാറ്റി. അവിടെ ഒറ്റപ്പാലം താലൂക്ക് ലൈബ്രറിയുടെ ആഭിമുഖ്യത്തിൽ പ്രസിദ്ധീകരിച്ചു വരുന്ന *എഴുത്തോല* മാസികയുടെ മുഖ്യപത്രാധിപരായി പ്രവർത്തിക്കുകയായിരുന്നു. ഇതിനിടയിലാണ് 2017 നവംബർ 12 ന് ഒറ്റപ്പാലത്തിനടുത്തു വച്ചുണ്ടായ വാഹനാപകടത്തിൽ പരിക്കേറ്റ് നവംബർ 14 ന് മരണമടഞ്ഞത്.

റിട്ടയേഡ് ഹൈസ്കൂൾ അദ്ധ്യാപിക കെ ദേവയാനിയാണ് ഭാര്യ. ഋഷി (എഞ്ചിനീയർ, ബാംഗ്ലൂർ), ഋത്വിക് (ടെക്നോപാർക്ക്, തിരുവനന്തപുരം) എന്നിവർ മക്കൾ.

ഉള്ളടക്കം

പ്രസാധകക്കുറിപ്പ്

സാഹിത്യം രചിക്കുന്നതുപോലെ തന്നെ സാഹിത്യം വായിക്കുന്നതും ചരിത്ര സന്ദർഭത്തിൽ നിന്നുകൊണ്ടാണ്. അതു കൊണ്ട് എഴുത്തിലും വായനയിലും ചരിത്രത്തിന്റെ പ്രസരം ഉണ്ടായേ തീരൂ.

ഭക്തിതന്നെ ഒരു വ്യവസായമായി മാറിക്കൊണ്ടിരിക്കുന്ന കാലത്ത് നാം ജീവിക്കുന്നത് യഥാർത്ഥ വിശ്വാസിയെയും ലാഭോന്മുഖ വിശ്വാസിയെയും പെട്ടെന്ന് തിരിച്ചറിയാൻ കഴിയാത്ത അവസ്ഥയിലാണ്. ഇത് എഴുത്തച്ഛന്റെ കാലത്തേ തുടങ്ങിയിരുന്നു എന്നതിന്റെ സൂചന കിളിപ്പാട്ടു രാമായണത്തിലുണ്ട്. വർത്തമാനകാലത്ത് ഈ സ്ഥിതി വളരെ സങ്കീർണ്ണമാണ്. അതിനെതിരായ വിമർശനങ്ങളും ചോദ്യം ചെയ്യലുകളും എഴുത്തിലൂടെയും പ്രഭാഷണങ്ങളിലൂടെയും ഉയർന്നു വരേണ്ടതുണ്ട്.

ചരിത്ര വർത്തമാനകാലങ്ങളെ വിമർശനാത്മകമായി സമീപിക്കുന്ന ലേഖനങ്ങളുടെ സമാഹാരമായ ഈ ഗ്രന്ഥം വായനാ ലോകത്തിനൊരു മുതൽക്കൂട്ടാണ്.

ചിന്ത പബ്ലിഷേഴ്സ്

രാമായണം വീണ്ടും വായിക്കുക

വാല്മീകി രചിച്ച *രാമായണം* ഒരു കാവ്യമാണ്. തുഞ്ചത്തെഴുത്തച്ഛന്റെ *കിളിപ്പാട്ടു രാമായണ*മാകട്ടെ ഒരു ഭക്തികാവ്യമാണ്. സാധാരണ ജനങ്ങൾക്ക് വേദശാസ്ത്രങ്ങളോ കാവ്യങ്ങളോ വായിക്കാനോ പഠിക്കാനോ അവകാശമില്ലെന്നു വിധിച്ചിരുന്ന കാലത്ത് അവർക്കുകൂടി അവയുടെ സാരവും സന്ദേശവും പകർന്നുകൊടുക്കാനാണ് താൻ *അദ്ധ്യാത്മ രാമായണം* കിളിപ്പാട്ടുരീതിയിൽ എഴുതുന്നതെന്ന് എഴുത്തച്ഛൻ ആരംഭത്തിൽത്തന്നെ പറയുന്നുണ്ട്.

നാം ഇപ്പോൾ കേൾക്കുന്ന ഒരുവാദം ശ്രീരാമൻ ഒരു ഹിന്ദു ദൈവമാണെന്നും *രാമായണം* ഇന്ത്യയിലെ ഹിന്ദുക്കൾക്കു മാത്രം അവകാശപ്പെട്ട ഒരു സാംസ്കാരിക സമ്പത്ത് ആണെന്നുമാണ്. ഈ വാദം രണ്ടു രീതിയിൽ അടിസ്ഥാനരഹിതമാണ്. ഒന്നാമത്, വാല്മീകി *രാമായണം* രചിക്കുന്ന കാലത്ത് എഴുത്തച്ഛൻ കിളിപ്പാട്ടെഴുതുന്ന കാലത്തുപോലും 'ഹിന്ദു' എന്ന പേരിൽ ഒരു മതം ഇന്നത്തെ രീതിയിൽ ഉണ്ടായിരുന്നില്ല. 'ചാതുർവർണ്യം മയാസൃഷ്ടം' എന്ന് *ഭഗവദ്ഗീത*യിൽ ശ്രീകൃഷ്ണൻ പറയുന്നുണ്ട്. പക്ഷേ, ആ ചതുർവർണ്ണങ്ങളും ഉൾക്കൊള്ളുന്ന ഒരു മതത്തെക്കുറിച്ചോ അതിന് ഹിന്ദു എന്നൊരു നാമകരണത്തെക്കുറിച്ചോ *ഭഗവദ്ഗീത* പോലും പറയുന്നില്ല. മാത്രമല്ല പേർഷ്യക്കാരുടെ അധീനിവേശാനന്തരമാണ് 'ഹിന്ദു' എന്ന വാക്കുതന്നെ വരുന്നത്. രാമായണകാലങ്ങളിൽ മതമായിരുന്നില്ല, ജാതിയായിരുന്നു നിലനിന്നിരുന്നത്. ജാതിപരമായ കർമ്മവിഭാഗങ്ങളും അതിന് കല്പിക്കപ്പെട്ടിരുന്ന ഉച്ചനീചത്വങ്ങളുമായിരുന്നു പ്രശ്നം. അതുകൊണ്ടാവാം എഴുത്തച്ഛൻ പോലും താൻ സ്വയം വേദശാസ്ത്രങ്ങൾക്ക് അധികാരിയല്ലെങ്കിലും ബ്രാഹ്മണർ കൃപയോടെ 'ചേതസി സർവ്വം ക്ഷമിച്ചീടുവിൻ' എന്ന് അപേക്ഷിക്കുന്നത്. രണ്ടാമത്തെ

കാര്യം *രാമായണ*ത്തിനുപിന്നിലുള്ള രാമ-സീതാ-രാവണകഥ ഒരു പുരാവൃത്തമെന്ന നിലയിൽ തെക്കുകിഴക്ക് ഏഷ്യയിലെ ഏതാണ്ടെല്ലാ രാജ്യങ്ങളിലും നിലനില്ക്കുന്നുണ്ട്. അതിനെ അടിസ്ഥാനമാക്കി നിരവധി കലാരൂപങ്ങളും സാഹിത്യകൃതികളും ഉണ്ടായിട്ടുണ്ട്. പണ്ഡിതനായ എ കെ രാമാനുജൻ പറയുന്നത് ഏതാണ്ട് മുന്നൂറിലധികം രാമായണങ്ങൾ ഉണ്ട് എന്നാണ്. മലയാളത്തിൽമാത്രം 28 രാമായണങ്ങൾ ഉണ്ട് എന്ന് പണ്ഡിതന്മാർ പറയുന്നു. സമീപകാലത്ത് *മാപ്പിളരാമായണം* എന്നൊരു കൃതി കണ്ടെടുക്കപ്പെട്ടിട്ടുണ്ട്. വയനാട്ടിൽ ആദിവാസികളുടേതായ ഒരു രാമായണം നിലനില്ക്കുന്നുണ്ട്. ജൈനമതസ്ഥർക്കിടയിൽ രണ്ടു രാമായണങ്ങളുണ്ട്. അതിലൊന്നിൽ രാവണൻ പണ്ഡിതനായ ഒരു ജൈനഗുരുവാണ്. മറ്റൊരു രാമായണത്തിൽ സീത രാവണന്റെ പുത്രിയാണ്. ബുദ്ധമതത്തോടു ബന്ധപ്പെട്ട ജാതക കഥയിൽ രാമൻ ബോധിസ്വത്വന്റെ അവതാരമാണ്. ചൈനക്കാർക്കും രാമായണപുരാവൃത്തമുണ്ട്. ശ്രീലങ്ക, ഇന്തോനേഷ്യ, ബർമ്മ, മലേഷ്യൻ ദ്വീപുകൾ ഇവിടങ്ങളിലെല്ലാം അല്പസ്വല്പവ്യത്യാസങ്ങളോടെ രാമകഥ പുരാവൃത്തമെന്ന രീതിയിൽ നിലനില്ക്കുന്നുണ്ട്. അപ്പോൾ ബഹുസ്വരതയുടെയും വൈവിദ്ധ്യത്തിന്റെയും ഒരാഘോഷമാണ് രാമായണം എന്നു കാണാം. അതിനെ ഇന്ത്യ എന്ന ഭൂപ്രദേശത്തിന്റെയും ഹിന്ദു എന്ന് ഇന്നു വിളിക്കപ്പെടുന്ന മതത്തിന്റെയും മാത്രം സ്വകാര്യസ്വത്തായി മനസ്സിലാക്കുന്നത് ശരിയായിരിക്കുകയില്ല.

എഴുത്തച്ഛന്റെ *രാമായണ*മാണല്ലോ മലയാളികൾ ഏറ്റവും കൂടുതൽ പിന്തുടരുന്ന ഒരു കൃതി. രണ്ടാം ഭക്തിപ്രസ്ഥാനത്തിന്റെ ഭാഗമായാണ് *കിളിപ്പാട്ടുരാമായണം* രചിക്കപ്പെടുന്നത്. ഇന്നു നാം *രാമായണം* വായിക്കുമ്പോൾ ശ്രദ്ധയിൽപ്പെടുന്ന ഒരു പ്രധാനകാര്യം എഴുത്തച്ഛൻ ചാതുർവർണ്യവ്യവസ്ഥയേയും ജാതിപരമായ ഉച്ചനീചത്വങ്ങളെയും തള്ളിക്കളയുന്നു എന്നതാണ്. അതൊക്കെ സ്ഥാപിച്ചു സംരക്ഷിച്ചുപോന്ന ബ്രാഹ്മണമേധാവിത്വത്തെ ഭംഗിയായി വണങ്ങിക്കൊണ്ടാണ് അദ്ദേഹം കിളിപ്പാട്ട് ആരംഭിക്കുന്നത്. ബ്രാഹ്മണരുടെ 'ചരണാരുണാബുംജലീന പാംസുസഞ്ചയം' തന്റെ ചേതോദർപ്പണത്തിലെ മാലിന്യമെല്ലാം തീർത്തു തരാൻ അവരെ വന്ദിക്കുന്നു' എന്ന് അദ്ദേഹം ഭക്ത്യാദരപൂർവ്വം ബ്രാഹ്മണമേധാവിത്വത്തെ വന്ദിക്കുന്നുണ്ട്. പക്ഷേ, ബ്രാഹ്മണവിധി തുടർന്ന് ലംഘിക്കുകയും ചെയ്യുന്നു. വേദേതിഹാസങ്ങൾ കേൾക്കാൻ പോലും അവകാശമില്ലെന്ന് വിധിക്കപ്പെട്ട അതേ മർത്യജന്മങ്ങൾക്കെല്ലാം മുക്തി സിദ്ധിക്കുന്നതിനുവേണ്ടി, അവർക്ക് അദ്ധ്യയനം ചെയ്യാൻ വേണ്ടിയാണ് താൻ ഇത് രചിക്കുന്നതെന്ന് തുടർന്ന് എഴുത്തച്ഛൻ അസന്ദിഗ്ദ്ധമായി പ്രസ്താവിക്കുന്നു. അതായത് ബ്രാഹ്മണമേധാവിത്വത്തെ ആദരപൂർവ്വം വന്ദിച്ചുകൊണ്ടുതന്നെ അവരുടെ കല്പനകളെ ധിക്കാരപൂർവ്വം മറികടക്കുകയും ചെയ്യുന്നു എഴുത്തച്ഛൻ. താൻ ജീവിച്ചിരുന്ന കാലത്തിന്റെ സാമൂഹ്യ സമ്മർദ്ദങ്ങൾക്കുള്ളിൽ നിന്നു ചെയ്യാവുന്ന കാതലുള്ള ധിക്കാരം തന്നെയായിരുന്നു എഴുത്തച്ഛൻ ചെയ്തത്. വിഭീഷ്ണൻ രാമപക്ഷത്തോടു

ചേരാൻ വരുന്ന സമയം ശത്രുവാണ്, രാക്ഷസനാണ്, വിശ്വസിക്കരുത് എന്ന് സുഗ്രീവൻ രാമന് മുന്നറിയിപ്പുകൊടുക്കുമ്പോൾ ഹനുമാനെക്കൊണ്ട് എഴുത്തച്ഛൻ പറയിക്കുന്നുണ്ട്.' ജാതിനാമാദികൾക്കല്ല ഗുണഗണം' എന്ന്. രാക്ഷസവംശത്തിലും നല്ലവരുണ്ടാവാം എന്ന് ഹനുമാൻ തുടർന്നു പറയുന്നു. ഗുണകർമ്മഭേദമനുസരിച്ച് നാലുജാതികളെ സൃഷ്ടിച്ചു എന്ന് *ഭഗവദ്ഗീത*യിൽ പറയുന്ന കൃഷ്ണവചനത്തിന്റെ പോലും പൊള്ളത്തരമാണ് എഴുത്തച്ഛൻ ഇവിടെ തുറന്നുകാട്ടുന്നത്. ഗുണദോഷങ്ങൾ സംഭവിക്കുന്നത് ജാതിയുടെയോ ജന്മസ്ഥാനത്തിന്റെയോ അടിസ്ഥാനത്തിലല്ലെന്നു പറയുമ്പോൾ ഒരുപക്ഷേ, ബ്രാഹ്മണമേധാവിത്വവും *ഭഗവദ്ഗീത*യുമൊക്കെ ഉദ്ഘോഷിക്കുന്നു. ഈ മേലുകീഴ് ചാതുർവർണ്യത്തോടുള്ള കലശലായ വിയോജിപ്പുകൊണ്ടാവാം തന്റെ *മഹാഭാരതം കിളിപ്പാട്ടിൽ* നിന്ന് ഭഗവദ്ഗീതയെ എഴുത്തച്ഛൻ ഒഴിവാക്കിയത്. അല്ലെങ്കിൽ 'ചാതുർവർണ്യം മയാസൃഷ്ടം' എന്ന കൃഷ്ണവചനം തന്റെ കൈകൊണ്ട് മലയാളത്തിൽ എഴുതിവെക്കാനുള്ള വിരോധം കൊണ്ടുമാവാം. ചുരുക്കത്തിൽ ശൂദ്രരുൾപ്പെടെയുള്ള എല്ലാവരും ബ്രാഹ്മണരെപ്പോലെ തന്നെ മുക്തിക്ക് അർഹർ എന്ന വിശ്വാസവും അതിന്റെ പ്രഖ്യാപനവും കിളിപ്പാട്ട് കൃതിയിലുണ്ട്. മാത്രമല്ല, അങ്ങനെ മാറ്റിനിർത്തപ്പെട്ടവർക്കുവേണ്ടിയാണ് താൻ രാമകഥ പാടുന്നതെന്നുകൂടി പറയുമ്പോൾ ഭക്തിയുടെയും ആരാധനയുടെയും മുക്തിപ്രാപ്തിയുടെയും ഒരു ജനാധിപത്യവല്ക്കരണത്തിനുള്ള ഇച്ഛ എഴുത്തച്ഛൻ ശക്തമായി പ്രകടിപ്പിക്കുന്നുണ്ട് എന്നു കാണാം.

ഭക്തിതന്നെ ഒരു വ്യവസായമായി മാറിക്കൊണ്ടിരിക്കുന്ന കാലത്താണ് നാം ജീവിക്കുന്നത്. യഥാർത്ഥ വിശ്വാസിയെയും ലാഭോന്മുഖ വിശ്വാസിയെയും പെട്ടെന്നു തിരിച്ചറിയാൻ കഴിയാത്ത അവസ്ഥ ഇന്നുണ്ട്. ഇത് എഴുത്തച്ഛന്റെ കാലത്തേ തുടങ്ങിയിരുന്നു എന്നതിന്റെ സൂചനയും കിളിപ്പാട്ടുരാമായണത്തിലുണ്ട്. യഥാർത്ഥ ഭക്തിയെയും ഭക്തനെയും എഴുത്തച്ഛൻ കൃത്യമായി തീരുമാനിക്കുന്നുണ്ട്. തീർത്ഥാടനമോ, വേദാദ്ധ്യായനമോ ക്ഷേത്രോപവാസമോ കൊണ്ടൊന്നും യഥാർത്ഥ രാമദർശനം കിട്ടുകയില്ലെന്നും രാമനിലുള്ള സത്യഭക്തികൊണ്ടുമാത്രമേ മുക്തി സിദ്ധിക്കു എന്നും ശ്രീരാമൻതന്നെ ശബരിയോടു പറയുന്നു.

"പുരുഷ സ്ത്രീജാതി നാമാശ്രമാദികളല്ല
കാരണം മമ ഭജനത്തിനു ജഗത്രയേ
തീർത്ഥ സ്നാനാദിതപോദാന വേദാദ്ധ്യയന
ക്ഷേത്രോപവാസ യാഗാദ്യഖിലകർമ്മങ്ങളാൽ
ഒന്നിനാലൊരുത്തനും കണ്ടുകിട്ടുകയില്ല-
യെന്നെമൽഭക്തിയൊഴിഞ്ഞൊന്നുകൊണ്ടൊരുനാളും

(ആരണ്യകാണ്ഡം)

പൗരോഹിത്യത്തിന്റെ മാദ്ധ്യസ്ഥത്തിൽ, ബ്രഹ്മണോപദേശമനുസരിച്ചുനടത്തുന്ന പൂജാകർമ്മങ്ങളെക്കൊണ്ടോ ക്ഷേത്രബന്ധിതമായി നട

ത്തുന്ന ആചാരാനുഷ്ഠാനങ്ങളെ കൊണ്ടോമാത്രം രാമനിൽ എത്താൻ കഴിയില്ല എന്ന് രാമനെക്കൊണ്ടുതന്നെ എഴുത്തച്ഛൻ പറയിക്കുന്നു. അതിലൂടെ അനുഷ്ഠാനങ്ങളുടെ ആധികാരികതയെയും അതുവഴി പൗരോഹിത്യത്തിന്റെ മേധാവിത്വത്തെയും എഴുത്തച്ഛൻ ചോദ്യം ചെയ്യുന്നു.

പ്രേമലക്ഷണമായ ഭക്തി സംഭവിക്കുമ്പോൾ 'വാമലോചനേമമ തത്ത്വാനുഭൂതിയുണ്ടാം' എന്നാണ് രാമൻ ശബരിയോടു പറയുന്നത്. 'പ്രേമലക്ഷണയായ ഭക്തി' എന്നത് സർവ്വചരാചരങ്ങളോടും സമഭാവനയോടെയുള്ള സ്നേഹം തന്നെയാണ്. അവിടെ വർണ്ണവ്യത്യാസങ്ങളോ ഉച്ചനീചത്വ കല്പനകളോ അസംബന്ധമാകുന്നു. ആത്മത്തെപ്പോലെ അപരത്തെയും പരിഗണിക്കുന്ന സർവ്വാശ്ലേഷിയായ സ്നേഹതത്ത്വത്തെക്കുറിച്ചാണ് രാമനും രാമായണവും സംസാരിക്കുന്നത്. (നീചജാതിയിൽപ്പെട്ട ശബരിയോടാണ് സാക്ഷാൽ ശ്രീരാമൻ ഇതു നേരിട്ടു പറയുന്നത് എന്നത് കൂടി ഓർക്കുക) ഈ രാമന്റെ പേരിലും ഈ രാമായണത്തിന്റെ പേരിലുമാണ് ഇന്ന് ദളിതനെ ചുട്ടുകൊല്ലുകയും ആരാധനാലയം തച്ചുപൊളിക്കുകയും ചെയ്യുന്നതെങ്കിൽ അതിനൊക്കെ പുറപ്പെടുന്നവർ രാമനിൽനിന്നും രാമായണത്തിൽനിന്നും എതിരായി സഞ്ചരിക്കുന്നവരാണെന്ന് സ്വയം വ്യക്തമാക്കുകയല്ലേ ചെയ്യുന്നത്.

സാഹിത്യം രചിക്കുന്നതെന്നപോലെതന്നെ സാഹിത്യം വായിക്കുന്നതും ചരിത്രസന്ദർഭത്തിൽ നിന്നുകൊണ്ടാണ്. അതുകൊണ്ട് എഴുത്തിലും വായനയിലും ചരിത്രത്തിന്റെ പ്രസരം ഉണ്ടായേ തീരൂ- പണ്ടേ കേസരി ബാലകൃഷ്ണപിള്ള ചൂണ്ടിക്കാണിച്ച തല്ക്കാല സംബന്ധം - *രാമായണം* വായിക്കുമ്പോഴും ഈ പ്രശ്നം ഉയർന്നുവരും. സ്ത്രീകളുടെ സ്ഥാനവും പദവിയും സ്വാതന്ത്ര്യവുമൊക്കെ ഇന്ന് വളരെയേറെ ചർച്ച ചെയ്യപ്പെടുകയും തുല്യതയ്ക്കു വേണ്ടിയുള്ള സ്ത്രീസമരങ്ങൾക്ക് സമൂഹത്തിൽ പ്രധാനസ്ഥാനം കിട്ടിക്കൊണ്ടിരിക്കുകയും ചെയ്യുന്ന ഈ സന്ദർഭത്തിൽ *രാമായണ*ത്തിലെ സ്ത്രീസാന്നിദ്ധ്യം പ്രത്യേകം ശ്രദ്ധിക്കേണ്ടതാണ്.

വനവാസത്തിനു പുറപ്പെടുന്ന രാമൻ അവളുടെ നിർബ്ബന്ധം മൂലമാണെങ്കിൽ കൂടി സീതയെ ഒപ്പം കൂട്ടുന്നു. ലക്ഷ്മണനെയും എന്നാൽ ലക്ഷ്മണന്റെ ഭാര്യയായ ഊർമ്മിളയെക്കുറിച്ച് രാമൻ ചിന്തിക്കുന്നത് പോലുമില്ല. പതിനാലുവർഷം രാമനെ പിരിഞ്ഞിരിക്കാൻ വയ്യാത്ത സീത സ്വന്തം ഭർത്താവിനെ പിരിഞ്ഞിരിക്കുക എന്ന അനുഭവമുണ്ടാകുന്ന ഊർമ്മിളയെക്കുറിച്ച് ഓർക്കുന്നുപോലുമില്ല. ഇന്നു നാം *രാമായണം* വായിക്കുമ്പോൾ അന്നു നിലനിന്ന പുരുഷാധിപത്യ പ്രവണത അങ്ങനെതന്നെ എഴുത്തച്ഛൻ സ്വീകരിക്കുന്നതിനെ എങ്ങനെയാണു കാണേണ്ടത്? ആരണ്യകാണ്ഡത്തിൽ മാരീചനെ കൊന്നശേഷം മടങ്ങിവരുന്ന രാമൻ സീതയെ ആശ്രമത്തിൽ തനിച്ചാക്കിപ്പോന്നതിന് ലക്ഷ്മണനെ ശകാരിക്കുന്നു. സീത ചീത്തവാക്കുകൾ പറഞ്ഞതുകൊണ്ടാണു പോന്നതെന്ന് ലക്ഷ്മണന്റെ മറുപടി കേട്ട രാമൻ പറയുന്നത്.

'യോഷമാരുടെ വാക്കു സത്യമെന്നോർക്കുന്നവൻ
ഭോഷനെത്രയുമെന്നു നീയറിയുന്നതില്ലെ?

എന്നാണ് സ്ത്രീകളുടെ വാക്ക് സ്ത്രീയായതുകൊണ്ടുമാത്രം ഭോഷത്തമെന്ന് ഇന്നാരും എടുക്കുകയില്ലല്ലോ! ഇങ്ങനെ *രാമായണ*ത്തിലുള്ള സ്ത്രീവിരുദ്ധ പരാമർശങ്ങൾ എഴുത്തച്ഛന്റെ കാലത്തുപോലും നിലനിന്നിരുന്ന സാംസ്കാരികാവബോധമെന്ന നിലയിൽ ചരിത്രപരമായി കാണേണ്ടതാണ്.

രാവണനഗരിയിൽ താമസിച്ച സീതയെക്കുറിച്ച് രാമന് അഗാധമായ സംശയങ്ങളുണ്ടായിരുന്നു എന്നതിന് *രാമായണ*ത്തിൽ സൂചനകളുണ്ട്. രാവണവധത്തിനു ശേഷം രാമൻ ഹനുമാനോട് സീതയെ വിവരമറിയിക്കാൻ ആവശ്യപ്പെടുന്നു.

നക്തഞ്ചരാധിപ നിഗ്രഹമാദിയാം
വൃത്താന്തമെല്ലാം പറഞ്ഞുകേൾപ്പിക്കണം
എന്നാലവളുടെ ഭാവവും വാക്കുമി-
ങ്ങെന്നോടു വന്നു പറകനീ സത്വരം
(സുന്ദരകാണ്ഡം)

രാവണനിഗ്രഹത്തെക്കുറിച്ചു കേൾക്കുമ്പോൾ സീതിയിലുണ്ടാകുമെന്നു രാമൻ വിചാരിക്കുന്ന ഭാവം എന്താകും?

എന്തുകൊണ്ടാണ് സീതയുടെ മറുപടി പോരാ അവളുടെ മുഖഭാവം കൂടി ശ്രദ്ധിച്ചുവന്നു പറയണമെന്ന് രാമൻ നിർദ്ദേശിക്കുന്നത്? രാവണനും സീതയുമായി ഉണ്ടാവുമെന്നു രാമൻ വിചാരിക്കുന്ന ബന്ധം അവളുടെ ഭാവത്തിൽ നിന്നൂഹിക്കാം എന്ന സംശയാത്മാവിന്റെ പ്രതീക്ഷയല്ലാതെ മറ്റെന്താണ് ഇതു സൂചിപ്പിക്കുന്നത്.

രാവണവധത്തിനുശേഷം മുന്നിൽവന്ന സീതയെക്കണ്ട് രാമൻ പറയുന്നതിങ്ങനെ:-

"ചാരിത്രസംശയം പ്രാപിച്ചെൻ മുന്നിലമരുന്ന നീ
നേത്രരോഗിക്കു ദീപം പോലെ നിക്കഹിതയേറ്റവും.

നേത്രരോഗിക്കു ദീപം പോലെ എന്ന് പറഞ്ഞാൽ രോഗം രാമനാണെന്നും സീത വെളിച്ചമാണെന്നും വ്യക്തമാവുന്നുണ്ടല്ലോ!

ശ്രീരാമൻ നടത്തിയ ചില നിഗ്രഹങ്ങളെയും ഇന്നു നമുക്ക് വരികൾക്കിടയിൽ വായിക്കേണ്ടതുണ്ട്. ശംബൂകവധവും ബാലിവധവും അതിൽ പ്രധാനങ്ങളാണ്.

തുടക്കത്തിൽ വ്യക്തമാക്കിയതുപോലെ ചാതുർവർണ്യനിയമങ്ങളെ നിഷേധിക്കാൻ ധൈര്യം കാണിച്ച എഴുത്തച്ഛൻ ശംബൂകവധത്തെയും ബാലിവധത്തെയുമൊക്കെ രാമന്റെ അവതാരോദ്ദേശ്യം നിറവേറ്റുന്നതിന്റെ ഭാഗമായി കാണുന്നുണ്ട്. എങ്കിലും പൊതുവേ എഴുത്തച്ഛന്റെ ശ്രീരാമൻ ബ്രാഹ്മണരക്ഷയും വർണ്ണനിയമങ്ങളുടെ സാധൂകരണവും നടത്തുന്നയാളാണ്. മോക്ഷപ്രാപ്തിക്കുവേണ്ടി ശംബൂകൻ എന്ന ശൂദ്രൻ തപസ്സുചെയ്യുന്നതുകൊണ്ടാണ് ബ്രാഹ്മണന്റെ പുത്രൻ മരിച്ചത് എന്ന് മുനിമാർ രാമ

നോടു പറയുന്നു. ശംബൂകനെ നിഗ്രഹിച്ചാൽ ബ്രാഹ്മണബാലനു ജീവൻ തിരികെ ലഭിക്കുമെന്നും കേട്ടപാടെ രാമൻ പുറപ്പെട്ടുചെന്ന് ശംബൂകനെ കൊല്ലുന്നു. ചാതുർവർണ്ണനിയമം ലംഘിച്ചു എന്നതാണ് ശംബൂകൻ ചെയ്ത അപരാധം. ഒന്നോർത്താൽ സാക്ഷാൽ എഴുത്തച്ഛൻ ചെയ്യുന്നതും വർണ്ണനിയമങ്ങളുടെ ലംഘനമാണ്. വർണ്ണ നിയമമനുസരിച്ച് അവകാശ മില്ല. എന്നിട്ടും സകല ജനങ്ങൾക്കും മോക്ഷം കിട്ടണമെന്ന ആഗ്രഹമാണ് എഴുത്തച്ഛനെക്കൊണ്ട് വർണ്ണനിയമങ്ങൾ ലംഘിപ്പിക്കുന്നത്. എന്നാൽ ശ്രീരാമൻ ചെയ്യുന്നത് വർണ്ണാശ്രമധർമ്മത്തിന്റെ സംരക്ഷണം തന്നെ യാണ്.

ബാലിവധത്തിലും ഇതുപോലെ ചില പ്രശ്നങ്ങൾ കാണാം. രണ്ടാ മതും യുദ്ധത്തിന് സുഗ്രീവൻ വിളിക്കുമ്പോൾ തടയുന്ന താരയോട് രാമനെ ഏറ്റവും ഭക്തിപൂർവ്വം ആരാധിക്കുന്നവനാണ് താനെന്ന് ബാലി പറയു ന്നുണ്ട്.

"രാമനെ സ്നേഹമെന്നോളമില്ലാർക്കുമേ
രാമനാകുന്നതു സാക്ഷാൽ മഹാവിഷ്ണു
പക്ഷഭേദം ഭഗവാനില്ല നിർണ്ണയം
നിർഗ്ഗുണമേക നാത്മകരാമനീശ്വരൻ'

നിർഗ്ഗുണനും ഏകനും ആത്മാരാമനുമാണ് ഈശ്വരനായ രാമൻ എന്നു വിശ്വസിക്കുന്നവനാണ് ബാലി. രാമന്റെ നിഷ്പക്ഷ ദൈവികത യിൽ അഗാധമായി വിശ്വസിക്കുന്ന ബാലിയെയാണ് ഒരു സ്വാർത്ഥ നിവൃ ത്തിക്കുവേണ്ടി രാമൻ ഒളിയമ്പെയ്ത് വധിക്കുന്നത്. ഇത് മാനുഷികമായ തലത്തിൽ രാമൻ ചെയ്യുന്ന ഒരന്യായമാണ്. അവതാരമെന്നൊക്കെ എഴു ത്തച്ഛൻ പാടുന്നുണ്ടെങ്കിലും നന്മതിന്മകളുടെ സങ്കലനമായ ഒരു മനുഷ്യ സത്തതന്നെയാണ് രാമൻ എന്നാണ്. ബാലി പിന്നീട് രാമനെ ചോദ്യം ചെയ്യുന്നുമുണ്ട്.

കാട്ടാളനെപ്പോലെ-
വാനരനെ ചതി ചെയ്തുകൊന്നിട്ടൊരു
മാനമുണ്ടായതെന്തെന്നു പറക നീ" എന്ന ബാലിയുടെ ചോദ്യം *രാമാ യണ*ത്തിൽ മുഴങ്ങുന്ന വലിയൊരു ചോദ്യം തന്നെയാണ്.

അതുപോലെതന്നെ ബാലിയുടെ മരണത്തിൽ വിലപിക്കുന്ന താര യോട് തത്ത്വോപദേശം - ചെയ്യുന്ന രാമൻ അതേ തത്ത്വങ്ങൾ സ്വന്തം ഭാര്യയെ രാവണൻ കട്ടുകൊണ്ടുപോയി എന്നറിയുമ്പോളുണ്ടാകുന്ന ദുഃഖം അടക്കാൻ എന്തുകൊണ്ട് സ്വയം ചെയ്യുന്നില്ല എന്നും ഇന്നത്തെ രാമായ ണവായനക്കാർ ചോദ്യമുയർത്താവുന്നതാണ്. ഇതെല്ലാം സൂചിപ്പിക്കുന്നത് ശ്രീരാമൻ 'നിത്യൻ നിരാമയൻ നിർഗ്ഗുണനാദ്യന്തൻ' എന്നൊക്കെ എഴു ത്തച്ഛൻ സ്തുതിക്കുന്നുണ്ടെങ്കിലും ഏതൊരു മനുഷ്യജീവിയെയും പോലെ ബല ദൗർബല്യങ്ങൾ ചേർന്ന ഒരു മാനവസത്ത തന്നെയാണ് രാമൻ എന്നു വ്യക്തമാവുകയാണ്. വാല്മീകിയുടെ രാമനും ഒരു മനു ഷ്യൻ തന്നെയാണെന്ന് 1940 ൽത്തന്നെ കുട്ടികൃഷ്ണമാരാർ സ്ഥാപിച്ചു

വെച്ചിട്ടുമുണ്ടല്ലോ (*രാജാങ്കണം- വാല്മീകിയുടെ രാമൻ* എന്ന പ്രബന്ധം) 'രാമനെ അവ്യക്താത്മവായ ഈശ്വരനാക്കിയാലേ മതിയാവൂ എന്ന അന്ധാളിത്വത്തിൽനിന്നാണല്ലോ സംസ്കൃതത്തിലെ അദ്ധ്യാത്മരാമായണം ഉണ്ടായിവന്നത് എന്നത് കുട്ടികൃഷ്ണമാരാർ എഴുതിവെച്ച കാര്യമാണ്.

1940 ൽ മാരാരെഴുതിയ ഈ ലേഖനത്തിൽ അഭിലഷിച്ചിരുന്ന രാജാധികാരം കൈവിടേണ്ടിവന്നതിൽ രാമന് അത്രയും ഉള്ളിൽത്തട്ടിയ വ്യസനവും അതിനു കാരണമായവരുടെ നേർക്ക് അമർഷവും ഉണ്ടായിരുന്നു; നിഷ്ഫലമോ അനിഷ്ഠഫലമോ ആയിത്തീർന്നേക്കാമെന്ന വിചാരം കൊണ്ട് അദ്ദേഹം അത് ആത്മസംയമനത്താൽ അടക്കിനിർത്തുകയാണ് ചെയ്തതെന്നും! കൈകേയിയുടെ നേർക്ക് ഈർഷ്യ, ദശരഥൻ ദുഃഖിക്കുന്നതിൽ ആശ്വാസം, ഭരതന്റെ നേർക്ക് അസൂയ എന്നിവയെല്ലാം രാമനിലുണ്ടായിരുന്നു എന്നതു മാത്രമല്ല, രാമനാകട്ടെ സീതയുടെ നേർക്ക് സ്നേഹത്തേക്കാളേറെ ശാരീരികാഭിനിവേശത്തിന്റെ തീവ്രതയാണുണ്ടായിരുന്നതെന്നു സീതാപഹരണത്തിനു ശേഷമുള്ള എല്ലാ സന്ദർഭത്തിലും വെളിപ്പെട്ടുകാണുന്നുണ്ട് എന്നും, പിന്നീട് കൈവന്ന രാജ്യാധികാരം ആസ്വദിക്കുന്നതിൽ സീത ഒരു കരടായിക്കിടക്കുന്നു എന്നു വന്നപ്പോഴാണ് അദ്ദേഹം സീതയെ വനത്തിൽ പരിത്യജിച്ചത് എന്നു കൂടി കുട്ടികൃഷ്ണമാരാർ ആ പഠനത്തിൽ വാല്മീകിയെയും കാളിദാസനെയും ഉദാഹരിച്ചുകൊണ്ട് വ്യക്തമാക്കുന്നുണ്ട്. മനുഷ്യസത്തയായ രാമനെ മാരാരുടെ ഉൾക്കണ്ണുകൾ കൃത്യമായി പഠിച്ചറിഞ്ഞു എന്ന് സ്പഷ്ടം.

ഇങ്ങനെ വായിച്ചാൽ താൻ ജീവിച്ച കാലത്തിന്റെ സാമാന്യ ബോധത്തിന് ചിലപ്പോഴൊക്കെ വിധേയനാവുന്നുണ്ടെങ്കിലും, പലപ്പോഴും ആ കാലത്തെ കടന്നുനിന്നുകൊണ്ട് ചാതുർവർണ്ണനിയമങ്ങളെയും, പൗരോഹിത്യ-ബ്രാഹ്മണമേധാവിത്വത്തെയും ധിക്കരിച്ചുകൊണ്ട് മാനിഷാദ എന്നതിലടങ്ങിയിരിക്കുന്ന അത്യന്തവിശാലമായ ഒരു മാനവികതയെയും ആഘോഷിച്ചുകൊണ്ട് മർത്യജന്മമെടുത്ത ഏവർക്കും മുക്തിസാദ്ധ്യതയുണ്ടെന്ന വിശാലമായ ഒരു ജനാധിപത്യപരമായ ആത്മീയതയെ ഉയർത്തിപ്പിടിക്കുകയും ഈശ്വരത്വംപോലും കലർപ്പറ്റ മാനുഷികതതന്നെ എന്നു സ്ഥാപിക്കുകയും ആണ് *അദ്ധ്യാത്മരാമായണം കിളിപ്പാട്ട്* രചിക്കുന്നതിലൂടെ എഴുത്തച്ഛൻ ചെയ്തത് എന്ന് മനസ്സിലാക്കുകയാണ് ഇക്കാലത്തിന്റെ വിവേകം എന്നു വരുന്നു. *ചിന്താവിഷ്ടയായ സീത* എഴുതിയ കുമാരനാശാനും *രാമായണ*ത്തെ നാടകത്രയമാക്കിയ സി എൻ ശ്രീകണ്ഠൻനായരും - *കാഞ്ചനസീത, സാകേതം, ലങ്കാലക്ഷ്മി* എന്നീ നാടകങ്ങൾ - ഒക്കെ ഈ വിവേകം നേരത്തേതന്നെ നേടിയിരുന്നവരാണെന്നുകൂടി ഓർമ്മിപ്പിക്കാവുന്നതാണ്.

ഇന്ദുലേഖയിൽനിന്ന് തട്ടകത്തിലേക്ക്

കൊളോണിയൽ വ്യവഹാരത്തിൽനിന്ന് പോസ്റ്റ് കൊളോണിയൽ ആഖ്യാനത്തിലേക്ക്

മലയാളത്തിലെ ലക്ഷണയുക്തമായ ആദ്യ നോവൽ എന്നാണ് *ഇന്ദുലേഖ*യെക്കുറിച്ച് സാധാരണ പറയാറ്. ലക്ഷണയുക്തം എന്ന ഈ വിശേഷണപദം അഴിച്ചുനോക്കിയാൽ ഒന്നു വ്യക്തമാകും. യൂറോകേന്ദ്രിതമായി വിശദീകരിക്കപ്പെട്ട ലക്ഷണങ്ങളാണ് ഇവിടെ യുക്തമായിരിക്കുന്നത്. അതിൽ അത്ഭുതമൊന്നുമില്ല. നോവൽ എന്ന സാഹിത്യരൂപം തന്നെ ആധുനികമുതലാളിത്തത്തിന്റെയും കൊളോണിയൽ ആധുനികതയുടെയും ഉല്പന്നമാണല്ലോ. അപ്പോൾ അതിന്റെ അവയവഘടനയും സൗന്ദര്യലക്ഷണങ്ങളും യൂറോ-കേന്ദ്രിതമായിരിക്കും എന്നു വ്യക്തം. ചന്തുമേനോൻ തന്നെ ഇംഗ്ലീഷിലുള്ള നോവൽ വായിച്ച് അതുപോലൊന്ന് മലയാളത്തിൽ ഉണ്ടാക്കണമെന്നു കരുതി എന്ന് സ്വയം പ്രസ്താവിച്ചിട്ടുമുണ്ട്. അപ്പോൾ നോവൽ എന്ന സാഹിത്യരൂപത്തിന്റെ സഹജമായ കൊളോണിയൽ ഘടനകളുമായി കേരളീയഭാവന ഇണക്കിച്ചേർക്കുകയായിരുന്നു ചന്തുമേനോന്റെ ലക്ഷ്യം. ഈ ചേരുവയെയാണ് മലയാളഭാവുകത്വം നോവലിന്റെ ലക്ഷണയുക്തതയായി ആഘോഷിച്ചത്.

സാഹിത്യത്തിലെ കൊളോണിയൽ വ്യവഹാരങ്ങളെ സംബന്ധിച്ച് ഡെനീസ് പോർട്ടറും, ഹോമി ഭാഭയും ഗായത്രി സ്പിവാക്കുമൊക്കെ വിശദമായി പഠനങ്ങൾ നടത്തിയിട്ടുണ്ട്. ഇങ്ങനെയുള്ള സാഹിത്യപാഠങ്ങളുടെ പൊതുസവിശേഷതകളായി ഇവരൊക്കെ ക്രോഡീകരിച്ചിട്ടുള്ള ചില കാര്യങ്ങൾ ഇങ്ങനെയാണ്.

1. കൊളോണിയൽ വ്യവഹാരങ്ങൾ യാഥാർത്ഥ്യത്തെക്കുറിച്ച് വ്യത്യസ്ത കാഴ്ചപ്പാടുകൾ ഉന്നയിക്കും. ഏതാണ് യാഥാർത്ഥ്യം എന്ന് കൃത്യമായി സ്ഥാപിക്കുകയില്ല.
2. കൊളോണിയൽ വ്യവഹാരങ്ങളിൽ കോളനീകൃത ജനത 'അന്യർ'

ആണ്. അതുകൊണ്ട് പ്രജ എന്നത് സമാനതകളുടെയും വിപരീതങ്ങളുടെയും ഇരുധ്രുവങ്ങളിൽ ചാഞ്ചാടേണ്ടിവരുന്നു.

3. കോളനി അധികാരികൾ വിട്ടൊഴിയുമ്പോൾ അധികാരം ഏറ്റെടുക്കുന്നത് തദ്ദേശീയ ഭരണവർഗ്ഗമാണ്. അവർ പക്ഷേ, ജനങ്ങളെ ശാക്തീകരിക്കാനല്ല, മറിച്ച് കൊളോണിയൽ മാനസിക ഘടന പ്രവർത്തിപ്പിക്കാൻ തന്നെയാണ് ശ്രമിക്കുക.

ഇന്ദുലേഖ ഒരു കൊളോണിയൽ വ്യവഹാരമാണ്. നിലവിലുണ്ടായിരുന്ന ജാതിജന്മി നാടുവാഴി വ്യവസ്ഥയെ പരിക്കേല്പിക്കാവുന്ന കാഴ്ചപ്പാട് ചന്തുമേനോനുണ്ടായിരുന്നില്ല. (അത് ഒരു കുറ്റമല്ല) അതുകൊണ്ട് ജന്മിത്തവ്യവസ്ഥയുടെ പ്രതിനിധാനങ്ങളായ ഉപരിവർഗ്ഗ സവർണ്ണജീവിതവും അതിന്റെ ഭാഷാസ്വരൂപവുമാണ് ഇന്ദുലേഖയിൽ കാണുന്നത്. ഈ ജാതിജന്മിനാടുവാഴി വ്യവസ്ഥയെയും അതിന്റെ ആശയമണ്ഡലത്തെയും കാര്യമായി വേദനിപ്പിക്കാതെ അതിനു മുകളിൽ കൊളോണിയൽ ആധുനികതയുടെ മുഖ്യമായ സാക്ഷാൽക്കാരോപാധിയായി ഇംഗ്ലീഷ് വിദ്യാഭ്യാസത്തെയും മൂല്യപരിഷ്കൃതിയെയും സ്ഥാപിച്ചെടുക്കാനാണ് ചന്തുമേനോൻ ആഗ്രഹിച്ചത്. അധികാരത്തിലിരുന്ന കൊളോണിയൽ ശക്തികൾ ജാതി ജന്മി നാടുവാഴി വ്യവസ്ഥയെ ഉടയ്ക്കാതെ തന്നെ അതിനുമുകളിൽ മുതലാളിത്ത ആധുനികത പടുത്തുയർത്താനാണ് ശ്രമിച്ചത്. ആ രാഷ്ട്രീയത്തിന്റെ ഒരു സാഹിതീയ പ്രയോഗമായിരുന്നു ചന്തുമേനോൻ സാധിച്ചത്. രാഷ്ട്രീയരംഗത്തു നടപ്പാക്കപ്പെട്ട ഈ നയസമീപനം ഇന്ത്യൻ സമൂഹത്തിൽ എന്നോ അപ്രത്യക്ഷമാക്കേണ്ട പല പ്രതിലോമ ആശയാവലികളും അനുശീലനങ്ങളും ആധുനികതയുടെ ആവരണത്തിനടിയിൽ പ്രവർത്തനക്ഷമമായി തുടരാൻ കാരണമായി. ചന്തുമേനോന്റെ സാഹിത്യത്തിൽ ഇക്കാരണം കൊണ്ടുതന്നെ കൊളോണിയൽ വ്യവഹാരങ്ങളുടെ സഹജസ്വഭാവമായ ചാഞ്ചാട്ടം (amibivalance) മുഖമുദ്രയെന്നപോലെ പ്രത്യക്ഷമാകുന്നു. ജാതി ജന്മി നാടുവാഴിത്തത്തിന്റെ ആത്മബോധത്തിനും കൊളോണിയൽ ആധുനികതയുടെ ആംഗലേയപരിഷ്കൃതിബോധത്തിനുമിടയിൽ നിത്യമായി ചലിക്കുന്ന ഒരു പെൻഡുലം ചന്തുമേനോനിൽ എന്നപോലെത്തന്നെ *ഇന്ദുലേഖ*യുടെ പാഠസ്വരൂപത്തിലും പ്രവർത്തിക്കുന്നു. ഈ ധ്രുവങ്ങൾക്കിടയിലെ ചാഞ്ചാട്ടത്തിലും സംഘർഷത്തിലുമാണ് *ഇന്ദുലേഖ*യുടെ പാഠപ്രസക്തി നിലനില്ക്കുന്നത്.

ഇന്ദുലേഖയും മാധവനും ഒരേ സമയം മുൻപറഞ്ഞ ജാതി ജന്മിനാടുവാഴിത്തത്തിന്റേതെന്നപോലെ ആംഗലേയ പരിഷ്കൃതിയുടെയും പ്രതിനിധാനങ്ങളായി പ്രവർത്തിക്കുന്നു. അവരിരുവരും സൂരി നമ്പൂതിരിക്കൊഴികേ മറ്റെല്ലാവർക്കും സ്വീകാര്യരോ മാതൃകകൾ പോലുമോ ആണ്. പഞ്ചുമേനോനുപോലും ഇന്ദുലേഖയെ അഭിമുഖീകരിക്കാൻ സ്നേഹം കലർന്ന ഭയമാണ്.

മാധവനുമായി ആദ്യമുണ്ടായ ജനറേഷൻ ഗ്യാപ്പ് ഒടുവിൽ പഞ്ചുമേനോൻ തന്നെ പരിഹരിക്കുന്നുമുണ്ട്. ബി എൽ പരീക്ഷ പാസായ മാധ

വനെ സായിപ്പ് ഒട്ടും വൈകാതെ സിവിൽ സർവ്വീസിലേക്കെടുക്കുന്നുണ്ട്. അതുകൊണ്ടുകൂടിയാണ് ഇന്ദുലേഖ മാധവനൊപ്പം മദിരാശിക്കുപോകുന്നതും പ്രണയ ജീവിതം സഫലീകരിക്കുന്നതും. ഒരുപക്ഷേ, 1835 ൽ ഒരു ലക്ഷം രൂപ ബഡ്ജറ്റിൽ ഇന്ത്യയിലെ മദ്ധ്യവർഗ്ഗത്തിനുവേണ്ടി ഇംഗ്ലീഷ് വിദ്യാഭ്യാസവ്യാപനത്തിന് മിനിട്ട്സ് തയ്യാറാക്കുമ്പോൾ മെക്കോളെ സായ്പ് പ്രതീക്ഷിച്ചത് മാധവനും ഇന്ദുലേഖയും സാക്ഷാൽക്കരിക്കുന്നതും. ഈ ഘടന അന്നത്തെ കേരളീയ ഭാവുകത്വത്തിൽ കൊളോണിയൽ ആധുനികതയ്ക്കിണങ്ങിയ പശ്ചാത്തലമായി മാറുകയാണുണ്ടായത്. ഇത് കേരളീയമായ ഒരു പുതു കർത്തൃത്വത്തെക്കൂടി സൃഷ്ടിക്കുന്നുണ്ട്.

കേരളത്തിലെ സാമൂഹ്യ പരിവർത്തനങ്ങളുടെ സമുദ്ഘാടകനാണ് ചന്തുമേനോൻ എന്നും അദ്ദേഹം വരച്ച സാമൂഹ്യ ചിത്രം വിപ്ലവാത്മകമായിരുന്നെന്നുമാണ് പി കെ ബാലകൃഷ്ണൻ നിരീക്ഷിക്കുന്നത്. (ചന്തുമേനോൻ ഒരു പഠനം 1957) ഒരു തലത്തിൽ ഇതു ശരിയായിരിക്കുമ്പോൾ ഇന്നത്തെ ചരിത്രസന്ദർഭത്തിൽനിന്ന് *ഇന്ദുലേഖ*യെ വായിക്കുമ്പോൾ, കൊളോണിയൽ ആധുനികതയുടെ അധിനിവേശപരമായ കടന്നുകയറ്റത്തെ ബോധതലത്തിൽ ഉത്തേജിപ്പിച്ച ഈ വ്യവഹാരത്തെ വിപ്ലവാത്മകം എന്നാണോ കാണേണ്ടത് എന്നതിൽ ഭിന്നാഭിപ്രായത്തിനു സാദ്ധ്യതയുണ്ട്. 'ജാതി ജന്മി നാടുവാഴിത്തത്തിന്റെ ദൂഷിതവലയം ലംഘിച്ചുകൊണ്ടുയർന്ന കഥാപാത്രങ്ങളുടെ പരിഷ്കൃത കർത്തൃത്വം' എന്ന പി കെ രാജശേഖരന്റെ കാഴ്ചയും (*മലയാള നോവലിന്റെ 100 വർഷങ്ങൾ* എന്ന കൃതി) ഇന്നത്തെ ജ്ഞാനവ്യവസ്ഥയിൽ നിന്നുകൊണ്ട് ചോദ്യം ചെയ്യപ്പെടാം. ദൂഷിതവലയത്തെ ലംഘിക്കലാണോ ആ ദൂഷിതവലയവുമായി ഒത്തുതീർപ്പിലെത്തുന്നതാണോ ഇന്ദുലേഖയുടെ പാഠസ്വരൂപം സമർപ്പിക്കുന്ന കാഴ്ച എന്നത് തർക്കവിഷയം തന്നെ.

മരുമക്കത്തായത്തിലും ജന്മിത്തത്തിലും ആധാരമായ അധികാരഘടനയെയും ജ്ഞാനവ്യവസ്ഥയെയും ഒരുപരിധിവരെ മാധവനും ഇന്ദുലേഖയും ചോദ്യം ചെയ്യുന്നുണ്ടെങ്കിലും യഥാർത്ഥത്തിൽ അവയുമായി രഞ്ജിപ്പിലൂടെ കൊളോണിയൽ ജ്ഞാനവ്യവസ്ഥയും വ്യക്തിയിലും അണുകുടുംബത്തിലും ആധാരമായ അധികാരഘടനയും അതനുസരിച്ചുള്ള ഒരു കർത്തൃത്വവും വികസിപ്പിച്ചെടുക്കാനാണ് അവർ ഇച്ഛിക്കുന്നത്. അതുകൊണ്ട് ഇതിനെ വിപ്ലവപരമെന്നല്ല, പരിഷ്കരണപരം എന്നാണ് കൃത്യമായി അടയാളപ്പെടുത്തേണ്ടത് എന്നു തോന്നുന്നു.

ഇംഗ്ലീഷ് അറിയാത്തവരും ഇംഗ്ലീഷ് ശീലങ്ങൾ ഉൾക്കൊള്ളാത്തവരും ഇന്ദുലേഖയിൽ പരിഹാസമർഹിക്കുന്നവരാണ്. 'കാരണോന്മാർക്കു നാം കീഴടങ്ങണ്ടേ?" എന്ന് തുടക്കത്തിൽത്തന്നെ ചാത്തരമേനോൻ മാധവനെ ശകാരിക്കുമ്പോൾ ഒരു തരത്തിലുള്ള കീഴടങ്ങലിനും തയ്യാറാവാതെ ചിന്നനെ താൻ കൊണ്ടുപോയി ഇംഗ്ലീഷ് രീതിയിൽത്തന്നെ പഠിപ്പിക്കുമെന്ന് മാധവൻ ശഠിച്ചു പറയുന്നുണ്ട്. ഇംഗ്ലീഷ് പഠനത്തിലൂടെ കരഗത

മാകുന്ന കൊളോണിയൽ ആധ്യത്വത്തിൽ മാധവന് അത്ര അഗാധമായ വിശ്വാസവും ആഭിമുഖ്യവും ആണുള്ളത്. അതായത് കൊളോണിയൽ ആധുനികതയുടെ അധിനിവേശായുധം തന്നെ ഇംഗ്ലീഷ് ആണെന്നും വരുന്നു. 'മാധവനെ പരിചയമുള്ള സകല യൂറോപ്യന്മാരും വെറും കാഴ്ചയിൽത്തന്നെ മാധവനെ അതികൗതുകം തോന്നി മാധവന്റെ ഇഷ്ടന്മാരായിത്തീർന്നു (പേജ് 18) 'ഇന്ദുലേഖയുടെ മാളികയിലെ എല്ലാ മുറികളിലും ഇംഗ്ലീഷുമാതിരി സാമാനങ്ങളും മറ്റും ഭംഗിയായി ശേഖരിച്ചുവെച്ച് ഇന്ദുലേഖയുടെ അഭീഷ്ടപ്രകാരം എല്ലാം ശട്ടം ചെയ്തു വന്നു. (പേജ് 24) 'ഇംഗ്ലീഷ് പഠിച്ചതിനാൽ താൻ ഒരു മലയാളി സ്ത്രീ ആണെന്ന നിലലേശവും വിട്ടിട്ടില്ല... ഹിന്ദുമതദ്വേഷമാകട്ടേ, നിരീശ്വരവാദമാകട്ടേ ഇന്ദുലേഖയെ കേവലം ബാധിച്ചിട്ടില്ല (പേജ് 24) മാധവനെപ്പോലെ തന്നെ ഇന്ദുലേഖയും മുൻപുവിവരിച്ച അനുരഞ്ജനത്തിന്റെ പ്രതിനിധാനം തന്നെ എന്ന് ചന്തുമേനോൻ വ്യക്തമാക്കുന്നു.

1889 ലാണ് *ഇന്ദുലേഖ* എഴുതപ്പെടുന്നത്. 1885 ൽ ഇന്ത്യൻ നാഷണൽ കോൺഗ്രസ് സ്ഥാപിക്കപ്പെട്ടു. വിശ്രുതമായ 18-ാം അദ്ധ്യായത്തിലെ ചർച്ചയിൽ ഇടപെട്ട് മാധവൻ എന്ന കോൺഗ്രസ് അനുഭാവി ഇങ്ങനെ പറയുന്നുണ്ട്. 'ഇന്ത്യയുടെ ഭാഗ്യവശാൽ കിട്ടിയിട്ടുള്ള ഈ ഇംഗ്ലീഷ് ഗവൺമെന്റിനെ അനാവശ്യമായും അസംഗതിയായും അസത്യമായും മുഷിക്കാതെ ഇന്ത്യയുടെ അഭിവൃദ്ധിക്കു വേണ്ടിയുള്ള യത്നങ്ങൾ ചെയ്ത് ഇന്ത്യയെ ഇംഗ്ലണ്ടുപോലെ സ്വതന്ത്രതയുള്ള ഒരു രാജ്യമാക്കിത്തീർക്കേണ്ടതാണ് എന്നാണ് കോൺഗ്രസ് ആഗ്രഹിക്കുന്നത്' (പേജ് 254) ഇന്ത്യക്കാർ എല്ലായ്പ്പോഴും ഇംഗ്ലീഷുകാരുടെ അടിമകളായിരിക്കണമെന്ന് ഇംഗ്ലീഷ് ഗവൺമെന്റിന് ഒരു കാലത്തും വിചാരമുണ്ടാവുകയില്ല. ഇതായിരുന്നു അവരുടെ വിചാരമെങ്കിൽ നമ്മൾക്ക് അവരെപ്പോലെ വിദ്യാഭ്യാസവും അറിവും ഉണ്ടാക്കിവെപ്പാൻ കഴിഞ്ഞ നൂറുകൊല്ലങ്ങളായി ഇത്രയെല്ലാം അവർ ഉത്സാഹിക്കുന്നതല്ലായിരുന്നു (വേജ് 254).

അന്നത്തെ കോൺഗ്രസ് സംഘടന മാത്രമല്ല സാക്ഷാൽ ചന്തുമേനോൻതന്നെ മാധവന്റെ നാവിൽ കസേരയിട്ടിരുന്നു സംസാരിക്കുന്നു എന്നുകൂടി പറയാവുന്നതാണ്. മാത്രമല്ല '1857 ൽ ഇന്ത്യയിൽ ഉണ്ടായ അതിഭയങ്കരമായ ലഹള ആമാതിരിയുള്ള കാരണങ്ങളിൽ മേൽ ഇനി ഒരു പ്രാവശ്യം കൂടി ഇന്ത്യയിൽ ഉണ്ടാവാൻ പാടുള്ളതല്ലെന്നു ഞാൻ വിചാരിക്കുന്നു (പേജ് 258) എന്നുകൂടി മാധവൻ സ്വയം തുറന്നു കാണിക്കുന്നുണ്ട്.

ഈ കൊളോണിയൽ ആധുനികതയിൽ ഉള്ളടങ്ങിയിട്ടുള്ള പല വൈരുദ്ധ്യങ്ങളും നാം ഈ സമീപകാലത്താണു വിശകലനം ചെയ്തു തുടങ്ങിയത്. ഒരുപക്ഷേ, മുതലാളിത്തത്തിന്റെ ആഗോളജൈത്രയാത്രയുടെ അനുഭവ പശ്ചാത്തലത്തിൽ. ആ വൈരുദ്ധ്യങ്ങളിൽ പ്രധാനപ്പെട്ട ഒന്ന് സ്ത്രീ അസ്തിത്വത്തെയും സ്ത്രീപൗരത്വത്തെയും സംബന്ധിക്കുന്നതാണ്. ജെയ്ൻ ഓസ്റ്റിനെപ്പോലുള്ളവർ വിക്ടോറിയൻ കാലഘട്ടത്തിലും

വെർജീനിയവുൾഫും സിൽവിയാ പ്ലാത്തും പോലുള്ളവർ പിന്നീടും സ്ത്രീയവസ്ഥയെ ആഖ്യാനം ചെയ്യുന്ന പ്രശസ്ത നോവലുകൾ രചിച്ചിട്ടുണ്ടെങ്കിലും കൊളോണിയൽ വ്യവഹാരങ്ങളെ സംബന്ധിച്ചിടത്തോളം സിമോൺദ് ബുവ്വെ വിമർശനാത്മകമായിത്തന്നെ കൊടുത്ത പുസ്തകപ്പേരുപോലെ സ്ത്രീ എന്നും സ്ത്രീ ആയിത്തന്നെ നിലനിന്നു. സമീപകാലത്തുയർന്നു വന്നുകൊണ്ടിരിക്കുന്ന സ്ത്രീ അവബോധത്തിന്റെ വേലിയേറ്റത്തിനു പിന്നിൽ ഒരു പ്രചോദകശക്തിയായി കോളനിയനന്തര ചിന്തയുടെ ആകർഷക ശക്തി കണ്ടെത്താവുന്നതാണ്.

*ഇന്ദുലേഖ*യുടെ പാഠസ്വരൂപത്തിൽ കൊളോണിയൽ വ്യവഹാരത്തിനു സഹജമായ സ്ത്രീദർശനം തന്നെയാണു പ്രവർത്തിക്കുന്നത്. ഇന്ദുലേഖയുടെ ശരീരസൗന്ദര്യം വർണ്ണിച്ചതിനുശേഷം ചന്തുമേനോൻ ഇങ്ങനെ കൂടി എഴുതുന്നുണ്ട്. “ആകെപ്പാടെ ഇന്ദുലേഖയെ കാണുമ്പോൾ പുരുഷന്മാരുടെ മനസ്സിനുണ്ടായ ആനന്ദവും സന്തോഷവും പരിതാപവും ഭ്രാന്തിയും ആസക്തിയും വ്യഥയും ഇന്നപ്രകാരമെന്നു പറഞ്ഞറിയിക്കാൻ എന്നാൽ അസാദ്ധ്യമെന്നു ഞാൻ സമ്മതിക്കുന്നു.” (പേജ് 23) ഇന്ത്യൻ സംഗീതത്തിലെന്നപോലെ പിയാനോ വായനയിലും സമർത്ഥയായ ഈ ഇന്ദുലേഖയ്ക്ക് വൃദ്ധനായ സൂരിനമ്പൂതിരിയെ സംബന്ധം ചെയ്യുന്നതിൽ കഠിനമായ എതിർപ്പും പുച്ഛവുമുണ്ട്. എന്നാൽ തന്നേക്കാൾ പ്രായം കുറഞ്ഞ കല്യാണിക്കുട്ടിയെ സൂരിനമ്പൂതിരി സംബന്ധം ചെയ്തുകൊണ്ടുപോകുന്നതിൽ ഇന്ദുലേഖ ഒരു എതിർപ്പും പ്രകടിപ്പിക്കുന്നില്ല. കാല്പനികതയുടെ വ്യക്തിനിഷ്ഠദർശനം കൊളോണിയൽ ആധുനികതയിൽ ഒരു വൈരുദ്ധ്യമായി എങ്ങനെ പ്രവർത്തിക്കുന്നു എന്നു കൂടി ഇവിടെ വ്യക്തമാക്കുന്നുണ്ട്. അതിനും അപ്പുറം പോയാൽ മറ്റുചിലതുകൂടി ഇന്ദുലേഖാ പാഠത്തിൽനിന്നും വായിച്ചെടുക്കാം. മാധവൻ ഇംഗ്ലീഷ് വിദ്യാഭ്യാസത്തിന്റെ ബലത്തിൽ സിവിൽ സർവ്വീസ് കയറുന്നു. ഇന്ദുലേഖയും മാധവനും മദിരാശിയിലേക്ക് താമസം മാറ്റുന്നു. മുതലാളിത്ത ആധുനികതയുടെ സൃഷ്ടിയിൽ അണുകുടുംബം, നഗരത്തിലേക്കുള്ള കുടിയേറ്റം ഇങ്ങനെ ചില അടരുകളുടെ ആദ്യസൂചനകൾ ഇവിടെ നമുക്ക് വായിക്കാം. ഇവയൊക്കെത്തന്നെ ഇന്ദുലേഖയുടെയും, ചന്തുമേനോന്റെയും കൊളോണിയൽ ആധുനികതയുടെ വ്യവഹാരം എന്ന വായനയെ സാധൂകരിക്കുന്നതുതന്നെയാണ്.

2

കോളനിയനന്തര ദേശരാഷ്ട്രത്തിന്റെ ലിബറൽ ജനാധിപത്യം ഇടത്തരം കീഴാള സംസ്കൃതിക്കുമേൽ കോളനിശക്തികളെപ്പോലെത്തന്നെ അധിനിവേശം നടത്തിക്കൊണ്ടിരിക്കുകയും, അതേ ദേശരാഷ്ട്രം തന്നെ സവർണ്ണമതാത്മക പ്രത്യയശാസ്ത്ര അധിനിവേശം തീവ്രമാക്കുകയും

ചെയ്തുകൊണ്ടിരിക്കുന്ന സാഹചര്യത്തിൽ ഒരു പ്രതിരോധവും സ്വത്വ സംസ്ഥാപനവും എന്ന നിലയിൽ കോളനീകരണത്തിനു മുമ്പുള്ള പ്രാദേശിക-ജനകീയ-സാംസ്കാരിക ചിഹ്നങ്ങളെ വീണ്ടെടുക്കുകയും അതിന്റെ 'സംസ്കാര ശൂന്യത'യെ കൊണ്ടാടുകയും ചെയ്യുന്ന പുതിയ കാലത്തിന്റെ സാംസ്കാരിക പ്രത്യയശാസ്ത്രം പോസ്റ്റ്-കൊളോണിയലിസം മുന്നോട്ടുവെക്കുന്നു. ഇതിന്റെ അടിത്തറ ഫ്യൂഡലിസത്തിന്റെയും ആധുനികവല്ക്കരണത്തന്റെയും സൗന്ദര്യശാസ്ത്രത്തെ നിഷേധിച്ചുകൊണ്ട് ദേശപ്പഴമയുടെ മിത്തിക്കലും അസംസ്കൃത ജീവിതത്തിന്റെ സൗന്ദര്യപരവുമായ ജനകീയത ഒരു പ്രത്യയശാസ്ത്രമായിത്തന്നെ മുന്നോട്ടുവെക്കുന്നു. ഇത് ഇന്നത്തെ ചരിത്രസന്ദർഭത്തിൽ അത്യന്തം വിമോചനമൂല്യം സംവഹിക്കുന്നതുമാണ്. മലയാള നോവലിൽ ഈ പ്രവണതയുടെ ഏറ്റവും മികച്ച ഒരുല്പന്നമാണ് കോവിലന്റെ *തട്ടകം*.

കൊളോണിയൽ വ്യവഹാരങ്ങളുടെ അധിനിവേശ പ്രത്യയശാസ്ത്രത്തെയും മർദ്ദനപരമായ രീതിശാസ്ത്രത്തെയും ചോദ്യം ചെയ്തുയർന്നുവരുന്ന ദർശനധാരയും വായനാസമീപനവുമായി പോസ്റ്റു കൊളോണിയലിസത്തെ മനസ്സിലാക്കാം.

സാഹിത്യ കലാസൃഷ്ടിയിലും പഠനത്തിലും പോസ്റ്റ് കൊളോണിയലിസം മുന്നോട്ടുവെക്കുന്ന സമീപനങ്ങളെ എഡ്വേർഡ് സെയ്ദ്, ഗായത്രി, സ്പിവാക്, ഹോമിഭാഭ എന്നിവർ സംഗ്രഹിച്ചിട്ടുണ്ട്. അവയുടെ സാരസംഗ്രഹം ഏതാണ്ടിങ്ങനെ:

1. കൃതിയുടെ അമൂർത്തവും സനാതനവുമെന്ന് മുമ്പ് വിവരിക്കപ്പെട്ടിരുന്ന സൗന്ദര്യത്തേക്കാൾ പ്രധാനം പാഠസ്വരൂപത്തിൽ നിമഗ്നം ചെയ്യപ്പെട്ടിരിക്കുന്ന പ്രത്യയശാസ്ത്രവും കൃതി രൂപപ്പെട്ട ചരിത്രസാഹചര്യങ്ങളുമാണ്.
2. കൊളോണിയൽ ആധുനികത കോളനിവല്കൃത മനസ്സുകളെ ഉല്പാദിപ്പിക്കുമ്പോൾ പോസ്റ്റ് കൊളോണിയലിസം മനസ്സുകളെ അപകോളനിവല്ക്കരിക്കാൻ (declonise) ശ്രമിക്കുന്നു.
3. അധിനിവേശിത ജനതയുടെ പ്രാകൃത ജീവിതാവസ്ഥകളെ പ്രതിനിധാനം ചെയ്യുന്നു.
4. രാഷ്ട്രീയമായി റാഡിക്കലും പ്രാദേശികമായി ഉപദേശീയതകളെ ആഘോഷിക്കുകയും ചെയ്യുന്ന സമീപനം സ്വീകരിക്കുന്നു.
5. സാർവ്വകാലികത, സനാതന സൗന്ദര്യം എന്നീ കൊളോണിയൽ ഫ്യൂഡൽ സങ്കല്പങ്ങളെ തകർക്കുന്നു.
6. ഒരു ഭാഷയിൽത്തന്നെ വ്യത്യസ്ത ഭാഷകൾ സൃഷ്ടിക്കുന്നു.
7. ആണും പെണ്ണും, പോസ്റ്റ് കൊളോണിയലിസം അനുഭവിക്കുന്നത് ഒരുപോലെയല്ല എന്ന തിരിച്ചറിവിൽ ഫെമിനിൻ പ്രാധാന്യം കൂടുതലായി കണ്ടെത്തുന്നു.
8. പ്രാദേശിക-ദേശപ്പഴമയുടെ തനിമകൾ കണ്ടെത്തുന്നു.
9. കൊളോണിയലിസം പ്രത്യക്ഷത്തിൽ അവസാനിച്ചാലും തുടരുന്ന

ആന്തരീകകൊളോണിയലിസത്തെ തിരിച്ചറിയുകയും അവയെ വിമർശനാത്മകമായി നേരിടുകയും ചെയ്യുന്നു.

10. ജനങ്ങളും ഭൂമിയും തമ്മിലുള്ള ദൃഢബന്ധം ആവിഷ്കരിക്കുന്നു. ഭൂമിയോടു ബന്ധപ്പെട്ടവരെല്ലാം കീഴാളരാണെന്ന കൊളോണിയൽ ചിന്തയെ പ്രതിരോധിക്കുന്നു.

മലയാളനോവലിൽ ഈ പ്രവണതകൾ മുമ്പേ തുടങ്ങിയിട്ടുണ്ട്. ജാതി ജന്മി നാടുവാഴിത്തത്തിന്റെ ആശയമണ്ഡലത്തിൽ നിന്നുകൊണ്ടുതന്നെ സി വി രാമൻപിള്ള ഒരു തിരുവിതാംകൂർ ദേശസ്വത്വം ആവിഷ്കരിക്കാൻ ശ്രമിച്ചു. തകഴിയും മറ്റും കുട്ടനാട് എന്ന സ്ഥലസ്വരൂപത്തെ അടയാളപ്പെടുത്തി. എസ് കെ പൊറ്റെക്കാട് തന്റെ ചുറ്റുവട്ടത്തെ തെരുവിന്റെയും ദേശത്തിന്റെയും മാത്രമല്ല വയനാടിന്റെ കുടിയേറ്റ സംസ്കൃതിയുടെ പ്രശ്നങ്ങളെയും കൈകാര്യംചെയ്തു. മുകുന്ദൻ മയ്യഴി നോവലുകളിലൂടെയും എം ടി വള്ളുവനാടൻ ദേശജീവിതത്തിലൂടെയും പോസ്റ്റ് കൊളോണിയലായി വായിക്കപ്പെട്ടു. എങ്കിലും പോസ്റ്റ് കൊളോണിയൽ മനോഗതി ഭാഷയിലും ഘടനയിലും താളത്തിലും ആഖ്യാനത്തിലും ദർശനത്തിലും അതിസമർത്ഥമായി ഇണങ്ങിച്ചേരുന്നത് കോവിലനിലാണ്. തോറ്റങ്ങളിലും തട്ടകത്തും. *തട്ടകം* എന്ന നോവൽ മലയാളത്തിലെ ഒരു തനിമയും ഒറ്റപ്പെട്ട ഘടനയും അതോടൊപ്പം മലയാള നോവൽ സാക്ഷാൽക്കരിച്ച ഒരു വന്യ സംഗീതികയുമാണ്.

കോവിലൻ ദേശത്തെയാണ് എഴുതുന്നത്. ഗോത്രജീവിതം തൊട്ട് ദേശീയപ്രസ്ഥാനം വരെയുള്ള മുപ്പിലിശ്ശേരിയുടെയും ചുറ്റുവട്ടത്തിന്റെയും ജീവിതേതിഹാസം രചിച്ചു. മണ്ണും മനുഷ്യനും ചെടികളും മരങ്ങളും കായലും കടലും വെയിലും നിലാവും എങ്ങനെ ഒരു ദേശജീവിതത്തിൽ പങ്കുകൊള്ളുന്നു എന്നാണ് *തട്ടകം* പറയുന്നത്. മുന്നൂറുപേജുള്ള നോവലിന്റെ ആദ്യപകുതി ഗോത്രജീവിതകഥനമാണ്. പിന്നെ ഐതിഹ്യങ്ങളിലൂടെ നാട്ടുപഴമയുടെ കേട്ടറിവുകൾ. അവസാനത്തോടടുക്കുമ്പോഴാണ് ഇരുപതാം നൂറ്റാണ്ടും സ്കൂളും ആധുനികതയുടെ കിരണങ്ങളും എത്തിനോക്കുന്നത്.

ഉണ്ണീരി മുത്തപ്പൻ ചങ്ങാതിയായ കമ്മളുകുട്ടിയേയും കൂട്ടി വാണിയംകുളം ചന്തയ്ക്കു പുറപ്പെടുന്നതിൽ തുടങ്ങിയ നോവൽ എത്രയോ തലമുറകൾക്കു ശേഷം വാരപ്പറമ്പിൽ ശങ്കുകുഞ്ഞപ്പന്റെ പാവറട്ടി കൊളേജിൽ പഠിക്കുന്ന മകൻ അപ്പുക്കുട്ടൻ, ഗാന്ധിജി ജയിലിൽ കിടക്കുമ്പോൾ ക്ലാസ്മുറിയിലിരുന്ന് പഠിക്കാൻവയ്യ എന്നു പറഞ്ഞ് പുറത്ത് സ്ഥലത്തിലേക്കും കാലത്തിലേക്കും ഇറങ്ങിപ്പുറപ്പെടുമ്പോൾ നോവൽ അവസാനിക്കുന്നു. ഇതിനിടയിൽ 'അനുഭവങ്ങളുടെ സാന്ദ്രവിപിനവും പുരാവൃത്തങ്ങളുടെ മഹാഗോപുരവും' നമുക്കനുഭവിക്കാം എന്ന് സച്ചിദാനന്ദൻ.

ചന്തയ്ക്കു പോയ ഉണ്ണീരിമുത്തപ്പന്റെ ഓലക്കുടയിൽ കയറി ചോലക്കുളങ്ങര ഭഗവതി മൂപ്പിലിശ്ശേരിയിലേക്കുവന്നു. അങ്ങനെ മുപ്പിലിശ്ശേരി ഭഗവതിയുടെ തട്ടകമായി. പിന്നീട് ദേശപ്പഴമയുടെ മിത്തും കീഴാളജന

ചരിത്രവും ഇണചേർന്ന് ഇഴചേർന്ന് ആഖ്യാനവും പാഠസ്വരൂപവും രൂപമെടുക്കുന്നു. ഉണ്ണീരിമുത്തപ്പന്റെ ദേശത്തിന്റെ മുഴുവൻ കാരണവരും ആരാധനാമൂർത്തിയുമാകുന്നു. ആനയെ പാട്ടിലാക്കി കുരുത്തോല നാട്ടി ചങ്ങലയില്ലാതെ ആനയെ തളയ്ക്കുന്ന കണ്ണഞ്ചിറ ഗുരുനാഥൻ, മന്ത്രിച്ച ഉറുക്ക് അരയിൽ കെട്ടി ഭഗവതിയെ അടിമയാക്കി പിന്നീട് ഉറുക്കഴിഞ്ഞു പോകുമ്പോൾ ഭഗവതിയാൽത്തന്നെ മുക്കിക്കൊല്ലപ്പെടുന്ന പാണൻശങ്കു, മൈസൂർപ്പടയുടെ ചോരകൊണ്ടു ചോലക്കുളം ചുവപ്പിച്ച താച്ചുക്കുട്ടിച്ചേകവർ, കിളിയിറച്ചി ചുട്ടുതിന്നും കഞ്ചാവടിച്ചും രണ്ടുപാനികള്ളുമോന്തി സമാധിയിലിരിക്കുന്ന ഗോസായിസ്വാമി, കത്തിപ്പണമെന്ന കൊച്ചി രാജാവിന്റെ അന്യായനികുതിക്കെതിരേ കലാപം നടത്താൻ ജനങ്ങളെ ഒരുക്കുന്ന ഉണ്ണിക്കോരൻ, ചകിരിയും ഓലയും വിറ്റ്, കുറി നടത്തി സമ്പന്നനാകുന്ന വാറുണ്ണി, ആയുസ്സുമുഴുവൻ ആമയേയും പെരുച്ചാഴിയേയും ചുട്ടുതിന്ന് കണ്ണോക്ക് ചൊല്ലിപ്പാടിനടന്ന നായാടിരാമൻ, മാളൂട്ടിയെ സ്വയംവരം ചെയ്ത് ജാതിമതനിബന്ധനകളെ പൊട്ടിച്ചെറിയുന്ന അവ്വോക്കറ്, നാണുഗുരുവിന്റെ വചനങ്ങൾ തലയിലേറ്റിയിട്ടും കള്ളുകുടിച്ച് തുണിയില്ലാതെ ആൽപ്പറമ്പിൽ കിടക്കുന്ന ഉണ്ണിക്കോരൻ പ്രമാണി, മൂർഖൻ പാമ്പിനെ കൈത്തണ്ടയിൽ ചുറ്റി മുനമിടയിൽ തപസ്സിരുന്ന ആമന്ദരു, ഞാറ്റുപുരയിൽ ചീരുവിനെ പിഴപ്പിച്ച്, നാടുവിട്ടുകൊളമ്പിൽപ്പോയി പണക്കാരനാകുന്ന രാമൻ, കൊളമ്പിൽപ്പോയ കെട്ടിയവന്റെ അനിയനെ പ്രാപിച്ച് ശമം തേടുന്ന ഉണ്ണിമായ, സംസ്കൃതവും ഇംഗ്ലീഷും പഠിച്ച് സ്കൂൾ മാസ്റ്ററായപ്പോൾ പഞ്ചമർക്ക് വിദ്യ നല്കാൻ ഒരുങ്ങിയിറങ്ങിയ വലിയാക്കിൽ അപ്പു, അമ്പലക്കുളത്തിൽനിന്ന് രാത്രി മീൻ പിടിച്ചുവരുമ്പോൾ പ്രേതത്തെക്കണ്ട് ജ്വരം പിടിച്ചുമരിച്ച പൈലുണ്ണി, ആ പ്രേതം മകനെ നന്നാക്കാൻ വേഷം മാറി വന്ന താനായിരുന്നു എന്നു കുമ്പസരിച്ചുവ്യസനിക്കുന്ന ഹുണ്ടികക്കാരൻ വാറുണ്ണി, ക്വിറ്റിന്ത്യയുടെ മുഴക്കം കേട്ട് ലോകത്തിലേക്കും സമരത്തിലേക്കും ഇറങ്ങുന്ന അപ്പുക്കുട്ടൻ ഇങ്ങനെ ദേശത്തിന്റെയും ഉർവ്വരയായ മണ്ണിന്റെയും പഞ്ചഭൂതങ്ങൾ മെനഞ്ഞെടുത്ത നിരവധി മനുഷ്യർ തട്ടകത്തിൽ അണിനിരക്കുന്നുണ്ട് ഇവരത്രയും കൊണ്ടും കൊടുത്തും നീണ്ടും വാങ്ങിയും സഹിച്ചും രമിച്ചും മേഞ്ഞു നടക്കുന്ന പ്രാക്തന ലോകമാണ് കോവിലൻ എഴുതുന്നത്. മണ്ണും കീഴാളനും തമ്മിൽ സ്വത്വപരമായിത്തന്നെ ഏകീഭവിക്കുന്ന ഈ കാഴ്ച ഒരു പോസ്റ്റ് കൊളോണിയൽ പ്രതിരോധം തന്നെയാണ്.

എന്നാൽ തട്ടകത്തിന്റെ വ്യവഹാരം മതനിരപേക്ഷവും ജനാധിപത്യപരവുമാണ്. മുപ്പിലിശ്ശേരിയിലേക്ക് നവോത്ഥാനം വരുന്നുണ്ട്. സഹോദരൻ അയ്യപ്പനിലൂടെ, അയ്യാവു ജ്ജിയിലൂടെ അതിനുമുമ്പ് മണപ്പുറത്ത് നാണുഗുരുവരുന്നുണ്ട്.

ജോനകൻ മാളൂട്ടിയെ പിഴപ്പിച്ചു എന്ന് മുപ്പിലിശ്ശേരിയിലെമ്പാടും പുകിലും പുക്കാറും പരന്നപ്പോൾ, പനമ്പാട്ടുതറവാട്ടിലെ മുത്തശ്ശി ആശ്രിതയായ മാളൂട്ടിയോട് ഇങ്ങനെ പുരാണം പറയുന്നു. ചെറിയമ്മ (കുന്തിക്ക്)

ആരോടൊക്കെ സ്വയം വരണ്ടായീന്നാ നിരീച്ചേ? സ്വയജാതീന്നല്ലമ്മാളുട്ട്യേ? സ്വജാതീന്നല്ല. ഇഷ്ടപ്പെട്ട ആരേ വേണേലും സ്വയംവരാവാം എന്നായിരുന്നു അന്നത്തെ നടപ്പും മര്യാദേം. അവ്വോക്കർ ഒരു പുരുഷൻ മാളൂട്ടി സ്ത്രീ. സ്വയംവരാവാം. ജോനകൻ എന്നല്ലേ? ജോനകൻ എന്നാൽ യവനൻ. അന്യഭാരതദേശത്തിലല്ല. ഗാന്ധാരകേകേയം എന്നൊക്കെ കേട്ടിട്ടില്ലേ. ഒക്കെ അന്യരാജ്യങ്ങൾ ഗാന്ധാരി, കൈകേയി എന്നൊക്കെയില്ലേ? ആരാ അവര്? പരദേശികൾ അല്ലാതെന്താ? ഈ ഭൂമി മലയാളത്തില് പരദേശികൾക്ക് മക്കളുണ്ടാവണില്ലേ? ഉണ്ട്. മാളുട്ട്യേ ഉണ്ട്. യവനരുണ്ട്, യഹൂദരുണ്ട്, അറബികൾ, ബ്രാഹ്മണർ,' അങ്ങനെ, ഒടുവിലെന്തുണ്ടായി? പനമ്പാട്ടെ മുറ്റത്ത് നാട്ടുകൂട്ടം കൂടി മാളൂട്ടിയെ അവ്വോക്കർക്ക് കൈപിടിച്ചു കൊടുത്തു.

'ഏകാന്തതയുടെ നൂറുവർഷങ്ങളെ, ലാറ്റിനമേരിക്കയുടെ തോറ്റംപാട്ട് എന്നാണ് കോവിലൻ വിളിച്ചത്. തട്ടകവും തോറ്റങ്ങളും മലയാളത്തിന്റെ തോറ്റം പാട്ടുകൾ തന്നെ. തട്ടകത്തിന്റെ ശില്പഘടന തന്നെ തികച്ചും ഭാരതീയമായ ഒരാഖ്യാനഘടനയാണ്. ഐതിഹ്യത്തിനുള്ളിൽ ഐതിഹ്യം വിടരുംപോലെ. കഥയ്ക്കുള്ളിൽനിന്ന് പിന്നെയും പിന്നെയും വിടർന്നു വരുന്ന കഥയുടെ പത്മദളങ്ങൾ. മുപ്പിലിശ്ശേരി എന്ന സ്ഥലരൂപകത്തിൽ വേരുറച്ചുനില്ക്കുന്ന ആഖ്യാനത്തിന്റെ എണ്ണമറ്റപടർപ്പുകൾ. മൗലികതയുടെ സഹസ്രപത്മങ്ങൾ.

കോവിലന്റെ ഭാഷ ഈ മിത്തിക്കൽ അന്തരീക്ഷത്തെ സംഗീതമയമായി സാക്ഷാൽക്കരിക്കുന്നു. ഉണ്ണീരിമുത്തപ്പന്റെ ചന്തയിലേക്കുള്ള പുറപ്പാടു നോക്കൂ. "അരമടിശ്ശീലകെട്ടി, അരവാൾ ചുറ്റി ഉണ്ണീരിപുറപ്പെട്ടു. എന്റച്ഛാ എന്റമ്മേ ഒരുകരിക്കുകന്നിനെ വേണം. വാണിയംകുളം ചന്തയ്ക്കു പോയ്വരട്ടെ." അച്ഛനെ വണങ്ങി അമ്മയെ വണങ്ങി ഉണ്ണീരിക്കുട്ടി യാത്ര ചോദിച്ചു. പാളപ്പൊതിയും പാണക്കോലുമെടുത്ത് ഉണ്ണീരി മുറ്റത്തിറങ്ങി. അലറിത്തറയിൽ പറക്കുട്ടിയെ കുമ്പിട്ട്, കൽത്തറയിൽ മലവായിയെ തൊഴുത്, പടിപ്പുരയിൽ വെച്ച ഓലക്കുടയെടുത്ത് ഗുരുവിനെ സ്മരിച്ച് ഗുരുനാഥന്മാരെ സ്മരിച്ച് ഉണ്ണീരി പടിക്കെട്ടിറങ്ങി...

'തെക്കേ പറമ്പിൽ കവുങ്ങുകൾക്കിടയിലൂടെ ചാഞ്ഞും ചരിഞ്ഞും ഊർന്നിറങ്ങിയ വെയിൽനാളം പാങ്ങിപ്പളുങ്ങി വാഴക്കൂട്ടത്തിൽ കടന്നൊളിച്ചു. വെയിൽ നാളത്തോടൊപ്പം ഓലഞ്ഞാലിക്കിളി പറന്നുവന്നു. മൊളിയിലയിൽ പിടിച്ചുതൂങ്ങിയും കരണം മറിഞ്ഞും ചിറകുതല്ലിയും ഓലഞ്ഞാലിക്കിളി തെരുപ്പറക്കുമ്പോൾ ഒരു കാക്ക വാഴത്തയ്യിൽ വന്നിരുന്നു. തിരച്ചിയ വാഴയിലയിൽ വെയിൽ അക്കാക്കം പിക്കാക്കം കളിച്ചു. പിന്നെ വെയിലിന്റെ വെള്ളിത്തൊരണകൾ വളപ്പാകെ നിറഞ്ഞു. മുളം കാടുകൾക്കു മീതെ വെയിൽ തുടുത്തു. വെള്ളിവാൾത്തലപ്പുകൾ കവുങ്ങുകൾക്കിടയിൽ ഉലഞ്ഞു. വൃക്ഷപ്പടർപ്പിൽ കാറ്റ് ഇക്കിളികൂട്ടി. ചൊവന്ന കാവിപൂശിയ ചുവരിൽ രോമാഞ്ചംപോലെ ഇറയത്തിന്റെ നിഴൽ തെളിഞ്ഞു. പെട്ടെന്നു മാഞ്ഞു ഈർച്ചവാളിന്റെ പല്ലുപോലെ നിഴൽ ചുമരിൽ തിമിർത്തപ്പോൾ

അടയ്ക്കാപ്പണിക്കു പോകുന്ന കുഞ്ഞപ്പൻ മുറ്റത്തിറങ്ങി.'

എവിടെത്തിരിഞ്ഞൊന്നു നോക്കിയാലും താളവും ഈണവും തുടി കൊട്ടുന്ന ഈ ഭാഷ ദേശപ്പഴമയിൽനിന്നും ഗോത്രസ്മൃതികളിൽനിന്നും വാറ്റിയെടുത്ത വീര്യമാണ്. ഇത് കൊളോണിയൽ ആധുനികതയുടെ മാന കമലയാളമല്ല. കോളനിയനന്തര സംവേദനത്തിൽ ഭാഷ ഒരു ഭാഷയല്ല പല ഭാഷകളാണ്. 'ആരുമ്പലമുള്ള ബാല്യക്കാർ എന്നേ കോവിലൻ പറയൂ. ഒറ്റമുലച്ചികൾ പറയുന്ന 'കിണാതാരവും' രാമൂട്ടിയുടെ 'ഞെടുക്കാര'വും ആശാരി കോപ്പന്റെ മാഡവേശികളുടെ ഉമ്പിലിപ്പയ്യുകളിക്കും പാവുട്ടിയുടെ 'കോപ്പയും പിഞ്ഞാണങ്ങളും ദഹിക്കുന്ന തീറ്റ'യും പുതഞ്ഞു മൊതച്ച പഞ്ചത്തഴപ്പും കോവിലൻഭാഷയുടെ സൗഭാഗ്യങ്ങളായി വിളങ്ങുന്നു. 1970 ൽ ഇറങ്ങിയ *തോറ്റങ്ങളിൽ*നിന്ന്-

'പുഞ്ചപ്പാടത്തിന് പച്ചസൂചികൾ അരങ്ങുചാർത്തുന്നു. പുഞ്ചക്കാറ്റാടുന്നു. ഇക്കിളിപ്പെട്ട കന്യകയോ? കതിരിടുന്നു. കടിഞ്ഞൂൽ വളർത്തുന്ന മാതാവോ? പൊന്നിൻവരപ്പായി മാറുന്നു, തിരുവോണത്തിന്റെ പ്രഭാതമോ?

കോവിലൻ പറയുന്നത് കൊയ്ത്തരിവാൾ കാത്തുകിടക്കുന്ന പുഞ്ചപ്പാടത്തെക്കുറിച്ചാണ്. 'തെക്കേപ്പുറത്ത് നിറഞ്ഞ പുഞ്ചപ്പാടം കിടന്നേന്തി തികഞ്ഞമാസംപോലെ. അങ്ങു ചേന്നാടൻ തുരുത്തിനുമീതെ മഴക്കാർ ഊർന്നിറങ്ങി. പൊട്ടാറായ മുന്നൂർക്കുടം പോലെ. മഴക്കാറിന്റെ നനുത്ത നാഭികളിൽ വെയിൽനാളം തുടുത്തുനിന്നു പ്രസവംപോലെ.' (തോറ്റങ്ങൾ).

നിറവും തിറവും തികഞ്ഞ ഈ ദേശഭാഷ ദേശപ്പഴമയുടെ ആഖ്യാനതലവുമായി ഇണങ്ങിപ്പോകുന്നു.

ഗോത്രസ്മൃതികളുടെ ഘോഷയാത്ര, ഐതിഹ്യങ്ങളുടെയും മിന്നത്തുകളുടെയും ഗാഢനീലമായ അന്തരീക്ഷത്തെ ആവാഹിച്ചെടുക്കുന്ന ആഖ്യാനകല, ഗോത്രജീവിതത്തിന്റെയും കീഴാള അവബോധസ്മൃതിയുടെയും കുരുതിച്ചുവപ്പണിഞ്ഞഭാഷ- ഇങ്ങനെ പലതുകൊണ്ടും *തട്ടകം* പോസ്റ്റ് - കൊളോണിയൽ വ്യവഹാരത്തിന്റെ ലക്ഷണയുക്തമായ മാതൃകയായിരിക്കുന്നു. *ഇന്ദുലേഖ* കൊളോണിയൽ വ്യവഹാരത്തിന്റെ ലക്ഷണയുക്തമായ മാതൃകയായതുപോലെതന്നെ.

ഉറൂബ്: ചരിത്രത്തിന്റെ നിർമ്മിതി

'എല്ലാ തൊപ്പകളും പറിച്ചുനീക്കിയാൽ കാണാം മനുഷ്യൻ സുന്ദരനാണെന്ന്' ഇടശ്ശേരി ഗോവിന്ദൻ നായർ എന്ന ശക്തിയുടെ കവിയാണ് ഇങ്ങനെ പറഞ്ഞത്. ഇടശ്ശേരിയുടെ ആത്മീയമായ ശിഷ്യത്വമുണ്ടായിരുന്നു ഉറൂബിന്. അതുകൊണ്ടുതന്നെ ഈ ദർശനം ഉറൂബിലേക്ക് സ്വാഭാവികമായും അലിഞ്ഞുചേർന്നിട്ടുണ്ട്. *സുന്ദരികളും സുന്ദരന്മാരും* എന്ന് നോവലിന് പേരിട്ടത് അതുകൊണ്ടുമാത്രമല്ല മനുഷ്യരിലെ സൗന്ദര്യം കണ്ടെത്താനാണ് ഉറൂബ് തന്റെ സാഹിത്യസിദ്ധിയെ തുടക്കം മുതൽ ഒടുക്കം വരെ ഉപയോഗിച്ചത്.

നോവലിലെ പ്രധാനപ്പെട്ട ഒരു സന്ദർഭത്തിൽ രാധ വിശ്വനോട് പറയുന്നുണ്ട്- "ആർക്കും ആരോടും ദുഷ്ടത കാണിക്കണമെന്നൊന്നുമില്ല. കഷ്ടപ്പാടാണ് നമ്മളെക്കൊണ്ട് ഒക്കെ ചെയ്യിക്കുന്നത്." (പേജ് 166)

ഉറൂബ് മനുഷ്യനിൽ നന്മ മാത്രമല്ല കാണുന്നത്. സൂക്ഷ്മതലത്തിൽ പ്രവർത്തനക്ഷമമാകുന്ന തിന്മപോലും നന്മയുടെ ഒരു വിപരീതവൃത്തി എന്ന നിലയിലാണ് ഉറൂബിന്റെ എഴുത്തിൽ പ്രകാശനം നേടുന്നത്. "ക്രൂരനെ നീ താനെത്ര ശാശ്വത സത്യം/ നിന്റെ നേർക്കു ഞാനെറിയുന്നു ഹേ ദയാമൻ എന്ന സംബുദ്ധി." എന്നെഴുതിയ ഇടശ്ശേരിയുടെ ഹൃദയം തന്നെയാണ് മറ്റൊരു വിതാനത്തിൽ ഉറൂബിലും സ്പന്ദിക്കുന്നതെന്നും കാണാം. ക്രൂരതയ്ക്കു മുമ്പിൽ പൂജാപുഷ്പം സമർപ്പിക്കുകയും ദയാമയമായ ഒരു ഭാവത്തിന്റെ വിപരീതലക്ഷണമായി അതിനെ സ്ഥാനപ്പെടുത്തുകയും ചെയ്യുന്ന ഈ വൈരുദ്ധ്യാത്മക സൗന്ദര്യപ്രവർത്തനം നോവലിന്റെ ഇതിഹാസസമാനമായ ആഖ്യാനത്തിലൂടെ ഉറൂബ് തന്റെ കൃതിയിൽ സാക്ഷാൽക്കരിക്കുന്നു.

രാധ അനിയനായ ഗോപാലകൃഷ്ണനോട് പറയുന്നു. "ശരിയാണ്.

കുറവുകൾ ഉള്ളവരാണ് മനുഷ്യരൊക്കെ. കുറവുള്ളേടത്ത് കൂടെ നോക്കുമ്പോൾ കുറവേ കാണൂ. നിറവുള്ളേടത്തുകൂടി നോക്കുമ്പോൾ നിറവും. പുസ്തകത്തിൽനിന്ന് ഇതൊന്നും അനുഭവിക്കാൻ കഴിയില്ല. ജീവിച്ചാലേ അറിയൂ." (പേജ് 331). എങ്ങനെ ജീവിച്ചാൽ എന്നു ചോദിച്ചാൽ അതിന്റെ ഉത്തരമാണ് രാധയുടെ ജീവിതം. വിശ്വത്തിന്റെ ജീവിതം. ഗോവിന്ദൻ നായർ എന്ന സുലൈമാന്റെ ജീവിതം. എന്തിന് കുഞ്ഞിരാമന്റെയും രാരിച്ചന്റെയും മരക്കാരുടെയുമൊക്കെ ജീവിതം.

ജീവിതത്തെക്കുറിക്കുന്ന ഈ മനുഷ്യക്കാഴ്ച ചരിത്രനിർമ്മിതമായ ഒരു കേവല ദർശനമല്ല തന്നെ. ചരിത്രത്തിന്റെ പെരുങ്കടൽ കടഞ്ഞുമാത്രം നേടാൻ കഴിയുന്ന കാഴ്ചയുടെ ഒരു സൂക്ഷ്മലോകമാണത്.

ഉറൂബ് എന്ന പി സി കുട്ടികൃഷ്ണന് 5-6 വയസ്സുള്ളപ്പോൾ ആ കുട്ടിയുടെ ജീവിതപരിസരങ്ങളിലാണ് മാപ്പിള ലഹള എന്നു വിളിക്കപ്പെട്ട മലബാർ കലാപമുണ്ടാവുന്നത്. 9-10 വയസ്സുള്ളപ്പോൾ വൈക്കം സത്യഗ്രഹം നടക്കുന്നു. 13 വയസ്സുള്ളപ്പോൾ ശ്രീനാരായണഗുരു അന്തരിക്കുന്നു. 17 വയസ്സുള്ളപ്പോൾ ഗുരുവായൂർ സത്യഗ്രഹം നടക്കുന്നു. 24 വയസ്സുള്ളപ്പോൾ രണ്ടാം ലോകമഹായുദ്ധം തുടങ്ങുന്നു. ഇക്കാലത്തിനു തൊട്ട് മുമ്പ് കേരളത്തിൽ കമ്യൂണിസ്റ്റ് പാർട്ടി പ്രവർത്തനം തുടങ്ങുന്നു, വ്യാപിക്കുന്നു. ഉറൂബിന് 21 വയസ്സുള്ളപ്പോൾ നമ്പൂതിരി യോഗക്ഷേമസഭയുടെ ഓങ്ങല്ലൂർ സമ്മേളനം നടക്കുന്നു. മറക്കുടയും വലിച്ചെറിഞ്ഞ് അകത്തുള്ളാളുകൾ അരങ്ങത്തേക്കിറങ്ങുന്നു. 32 വയസ്സുള്ളപ്പോൾ ഇന്ത്യ രാഷ്ട്രീയ സ്വാതന്ത്ര്യം നേടുന്നു. ഉറൂബിന്റെ 33 വയസ്സിലാണ് ഗാന്ധിജി കൊല്ലപ്പെട്ടത്. എന്നാൽ ഈ കാലത്ത് കെ ദാമോദരന്റെ *പാട്ടബാക്കി* തെക്കേ മലബാറിൽ വ്യാപകമായി അരങ്ങേറുന്നു. അധികാരം കൊയ്യണമാദ്യം നാം എന്ന് ഇടശ്ശേരി ആഹ്വാനം ചെയ്യുന്നതും ഇതേകാലത്താണ്. ഉറൂബിന്റെ 38-39 വയസ്സുകാലത്താണ് *സുന്ദരികളും സുന്ദരന്മാരും ഉമ്മാച്ചുവും* എഴുതുന്നതും. അതിന് ഒരു വർഷം മുമ്പാണ് ഇന്ത്യയിൽ ആദ്യത്തെ പൊതുതിരഞ്ഞെടുപ്പ് നടക്കുന്നതും കമ്യൂണിസ്റ്റ് പാർട്ടി ഇന്ത്യൻ പാർലമെന്റിൽ പ്രധാന പ്രതിപക്ഷമായിത്തീരുന്നതും.

ചരിത്രത്തിന്റെ ഈ തിരത്തള്ളലിൽ അതിന്റെ അഗാധമായ ഉഷ്ണപ്രവാഹത്തിൽ സമൂഹത്തിൽ അതുവരെ നിലനിന്നിരുന്ന പലതും തകരുകയും ഉരുകുകയും ചിലതെല്ലാം പുതുതായി ഉരുവം കൊള്ളാൻ തുടങ്ങുകയും ചെയ്തു. അതിന്റെ ഭാഗമായി അതുവരെയില്ലാതിരുന്ന ദേശീയത എന്ന അവബോധം മണ്ണിലേക്കിറങ്ങിവന്നു. അതിന്റെ അവിഭാജ്യഘടകമായി 'കേരളം' എന്ന സങ്കല്പം ഉയർന്നുവന്നു. മലയാളി സ്വത്വം എന്നൊന്ന് രൂപപ്പെടാൻ തുടങ്ങി. യുവത്വത്തിന്റെ ഐഡന്റിറ്റി ഒരു പുതിയ മാനവികദർശനം ആണെന്നുവന്നു. നെഹ്റുവിയൻ മൂല്യങ്ങളുടെ അന്തർദ്ധാര സാമൂഹിക ജീവിതത്തിന്റെ ഇടത്തട്ടുകളിലേക്ക് ഒഴുകിപ്പരന്നു. സ്നേഹം എന്ന മൂല്യത്തിന് യാഥാർത്ഥ്യത്തിലുള്ളത് മതേതരത്വത്തിന്റെ അടിത്തറയാണെന്ന് തിരിച്ചറിയപ്പെടാൻ തുടങ്ങി. അതുവരെ

ജാതി- മതശരീരങ്ങളായി സ്വയം പ്രകാശിപ്പിച്ചിരുന്ന മദ്ധ്യവർഗ്ഗം ജാതി ശരീരങ്ങളേയും മതശരീരങ്ങളെയും അതിജീവിച്ചുകൊണ്ട് മനുഷ്യശരീരമായി മാറാൻ വെമ്പൽകൊണ്ടു. അങ്ങനെ വെമ്പൽ കൊണ്ട മനുഷ്യനെ നാം നവോത്ഥാന മനുഷ്യൻ എന്നു വിളിച്ചു. ഒരു പക്ഷേ, ഉറൂബ് ആവിഷ്കരിക്കുന്ന മനുഷ്യൻ ഒരേസമയം ഈ നവോത്ഥാന മനുഷ്യനാണ്. എന്നാൽ അതിനപ്പുറം സ്വതന്ത്ര മനുഷ്യൻ ആയിത്തീരാൻ പിന്നെയും മുന്നോട്ടായുന്നവനുമാണ്.

മാപ്പിളലഹളയുടെ ആരവങ്ങൾക്കിടയിലാണ് ഇരുമ്പൻ ഗോവിന്ദൻനായർ എന്ന മനുഷ്യൻ സുലൈമാനായി മാറുന്നത്. പുറംകാഴ്ചയിൽ അതൊരു മതംമാറ്റം മാത്രമാണ്. എന്നാൽ അഗാധമായി സംഭവിക്കുന്നതാകട്ടെ ജാതി-മതശരങ്ങളിൽനിന്നുള്ള അയാളുടെ മോചനവും മനുഷ്യൻ എന്ന അവസ്ഥയുടെ സാക്ഷാൽക്കാരവുമാണ്. മതംമാറ്റത്തിന് ശേഷവും ഖദീജയെ ഭാര്യയായി സ്വീകരിച്ച് ജീവിക്കുമ്പോഴും അയാൾ ഒരിക്കൽപ്പോലും നോവലിൽ മറ്റെല്ലാ മുസ്ലീം കഥാപാത്രങ്ങളും പറയുന്ന മാപ്പിളഭാഷയിലെ ഒരു വാക്കുപോലും പറയുന്നില്ല എന്നത് പ്രാധാന്യമർഹിക്കുന്ന കാര്യം തന്നെയാണ്. അയാൾക്ക് യഥാർത്ഥത്തിൽ ജാതിയോ മതമോ ഇല്ല. അയാൾ മനുഷ്യൻ മാത്രമാണ്. മനുഷ്യൻ എന്ന ദീപസ്തംഭം. ഈ ദീപസ്തംഭത്തിന്റെ പ്രകാശവലയത്തിനുള്ളിലാണ് വിശ്വവും രാധയും മാത്രമല്ല കുഞ്ഞിരാമനും രാരിച്ചനും മരയ്ക്കാരും ശാന്തയും ഒക്കെത്തന്നെ മനുഷ്യരായി വളരുന്നത്. യഥാർത്ഥത്തിൽ ഉറൂബിന്റെ കഥാനായകൻ ഗോവിന്ദൻ നായർ എന്ന സുലൈമാൻ എന്ന ഈ ദീപസ്തംഭമാണ്. സുന്ദരികളെയും സുന്ദരന്മാരെയും യഥാർത്ഥത്തിൽ സൃഷ്ടിക്കുന്നത് ഈ മനുഷ്യനാണ്. *ചെമ്മീൻ* എന്ന നോവൽ സാദ്ധ്യമാക്കുന്നത് ചെമ്പൻകുഞ്ഞ് എന്ന കഥാപാത്രമാണ് എന്നതുപോലെ ഉറൂബിന്റെ ഈ നോവൽ സാദ്ധ്യമാക്കി തീർക്കുന്നത് സുലൈമാൻ എന്ന ഈ കഥാപാത്രമാണ്. അതുകൊണ്ട് തന്നെ സങ്കുചിത സ്വത്വങ്ങളുടെ പടം പൊഴിച്ചുകൊണ്ട് മനുഷ്യസങ്കല്പത്തിന്റെ സൗന്ദര്യപൂരം വിടർത്തി നിന്ന് ഈ കഥാപാത്രം ആടുക തന്നെയാണ് നോവലിൽ! ഉറൂബിന് 10 വയസ്സുള്ളപ്പോഴാണ് നാലപ്പാടന്റെ *പാവങ്ങൾ* തർജ്ജമ മലയാളത്തിലിറങ്ങുന്നത്. *പാവങ്ങളി*ലെ ജീൻവാൽജീന്റെ ഏതൊക്കെയോ ആകൃതി വിശേഷങ്ങൾ സുലൈമാന് നല്കാൻ ഉറൂബ് ശ്രമിച്ചിട്ടുണ്ടോ എന്നറിയില്ല. എന്നാൽ ഒരു വായനക്കാരന് അങ്ങനെയും അയാളെ കണ്ടെത്താവുന്നതാണ്. (*പാവങ്ങളുടെ* പരിഭാഷയെ 'മലയാള നോവലുകളുടെ അമ്മ' എന്ന് എം മുകുന്ദൻ വിശേഷിപ്പിച്ചിട്ടുണ്ട്.) ഫ്രഞ്ച് വിപ്ലവത്തിലേക്ക് പിന്നോട്ടും പാരീസ് കമ്യൂണിലേക്ക് മുന്നോട്ടും നോക്കുന്ന കഥാപാത്രമായ ജീൻവാൽജീനും മാപ്പിളലഹളയിലേക്ക് പിന്നോട്ടും ഇന്ത്യൻ റിപ്പബ്ലിക്കിലേക്ക് മുന്നോട്ടും നോക്കുന്ന കഥാപാത്രം തന്നെയായ ഗോവിന്ദൻനായരും സുലൈമാനും ഏതൊക്കെയോ അദൃശ്യബിന്ദുക്കളിൽ പരസ്പരം അഭിമുഖീകരിക്കുന്നുണ്ട്.

വ്യക്തി സമൂഹം ചരിത്രം

നവോത്ഥാന മനുഷ്യൻ എന്ന ആദർശം നോവലിൽ സാക്ഷാൽക്കരിക്കപ്പെടുന്നത് പ്രധാനമായും ഇരുമ്പൻ ഗോവിന്ദൻനായർ - സുലൈമാൻ എന്ന കഥാപാത്രത്തിലൂടെയാണ് എന്നാൽ അതുമാത്രമല്ല നോവലിന്റെ ദർശനദീപ്തി നിർണ്ണയിക്കുന്നത്. നവോത്ഥാനത്തിനുമപ്പുറം പോകുന്ന ഒരു മനുഷ്യക്കാഴ്ച ഉറൂബിന്റെ സർഗ്ഗഘടനയിലുണ്ടായിരുന്നു എന്ന് തിരിച്ചറിയാൻ കഴിയും. നോവലിലെ എല്ലാ പ്രധാന കഥാപാത്രങ്ങളും ഒരുതരത്തിൽ അന്വേഷിക്കുകയും കണ്ടെത്തുകയും ചെയ്യുന്നവരാണ്. സാമ്പ്രദായികമായ രീതിയിൽ നായകനെന്നു പറയാവുന്ന വിശ്വത്തോട് നോവലിന്റെ അവസാനം രാധ ചോദിക്കുന്നു-

"മാസ്റ്റർക്ക് എന്താണ് മറുപടി എഴുതുക? വിശ്വം പറയുന്ന മറുപടി ഇങ്ങനെ "ഞാൻ നിന്നെ കണ്ടുപിടിച്ചു എന്ന്' (പേജ് 350) വിശ്വത്തിന്റെ ജീവിതം മുഴുവൻ വിശ്വത്തെത്തന്നെ കണ്ടുപിടിക്കാൻ വേണ്ടിയായിരുന്നു. ബാല്യത്തിൽ കോഴിമുട്ട കുഴിച്ചിട്ട് വളർന്നു മുട്ടമരമാകാൻ വേണ്ടി വെള്ളമൊഴിച്ച് കൊടുത്ത വിശ്വനാഥൻ, കൗമാരത്തിൽ ഭൂമിയുടെ അറ്റമന്വേഷിച്ച് പോയ വിശ്വം തന്റെയകത്തും പുറത്തുമുള്ള പ്രകൃതിയോട് സംവദിച്ച് പോരടിച്ച് ഒടുവിലയാൾ ആരെന്നും എന്തെന്നും ഒരുകണ്ടെത്തലിൽ എത്തിച്ചേരുകയാണ്. അങ്ങനെ അയാൾത്തന്നെ കണ്ടെത്തിയ വിശ്വത്തെയാണ് നാം നോവലിൽ വച്ചു പരിചയപ്പെടുന്നതും. വിശ്വം മാത്രമല്ല ഈ അന്വേഷണത്തിന്റെ അസിധാരയിലൂടെ നീങ്ങുന്നത്. സുലൈമാനും രാധയും, കുഞ്ഞിരാമനും, രാരിച്ചനും എന്തിന് ഏറ്റവും അവസാനം പ്രത്യക്ഷപ്പെടുന്ന ആ മാസ്റ്റർ പോലും അന്വേഷിക്കുകയും കണ്ടെത്തുകയും ചെയ്യുന്നവരാണ്. ഈ അന്വേഷണം ആന്തരവും ബാഹ്യവുമായ പ്രകൃതികളോടുള്ള ഏറ്റുമുട്ടൽ തന്നെയാണ്. അങ്ങനെ പോരാടുന്നതിലൂടെയാണ് ഈ മനുഷ്യരെല്ലാം അവരവരുടെ മനുഷ്യജീവിതം സൃഷ്ടിച്ചെടുക്കുന്നത്. ഇങ്ങനെ സ്വന്തം ജീവിതം സ്വയം എഴുതിയുണ്ടാക്കുന്ന കഥാപാത്രങ്ങളെയാണ് ഉറൂബ് സൃഷ്ടിച്ചത് എന്നത് വെറുമൊരു നോവൽ നിർമ്മാണ പ്രക്രിയയുടെ സവിശേഷത മാത്രമല്ല. നോവലിസ്റ്റ് മനുഷ്യജീവിതത്തെ നോക്കിക്കാണുന്നതിന്റെ കൂടി ദിശാദർശനമാണ്. ഉറൂബിനെ സംബന്ധിച്ചിടത്തോളം സ്വയം നിർമ്മിച്ചെടുക്കുന്നവനാണ് മനുഷ്യൻ വിശ്വവും രാധയും കുഞ്ഞിരാമനും സുലൈമാനെപ്പോലെത്തന്നെ സ്വയം നിർമ്മിച്ചെടുക്കുകതന്നെയാണ്.

സമൂഹത്തെയും പാരമ്പര്യത്തെയുമോർത്ത് ലക്ഷ്മിക്കുട്ടിയമ്മയ്ക്ക് തന്റെ പ്രണയം സാക്ഷാൽക്കരിക്കാനായില്ല. ശാന്തയ്ക്ക് വിശ്വത്തോടുള്ള പ്രണയവും മറ്റും ചില കാരണങ്ങൾകൊണ്ട് സാക്ഷാൽക്കരിക്കാനായില്ല. 'വരാനുള്ളത് വഴിയിൽ തങ്ങുമോ കുട്ടി' അവർ മകളോട് ചോദിക്കുന്നു. ശാന്തയുടെ മറുപടി 'എനിക്ക് കൈയുണ്ട് ഞാൻ തട്ടിനീക്കും.' അങ്ങനെ പലരും തട്ടിനീക്കി ചിലതൊക്കെ തകർത്തെറിഞ്ഞ് മനുഷ്യനിലേക്ക്

സഞ്ചരിക്കുന്നവരാണ് ഉറൂബിയൻ മനുഷ്യർ. ഇവർ "Romatic Heroes" അല്ല. കാല്പനികതയുടെ ഉല്പന്നമായ വ്യക്തിവാദത്തിന്റെ സൃഷ്ടിക്കലുമല്ല. ചരിത്രത്തോടു പടവെട്ടി സ്വയം വ്യക്തിയായുയർന്ന 'വ്യക്തിമനുഷ്യരാണ്.' Human being അല്ല being human ആണ്. ഇങ്ങനെയുള്ളവരെയാണ് 'ആധുനിക മനുഷ്യൻ' എന്ന് നാം തിരിച്ചറിയേണ്ടത്. സ്വന്തം വിധി സ്വയം നിർണ്ണയിക്കുന്നവർ. ആ നിർണ്ണയത്തിന് വേണ്ടി അകവും പുറവും പടവെട്ടുന്നവർ. ആധുനികതയുടെയും അത്യന്താധുനികതയുടെയും കാലത്ത് കെ പി അപ്പൻ മോഡൽ നിരൂപകൻ പാടിപ്പുകഴ്ത്തിയതുപോലെ ജീവിതത്തിന്റെ നിരർത്ഥകതയും സംത്രാസവും പാപബോധവും തലയിലേറി ആത്മാന്വേഷകരായി മാറിയ ഉഷ്ണമേഖലയിലെ ശിവനോ, ഡൽഹിയിലെ അരവിന്ദനോ കാലത്തിലെ സേതുമാധവനോ ഖസാക്കിലെ രവിയോ ഒന്നുമല്ല ആധുനിക മനുഷ്യൻ' എന്ന് നാം തിരിച്ചറിയേണ്ടത്. സ്വന്തം ജീവിതം സ്വയം എഴുതിയുണ്ടാക്കുന്ന അങ്ങനെ സ്വന്തം സമൂഹത്തെക്കൂടി സൃഷ്ടിച്ചെടുക്കുന്ന ആ പ്രവർത്തനങ്ങളിലൂടെ വ്യക്തി മനുഷ്യനായി വളരുന്ന ഉറൂബിന്റെ വിശ്വവും രാധയും. 'ചെമ്പിൽ അമ്പഴങ്ങ പുഴുങ്ങിത്തിന്നാലും എനിക്കു ജീവിക്കണമെന്ന്' ഉറച്ചും ഉറക്കെയും പറയുന്ന ചെറുകാടിന്റെ നാണിക്കുട്ടി മിസ്ട്രസ്സുമൊക്കെയാണ് യഥാർത്ഥത്തിൽ ആധുനിക മനുഷ്യൻ. ഉറൂബ് എഴുതിയതും സ്വപ്നം കണ്ടതും ഈ ആധുനിക മനുഷ്യനെയാണ് എന്നതിന്റെ പ്രധാന സാക്ഷ്യമാണ് *സുന്ദരികളും സുന്ദരന്മാരും, ഉമ്മാച്ചുവും.*

പിന്നെയും മുന്നോട്ടു പോകുന്ന മനുഷ്യൻ

നോവലിന്റെ തുടക്കത്തിൽ പ്രസവവേദന അനുഭവിക്കുന്ന കുഞ്ചുകുട്ടിയെ അവതരിപ്പിച്ചുകൊണ്ട് പിറക്കാൻ പോകുന്ന ആ പുതുജീവനെക്കുറിച്ച് നോവലിസ്റ്റ് പറയുന്ന വാക്യങ്ങൾ ഇങ്ങനെ 'ആ ജീവന് വെളിച്ചവും വായുവും നിറഞ്ഞ ഈ ലോകത്തിലേക്ക് കടന്നുകൂടണം.- പ്രതിരോധങ്ങളെ വലിച്ചുകീറിക്കൊണ്ട് അത് വരുന്നു." ആദ്യ നോട്ടത്തിൽ ഏതെഴുത്തുകാരനും ആ സന്ദർഭത്തിൽ പറഞ്ഞുപോകാവുന്ന വാക്യങ്ങൾ തന്നെയാണിവ എന്നാൽ ഉറൂബിന്റെ നോവൽ ശില്പത്തിൽ ഈ വാക്യങ്ങളുടെ തിളക്കം ദൂരവ്യാപകമാവുന്നു. കുഞ്ചുക്കുട്ടി എന്ന സ്ത്രീക്ക് ഈ ലോകം ഉരുണ്ടതായിരുന്നു. അവൾ രാത്രിയുടെ മറവിൽ നിരത്തുവക്കിൽ കടത്തിണ്ണയിലോ പ്രസവിക്കേണ്ട സ്ഥിതിയാണ്. പക്ഷേ, ആ പുതുപ്പിറവി കടന്നുവരാൻ പോകുന്ന ലോകം ഉറൂബിന്റെ മനസ്സിൽ വെളിച്ചവും വായുവും നിറഞ്ഞതാകണം. എന്തെന്നാൽ മനുഷ്യർ സുന്ദരികളും സുന്ദരന്മാരുമാണ്. പ്രതിരോധങ്ങളെ വലിച്ചുകീറിക്കൊണ്ട് സഹനങ്ങളിലൂടെയും സംഘട്ടനങ്ങളിലൂടെയും തന്നെ സ്വയം സാക്ഷാൽക്കരിക്കേണ്ടവനാണ് ഉറൂബിന്റെ മനുഷ്യൻ. നോവലിന്റെ അവസാന പേജിൽ നാം അറിയുന്ന ജീവിത സാക്ഷാൽക്കാരത്തിന്റെ കഥയെ ആദ്യവാചകങ്ങൾ

എങ്ങനെ പൂർവ്വദർശനം ചെയ്യുന്നു എന്നുകൂടി കാണുമ്പോഴാണ് ഉറൂബിന്റെ സ്പന്ദിക്കുന്ന നോവൽ ഹൃദയം നമുക്ക് വ്യക്തമായി കിട്ടുക. ഈ ദർശനത്തിന്റെ ബലിഷ്ഠമായ പരഭാഗം എന്ന നിലയിൽ ഉറൂബിന്റെ സർഗ്ഗസത്തയിലെ മറ്റൊന്നു കൂടി നാം ശ്രദ്ധിക്കാതെ പൊയ്ക്കൂടാ. തൊള്ളായിരത്തി അറുപതുകളുടെ ആദ്യം എഴുതപ്പെട്ട ഈ നോവൽ ഇരുപത്തൊന്നാം നൂറ്റാണ്ടിന്റെ ആദ്യപാദത്തിന്റെ ചരിത്ര സന്ദർഭത്തിൽ നാം എങ്ങനെയാണ് വായിച്ചെടുക്കുക? എഴുത്ത് എന്നതുപോലെ തന്നെ വായന എന്നതും ചരിത്രത്തിന്റെ ഒരു നിർമ്മിതിയാണ് എന്നതുകൊണ്ട് ഈ ചോദ്യത്തെ നോവലിൽനിന്നുകൊണ്ടുതന്നെ നേരിടേണ്ടതുണ്ട്. അങ്ങനെ നേരിടാനൊരുങ്ങുമ്പോൾ മുമ്പുതന്നെ സൂചിപ്പിച്ച നവോത്ഥാന മനുഷ്യനിൽനിന്ന് പിന്നെയും മുന്നോട്ടായുന്ന സ്വതന്ത്രമനുഷ്യനെ സ്വപ്നം കാണുന്ന ഉറൂബിനെ നമുക്ക് നോവലിൽനിന്നുതന്നെ കണ്ടെടുക്കാൻ കഴിയും. കമ്യൂണിസ്റ്റ് പാർട്ടിയെയും തൊഴിലാളി വർഗ്ഗപ്രസ്ഥാനങ്ങളെയും അതിനോട് ബന്ധപ്പെട്ട കഥാപാത്രങ്ങളെയും ഉറൂബ് എങ്ങനെയെല്ലാം ആവിഷ്കരിക്കുന്നു എന്ന് ചുരുക്കത്തിൽ പരിശോധിച്ചാൽത്തന്നെ ഉറൂബിസത്തിന്റെ ഊടും പാവും നമുക്ക് വ്യക്തമാകും.

'ദയയുള്ള മനുഷ്യരെല്ലാം നീതിബോധമുള്ളവരായിക്കൊള്ളണമെന്നില്ല' എന്ന് രാരിച്ചൻ പറയുന്നുണ്ട്. ദയയും ഉദാത്തതയുംകൊണ്ട് പാവങ്ങളെ സഹായിക്കുന്നതിലൂടെ സാമൂഹ്യമാറ്റം ഉണ്ടാക്കാമെന്ന ഗാന്ധിയൻ കാഴ്ചപ്പാടിന്റെ സ്വാധീനം തങ്ങിനിന്ന ഒരു ചരിത്രസന്ധിയിൽ അതിനെതിരെ ഒരു പ്രതിമൂല്യബോധവുമായി ബോധപൂർവ്വമായ സംഘടിത പ്രവർത്തനം കൊണ്ടേ സാമൂഹികമാറ്റമുണ്ടാകാവൂ എന്ന ആശയം കമ്യൂണിസ്റ്റ് പാർട്ടി വളർത്തിക്കൊണ്ടു വരുന്ന ഒരു സന്ദർഭമാണിത്. അതിന്റെ പ്രതിദ്ധ്വനിയാണ് ഇവിടെ ഉറൂബ് ഏറ്റുവാങ്ങുന്നത്. രാരിച്ചനും കുഞ്ഞിരാമനും മരയ്ക്കാരുമൊക്കെ അതിനുദാഹരണങ്ങളുമാണ്. വിശ്വവും സുലൈമാനുമാകട്ടെ ആ മാറ്റങ്ങൾക്ക് മുന്നണിപ്പോരാളികളല്ലെങ്കിലും അനുഗ്രഹാശിസ്സുകൾ ചൊരിയുന്നവരുമാണ്. ഗാന്ധിജിയുടെ ട്രസ്റ്റീഷിപ്പും വിനോബായുടെ ഭൂദാൻ ആന്ദോളനുമൊക്കെ പ്രചരിച്ചിരുന്ന കാലത്തിൽ നിന്നുകൊണ്ടാണ് ഉറൂബ് എഴുതുന്നതെന്നോർക്കുമ്പോൾ ഉറൂബിന്റെ നിലയും കലയും അവയുടെ ഒരു വിമർശനസ്ഥാനം വഹിക്കുന്നതായി കാണാം. 'അധികാരം കൊയ്യണമാദ്യം നാം' എന്ന് ഇടശ്ശേരി ഉറപ്പിച്ചു പറഞ്ഞതും ഇക്കാലത്തുതന്നെയാണല്ലോ.

പുകക്കുഴലുപോലൊരു പിള്ളയും നേന്ത്രപ്പഴം പോലെയൊരു നമ്പ്യാരും ആയിരുന്ന കുഞ്ഞിരാമനെ തൊഴിലാളി വർഗ്ഗമോചനപ്രവർത്തനങ്ങളിലേക്ക് നയിച്ചത്, കൃഷ്ണപിള്ളയെയും എ കെ ജിയെയും ഉറൂബ് പരാമർശിക്കുന്ന ഭാഗങ്ങൾ ഉറൂബിന്റെ മനോനില വ്യക്തമാക്കുന്ന തരത്തിലുള്ളതാണ്.

പൊലീസ് മർദ്ദനമേറ്റ് ബോധരഹിതനായി ഉച്ചവെയിലിൽ നട്ടെല്ലൊടിഞ്ഞ് വീണുകിടക്കുന്ന എ കെജിയെ കണ്ട് ഉറൂബ് ഇങ്ങനെ എഴുതു

ന്നുണ്ട്. "... മേൽപോട്ടുയർന്ന മനുഷ്യാത്മാവ്... മനുഷ്യപുരോഗതിയുടെ പാതയിൽ വീണു കിടക്കുന്ന ആ ചെറുപ്പക്കാരൻ. (118) വീണു കിടന്ന ആ ചെറുപ്പക്കാരന് കുടിവെള്ളം നല്കാൻ തയ്യാറായതാണ് കുഞ്ഞിരാമനെന്ന സ്കൂൾ കുട്ടിയെ ജനങ്ങളുടെ കണ്ണിൽപ്പെടുത്തിയത്. പിന്നീടയാൾ തൊഴിലാളിപ്രസ്ഥാനത്തിന്റെ കണ്ണിലുണ്ണിയായി വളർന്നു. രണ്ടാം ലോകമഹായുദ്ധത്തിൽ ഫാസിസത്തിനെതിരെ നേരിട്ടു യുദ്ധം ചെയ്യാൻ പട്ടാളത്തിൽ ചേർന്നു. യുദ്ധത്തിൽ മരണമടയുന്നു.

ഉറൂബിന്റെ ലോകത്ത് പ്രണയമോ കുടുംബമോ സാക്ഷാൽക്കരിക്കാൻ കഴിയാതെ പോകുന്നവരാണ് പലപ്പോഴും കമ്യൂണിസ്റ്റുകാർ. കുഞ്ഞിരാമനോ രാരിച്ചനോ ഈ ജീവിതം സുഖമോ സ്വസ്ഥതയോ നല്കുന്നില്ല. എന്നാൽ അവൻ ഒരിക്കലും പരാജയപ്പെടുന്നില്ല. ഒരുപക്ഷേ, അവൻ ഉള്ളതുകൊണ്ടാണ് പല പ്രണയങ്ങളും സാക്ഷാൽക്കരിക്കപ്പെടുന്നതും. ഉമ്മാച്ചുവിൽ രാരിച്ചന്റെ അച്ഛൻ ജയിലിൽ കിടക്കുന്നതുകൊണ്ടാണ് മായനും ഉമ്മാച്ചുവിനും പ്രണയ കുടുംബം സൃഷ്ടിക്കാൻ കഴിയുന്നതുതന്നെ.

പ്രണയത്തിൽ അധിഷ്ഠിതമായ അണുകുടുംബം എന്ന ഘടന ഒരുപക്ഷേ, മലയാള നോവലിൽ ആദ്യമവതരിപ്പിക്കുന്നത് ഉറൂബ് ആണെന്നും തോന്നുന്നു. *ഉമ്മാച്ചു*വിലെ അബ്ദു ചിന്നമ്മുമാരും, *സുന്ദരികളും സുന്ദരന്മാരും* എന്ന കഥയിലെ രാധാവിശ്വം കുടുംബരൂപീകരണവുമൊക്കെ ഇതിനു തെളിവാണ്. ഈ കുടുംബസാക്ഷാൽക്കാരത്തിന്റെ അടിയടരുകളിൽ കമ്യൂണിസ്റ്റുകാരന്റെ ത്യാഗവും ആത്മസമർപ്പണവും അഷ്ടബന്ധമുറപ്പിക്കുന്നതും ഉറൂബിന്റെ കലയിലെ ഒരപൂർവ്വ ദർശനമാണ്.

ഈ കാഴ്ചയുടെ മറ്റൊരു വിതാനമാണ് ജന്മിത്തത്തോടുള്ള പുച്ഛവും വിരോധവും. സാമൂതിരിയുമായുള്ള ബന്ധത്തെക്കുറിച്ചും പടനായകരുടെ വീരത്തെക്കുറിച്ചും പുരാണങ്ങൾ വിളമ്പുന്നവരാണ് പങ്കുമ്മാമനും പാച്ചുമ്മാനും. ആ തറവാടികളെ കുറിച്ചു പറഞ്ഞു തുടങ്ങുമ്പോൾ തന്നെ ഉറൂബ് ഇങ്ങനെ എഴുതുന്നുണ്ട്. 'ആ രണ്ടുപേരും ആയുഷ്കാലത്ത് ഒരു തൊഴിലിനും പോയിട്ടില്ല. പോകുകയുമില്ല. പക്ഷേ, രണ്ട് കുടുംബത്തിന്റെയും സ്വത്തുക്കൾ മാത്രം ഉറച്ചുനിന്നില്ല. അവ തൊഴിൽ ചെയ്യുകയും സമ്പാദിക്കുകയും ചെയ്യുന്നവരുടെ കൈകളിലേക്ക് ഒഴുകിപ്പോയി. (പേജ് 31) ഇത് കേരളത്തിന്റെ പ്രത്യേകിച്ച് മലബാറിന്റെ ചരിത്രം തന്നെയാണ്. മരുമക്കത്തായവും ഫ്യൂഡൽ കുടുംബവ്യവസ്ഥയും തകരുകയും ആധുനിക വ്യക്തിയും അണുകുടുംബവും രൂപപ്പെടുകയും ചെയ്യുന്ന ഒരു ചരിത്രസംക്രമണത്തിന്റെ ആമുഖദർശനമാണ് ഉറൂബ് നടത്തുന്നത്. ഫ്യൂഡലിസത്തിന്റെ ക്ഷീണത്തിൽനിന്ന് ദേശീയ ബൂർഷ്വാസി ഉയർന്നുവന്നതിന്റെ ചിത്രമാണ് കൃഷ്ണൻ നമ്പിടിയുടെയും കാർത്തികേയന്റെയും ചിത്രങ്ങൾ. മകൻ ഉയർന്ന ഉദ്യോഗസ്ഥനായിക്കാണണമെന്നാഗ്രഹിച്ച കൃഷ്ണൻ നമ്പിടി എന്ന ജന്മിയോട് മകൻ കാർത്തികേയൻ പറയുന്നുണ്ട്.

ഇനിയങ്ങോട്ട് വ്യവസായികളുടെ കാലമാണ്...

സർക്കാരിൽ പിടിയുണ്ടാവാനും ഈ വഴിയാണ് നല്ലത്." കുഞ്ഞിരാ

മനിലൂടെ കമ്യൂണിസത്തെ വരച്ചുകാട്ടിയ ഉറൂബ് വേലുനായരിലൂടെയും കൃഷ്ണൻ നമ്പിടിയിലൂടെയും ജന്മിത്തത്തിന്റെ നൃശംസതകൾ വരച്ചു കാട്ടിയ ഉറൂബ്, കാർത്തികേയനിലൂടെ ദേശീയ മുതലാളിത്തത്തിന്റെ ഉദയവും വരച്ചുകാണിക്കുന്നു. എന്നുമാത്രമല്ല സർക്കാരിൽ അവൻ പ്രതീക്ഷിക്കുന്ന പിടിയെക്കുറിച്ച്' ഉറൂബിന് 1953 ലുണ്ടായിരുന്ന ധാരണ, പിന്നീട് എങ്ങനെയെല്ലാം ഉറൂബിനെത്തന്നെ തോല്പിച്ചുകൊണ്ട് വളർന്നുപടർന്നു എന്ന് ഇന്നു നോവൽ വായിക്കുന്നവർക്ക് അതിശയിക്കുകയുമാവാം.

ജന്മിത്തത്തെയും മുതലാളിത്തത്തെയും ഉറൂബ് എങ്ങനെ വിലയിരുത്തുന്നു എന്ന് നോവൽ തന്നെ വ്യക്തമാക്കുന്നുണ്ട്. ജന്മിയായ കൃഷ്ണൻ നായരുടെ ആത്മാവും ആയുധവുമാണ് വേലായര്. ജന്മിത്തത്തിന്റെ എല്ലാ നൃശംസതകളുടെയും ആൾരൂപമാണയാൾ.

കാർത്തികേയനാകട്ടെ വിദ്യാസമ്പന്നനും ആധുനികമായ ബൂർഷ്വാ മൂല്യങ്ങളുടെ വാചികനും. രണ്ടുപേരും യഥാർത്ഥത്തിൽ പ്രണയിക്കുന്നത് മനുഷ്യനെയല്ല. മൂലധനത്തെയാണ്. ഒരാൾ ഭൂമിയുടെ രൂപത്തിലുള്ള മൂലധനത്തെ, മറ്റേയാൾ ധനമൂലധനത്തേയും. പക്ഷേ, ഇരുവരും ഭൗതികമായി നേടുകയും ആത്മാവിൽ നഷ്ടപ്പെടുന്നവരുമായാണ് നോവലിൽ ഇടം നേടുന്നത്. രണ്ടുപേരെയും ഭാര്യമാർ അധിക്ഷേപിക്കുന്നു. നാണത്തമില്ലാത്തവരെന്നും ഉശിരറ്റവൻ എന്നും വിളിക്കപ്പെടുന്നു. ശവം എന്ന് രണ്ടുപേരും ഭാര്യമാരാൽ ശപിക്കപ്പെടുന്നു. സ്വത്തിന്റെയും ആഡംബരങ്ങളുടെയും നടുവിൽ ഇരുവർക്കും ഒടുവിൽ കിട്ടുന്നതാകട്ടേ ഒരുതരം ശ്വാനജീവിതമാകുന്നു. ഏറ്റവും അടുത്തവർക്കുപോലും പ്രണയം നല്കാനോ അവരിൽനിന്ന് പ്രണയം സ്വീകരിക്കാനോ ഈ ജന്മിക്കും മുതലാളിക്കും കഴിയുന്നുമില്ല. ഈ ഭാവഘടന ഉറൂബിയൻ സാമൂഹ്യക്കാഴ്ചയുടെ ഒരു തലം തന്നെയാണ്. മൂലധനത്തെ പ്രണയിക്കുന്നവർക്ക് മനുഷ്യന്റെ പ്രണയത്തെ നേടാനോ തിരിച്ചറിയാൻ പോലുമോ കഴിയുന്നില്ല. മൂലധനപ്രണയിയായ മനുഷ്യൻ നവോത്ഥാന മനുഷ്യന്റെ വിപരീതസ്ഥാനമാണ് എന്നുതന്നെ ഉറൂബിന് ഉറപ്പുണ്ടായിരുന്നു. നവോത്ഥാന മനുഷ്യൻപോലും അവന്റെ മുഖത്തുനോക്കി ശവം എന്നു വിളിക്കുന്നു എങ്കിൽ നവോത്ഥാനത്തിൽനിന്നു വീണ്ടും മുന്നോട്ടായുന്ന മനുഷ്യൻ അവനെ എന്തു വിളിക്കണം എന്ന ചോദ്യം ഈ നോവലിന്റെ ഇന്നത്തെ വായനയിൽ ഉയർന്നു വരികതന്നെ ചെയ്യുന്നുണ്ട്.

അറുപതിലേറെ വർഷങ്ങൾ കടന്നുപോന്ന ഈ മഹത്തായ നോവൽ ഇന്നത്തെ വായനക്കാരനോടു ചോദിക്കുന്ന മറ്റൊരു ചോദ്യമുണ്ട്. അതിതാണ്. ഉറൂബ് നമുക്കെഴുതിത്തന്ന ചരിത്രമനുഷ്യന്റെ ഈ ഒസ്യത്ത് വഴിക്കെവിടെയോ വെച്ച് നാം വലിച്ചെറിഞ്ഞുകളഞ്ഞുവോ?

> ഇതുവരെയുള്ള ദാർശനികർ പ്രപഞ്ചത്തെ വ്യാഖ്യാനിച്ചിട്ടേയുള്ളൂ. നമുക്കാവശ്യം പ്രപഞ്ചത്തെ മാറ്റിത്തീർക്കുകയാണ്.
>
> മാർക്സ്

ലോകത്തെ അപനിർമ്മിക്കുന്ന സാഹിത്യം

വി കെ എൻ സാഹിത്യം വീണ്ടും വായിക്കുമ്പോൾ

വി കെ എൻ ഒരു അവതാരമായിരുന്നു. അതിനു മുൻപോ പിൻപോ മലയാള സാഹിത്യത്തിൽ സംഭവിക്കാതിരുന്ന ഒരു അവതാരം എന്നാൽ ഈ അവതാരത്തിന്റെ ലക്ഷ്യം ലോകത്തെ സംരക്ഷിക്കലായിരുന്നില്ല. നിലവിലുള്ള ലോകത്തെ പൊളിച്ചടുക്കലായിരുന്നു. മറ്റൊരു ഭാഷയിൽ പറഞ്ഞാൽ സർഗ്ഗാത്മകമായൊരു അപനിർമ്മാണം. നിലവിലുണ്ടായിരുന്ന ലോകത്തിന്റെ യുക്തികളെ, ശീലങ്ങളെ, സംവേദനങ്ങളെ, ഭാവുകത്വത്തെ എന്തിന് ശ്വാസോച്ഛ്വസനങ്ങളെ വരെ വി കെ എൻ തന്റെ എഴുത്തിലൂടെ അപനിർമ്മിച്ചു. ഈ അപനിർമ്മാണത്തിലൂടെ തനിക്കു മാത്രം സ്വപ്നം കാണാൻ കഴിഞ്ഞ വേറിട്ടൊരു ലോകത്തെ വി കെ എൻ എതിർ പാർക്കുന്നുണ്ടെന്ന് വായനക്കാരോടു പറഞ്ഞു. ഒരുപക്ഷേ, ആ പറച്ചിലുകളുടെ താണസ്ഥായിയാണ് വി കെ എൻ സാഹിത്യം സംഭാവന ചെയ്യുന്ന ഏറ്റവും വലിയ മൂല്യം നിലവിലുണ്ടായിരുന്ന ഒരു വിപ്ലവപാതയോടും ചേർന്നു സഞ്ചരിക്കാതെ തന്നെ സ്ഫോടകമായൊരു വിപ്ലവാന്തരീക്ഷം അദ്ദേഹം സൃഷ്ടിച്ചു. അതുകൊണ്ട് അദ്ദേഹത്തിന്റെ എല്ലാവിധ അപനിർമ്മാണങ്ങളും ഇന്നത്തെ വർത്തമാന സാംസ്കാരികമണ്ഡലത്തിൽ സർഗ്ഗാത്മകമായൊരു സൃഷ്ട്യുന്മുഖത്വം ആർജ്ജിക്കുന്നു.

വി കെ എന്നിന്റെ അപനിർമ്മാണം എഴുത്തിന്റെ, സാഹിത്യത്തിന്റെ, എല്ലാ ഉപാധികളിലും പ്രകാരഭേദങ്ങളിലും പ്രവർത്തിക്കുന്നു. കഥാപാത്രങ്ങളുടെ സ്വത്വാവിഷ്കാരത്തിൽ പ്രമേയനിർണ്ണയത്തിലും അതിന്റെ നാടകീയ സാഫല്യങ്ങളിലും ഭാഷയുടെ അർത്ഥോല്പാദന ശേഷിയെ തകിടം മറിച്ചുകൊണ്ട് വ്യത്യസ്തമായ ഒരു വാഗർത്ഥസംപൃക്തി കൈവരിക്കുന്നതിൽ, രാഷ്ട്രീയത്തിന്റെയും വ്യവസ്ഥയുടെയും ഹിപ്പോക്രാറ്റിക് മുഖപടത്തെ കീറിമുറിക്കുന്നതിൽ, സാഹിത്യത്തിന്റെ പ്രഭവകേന്ദ്രമായി

കരുതപ്പെട്ടുപോന്ന വൈകാരികതയെ തകർത്തെറിയുന്ന ഒരു ഭാവലോകം സൃഷ്ടിക്കുന്നതിൽ, തീർത്തും അപരിചിതമായൊരു ഉപരിവൈകാരികത സൃഷ്ടിക്കുന്നതിൽ ഇങ്ങനെ സാമ്പ്രദായിക ലോകത്തിന്റെയും സാമ്പ്രദായിക സാഹിത്യസ്ഥാപനത്തിന്റെയും പൊളിച്ചടുക്കലാണ് വി കെ എൻ ഏറ്റെടുത്ത യുഗധർമ്മം.

'അശ്വതി' എന്ന കഥയിൽ നിന്ന്;

'ചാത്തൻ എന്ന കർഷകത്തൊഴിലാളി പായിൽ എഴുന്നേറ്റിരുന്നു. ആവശ്യമായ പാഠഭേദങ്ങളോടെ മംഗളശ്ലോകങ്ങൾ മനസ്സിൽ ഉരുവിട്ടു.

വെള്ളച്ചീ സുപ്രജാ ചാത്താ
പൂർവ്വ സന്ധ്യാ പ്രവർത്തതേ
ഉത്തിഷ്ഠ ചെറുമധ്വജ
ത്രൈലോക്യം വിപ്ലവം കുരു.

ചാത്തൻസ് പായ വിട്ടു സ്വയം പൊക്കിയെടുത്തു.'

സുപ്രസിദ്ധമായതും സുബ്ബലക്ഷ്മി ആലപിച്ചതുമായ

'കൗസല്യ സുപ്രജാരാമ
പൂർവ്വ സന്ധ്യാ പ്രവർത്തതേ
ഉത്തിഷ്ഠ നരശാർദ്ദൂലാ
ത്രൈലോക്യം മംഗളം കുരു' എന്ന സുപ്രഭാതകീർത്തനശ്ലോകത്തിന്റെ വെറുമൊരു പാരഡിയല്ല വി കെ എൻ എഴുതുന്നത്. അഥവാ വി കെ എൻ വെള്ളച്ചീ സുപ്രജാ ചാത്താ എന്നു തുടങ്ങി ത്രൈലോക്യം വിപ്ലവം കുരു എന്നു വരെ എഴുതുമ്പോൾ അവിടെ നിരവധി എടുപ്പുകൾ പൊളിഞ്ഞു വീഴുന്നുണ്ട്. ഒന്ന് ഭക്തിയുടെ, രണ്ട് ബ്രാഹ്മണ്യത്തിലൂന്നിയ ആസ്തിക്യത്തിന്റെ, മൂന്ന്, നിലനിന്നിരുന്ന സാമൂഹ്യവ്യവസ്ഥിതിയിലെ കർതൃത്വങ്ങളെ സംബന്ധിക്കുന്ന പ്രമാണങ്ങളുടെ ഇങ്ങനെ കുറെ ലോകങ്ങൾ ഇടിഞ്ഞു പൊളിയുമ്പോൾ തന്നെ പുതിയ ലോകങ്ങൾ അവിടെ ഉയിർക്കൊള്ളുന്നുമുണ്ട്. ചാത്തന്റെ പ്രതിനിധാനമായ കർഷകത്തൊഴിലാളിയുടെ വിധേയലോകം ഒരു അതീത ലോകത്തേക്ക് അവകാശബോധത്തോടെ കൈനീട്ടുന്നു. ബ്രാഹ്മണ്യമായ ഭക്തിയുടെ ലോകം സാമാന്യമായ വിപ്ലവാവകാശത്തിലേക്ക് കീഴ്പ്പെടുന്നു. മംഗളം ഭവിപ്പിക്കുകയല്ല, വിപ്ലവം ഭവിപ്പിക്കുകയാണ് ഇപ്പോൾ വേണ്ടത് എന്നു വരുന്നു. അഥവാ മംഗളം എന്നത് വിപ്ലവത്തിന്റെ പര്യായപദവി ഏറ്റെടുക്കുന്നു. മുൻപത്തെ വിധേയർ കർതൃത്വപദവിയിലേക്കുയരുന്നു. അതായത് നിലനില്ക്കുന്ന ലോകം ഇടിഞ്ഞു പൊളിയുകയും കീഴാളത്തത്തിന്റെ ഒരു മറുലോകം ഉയിർത്തു വരികയും ചെയ്യുന്നു.

അതുകൊണ്ടു തന്നെ ഈ വരികൾ വെറുമൊരു പാരഡിയുടെ പണിയല്ല കഥയുടെ പാഠസ്വരൂപത്തിൽ നിർവ്വഹിക്കുന്നത്. ഒരു തകർക്കലിന്റെയും പുനഃസൃഷ്ടിയുടേതുമായ സൗന്ദര്യാത്മക ധർമ്മമാണ്. അതുകൊണ്ട് വി കെ എൻ സാഹിത്യത്തിന്റെ അപനിർമ്മാണക്രിയയുടെ അതിവിശിഷ്ടമായ ഒരു നിദർശനമായി ഇതു മാറുന്നു.

കഥാപാത്രത്തിന്റെ മൂശ:

ചാത്തൻസ് വി കെ എന്നിന്റെ ഭാഷയിൽ അടിസ്ഥാനവർഗ്ഗമാണ്. പുരാതനൻ. പക്ഷേ, കൈയിലിരുപ്പ് തികച്ചും ആധുനികതന്ത്രങ്ങളാണ്. നിലവിലുള്ളതും മലയാളസാഹിത്യം മുൻപ് അവതരിപ്പിച്ചിട്ടുള്ളതുമായ അടിസ്ഥാന വർഗ്ഗകഥാപാത്രങ്ങളുടെ ഒരു അപനിർമ്മിത മാതൃകയാണ് വി കെ എന്നിന്റെ ചാത്തൻസ്. ഭൂപരിഷ്കരണത്തിനുശേഷം കൃഷിഭൂമിയുടെ ഉടമസ്ഥനും അങ്ങനെ ചെറിയൊരു ബൂർഷ്വാസിയുമായി മാറിയ തണ്ടാർസിനെ തന്റെ വർഗ്ഗത്തിൽപ്പെട്ട കുറുമ്പിയുമായുള്ള അയാളുടെ രഹസ്യ ബന്ധം വെച്ചു വിലപേശി പണം മുതലാക്കിയ ശേഷമാണ് കുറുമ്പി വയനാട്ടിലേക്ക് നാടുവിട്ടു പോയി എന്ന സത്യം ചാത്തൻ വെളിപ്പെടുത്തുന്നത്. (അശ്വതി) 1929 ലെ കാർഷിക കമ്മീഷൻ അദ്ധ്യക്ഷനായിരുന്ന സായിപ്പിന്റെ വചനം 'Indian Agriculture is a gambling on the seasons' ഉദ്ധരിച്ചുകൊണ്ടാണ് കർഷകത്തൊഴിലാളി സ്ത്രീകളുടെ ജോലിക്കു വേണ്ടി വാദിച്ചുകൊണ്ട് ചാത്തൻസ് തണ്ടാർസിനെ മലർത്തിയടിക്കുന്നത് (കാർത്തിക). കർഷകത്തൊഴിലാളികളെക്കാൾ പാട്ടക്കുടിയാന് പ്രാധാന്യം നല്കുന്നതാണ് കാർഷിക ബന്ധനിയമമെന്ന് ചാത്തൻസിന് അഭിപ്രായമുണ്ട്. ഇതു സംബന്ധിച്ച് ചർച്ചയിൽ ലോക്കൽ കമ്മിറ്റിയിൽ ചാത്തൻസ് ഇടപെടുന്നത് ഇങ്ങനെയാണ്. ഇറ്റ് ഷോസ് ദ മിഡിൽ ക്ലാസ് കാരക്റ്റർ ഓഫ് ദ പാർട്ടി; നത്തിങ് എൽസ് (തിരുവാതിര) ഇങ്ങനെ നിലവിലിരുന്ന കഥാപാത്രസങ്കല്പത്തെ ഭസ്മീകരിക്കുന്ന വി കെ എൻ കഥാപാത്രങ്ങളെ സ്വയം പരിഹാസത്തിനു വിധേയമാക്കിക്കൊണ്ട് അപനിർമ്മിക്കുകയും ചെയ്യുന്നുണ്ട്. തിരുവാതിര എന്ന കഥയിൽ തീപ്പെട്ടിക്കമ്പനി മുതലാളിയായ അണ്ണാച്ചിയോട് തൊഴിലാളിക്ക് കൂലി കൂടുതൽ ചോദിച്ച് ചർച്ചയ്ക്ക് പോയ സെക്രട്ടറിയും ചാത്തൻസും മുതലാളി കൊടുത്ത മദ്യം കുടിച്ച് ബോധമറ്റ് കിടക്കുമ്പോൾ അണ്ണാച്ചി യന്ത്രങ്ങളത്രയും അഴിച്ചുകെട്ടി നാടുവിട്ടുപോയി, നേതാക്കളെ ഊശികളാക്കുന്നു. നാടകോദയം എന്ന കാവ്യമര്യാദയെ വി കെ എൻ സമർത്ഥമായി ചവച്ചുതുപ്പുന്നു.

ആരോഹണം നോവലിലെ ജഗജില്ലിയായ പയ്യൻസിനെ നോക്കൂ;

'ബസ് സ്റ്റോപ്പിൽ കാത്തുനില്ക്കുന്ന പയ്യൻസിന് ദേഷ്യവും പിന്നെ ചിരിയും വന്നു. ആപത്കാവ്യമോർത്താണ് ചിരി വന്നത്. ശാന്തസമുദ്രത്തിൽ പോയാലും നായ നക്കിയേ കുടിക്കൂ. നിന്നെപ്പോലെ ഒരുവനുശേഷമാകണം വാക്യം നിർമ്മിക്കപ്പെട്ടത്. പയ്യൻ സ്വയം പറഞ്ഞു. കാരണം നിന്റെ പേഴ്സിൽ നൂറിന്റെ നോട്ടുകളുടെ നിരവധി പതിപ്പുകൾ ഇരിക്കുന്നു. എന്നിട്ടും എന്തിനു ബസിൽ?

ഉപരിവൈകാരികത:

വി കെ എന്നിന്റെ അപനിർമ്മാണ കൗശലത്തിന്റെ ഒരു പ്രായോഗിക രീതിയാണ് വൈകാരികതയെ ഹിംസിക്കുക എന്നത്. കവിത

യുൾപ്പെടെ സാഹിത്യം എന്ന എസ്റ്റാബ്ലിഷ്മെന്റിന്റെ ആധാരശിലയായി കരുതപ്പെടുന്ന ഒന്ന് ആണ് വൈകാരികത. സാഹിത്യം എന്ന സ്ഥാപനത്തെത്തന്നെ അപനിർമ്മിക്കുന്ന വി കെ എൻ സാഹിത്യത്തിൽ വൈകാരികതയെ ഹിംസയ്ക്കു വിധേയമാക്കുകയും അതിനുള്ളിൽ സ്വയം നിർമ്മിച്ചെടുക്കുന്ന ഒരു ഉപവൈകാരികതയെ സംസ്ഥാപിക്കുകയുമാണ് ചെയ്യുന്നത്. നോക്കൂ: 'സ്വയം നിർമ്മിച്ച ദുഃഖത്തിന്റെ ഏകാന്തതയിൽ പയ്യൻസ് ആർത്തുപുളയ്ക്കുകയായിരുന്നു. സുഖകരമായ വേദന തോന്നി. രാത്രിയുടെ അവസാനത്തിൽ ഉറങ്ങി. പിറ്റേന്ന് വൈകിട്ടുണരുമ്പോൾ ചുമക്കേണ്ട തലയെക്കുറിച്ചോർത്തപ്പോൾ നടുക്കം തോന്നി. ഡോം മൊറൈസിന്റെ കവിത ചുണ്ടിൽ നുണച്ചു. ശുഭവസ്ത്രധാരിയായ ഒരു വെയിറ്ററെപ്പോലെ കുനിഞ്ഞുനിന്ന് ട്രേയിൽ ഹാങ് ഓവർ വെച്ചു നീട്ടുന്ന പ്രഭാതം. ഒരു രാത്രി തന്റേതുകൂടിയായിരുന്ന അനസൂയാജി ചൗധരി സാഹിബ്ബുമായി പ്രണയലീലയിലാണെന്നറിഞ്ഞ ശേഷമുള്ള പയ്യൻസാണ് ഡോം മൊറൈസിന്റെ കവിത നുണയുന്നതെന്നോർക്കുക. 1969 ൽ പ്രസിദ്ധീകരിച്ച *ആരോഹണം* എന്ന നോവലാണ് 'തല തെറിച്ചവൻ' ഏകാന്ത ദുഃഖത്തിൽ ആർത്തു പുളയ്ക്കുന്നത്. 1969 എന്നാൽ മുകുന്ദന്റെ അരവിന്ദനും *(ഡൽഹി)* കാക്കനാടന്റെ ശിവനും *(ഉഷ്ണമേഖല)* എം ടിയുടെ സേതുവും *(കാലം)* വിജയന്റെ *ഖസാക്കി*ലെ രവിയും ഒക്കെ അവതരിപ്പിച്ച അതേ വർഷം വിജയന്റെ രവി 'ഈശ്വരാ ഒന്നുമറിയരുത് എന്ന് അസ്ഥിത്വദുഃഖം കൊണ്ട് നെടുവീർപ്പിടുമ്പോളാണ് വി കെ എന്നിന്റെ പയ്യൻസ് ഹാങ്ങോവർ ട്രേയിൽ ഏറ്റുവാങ്ങുന്നതും ദുഃഖത്തിന്റെ ഏകാന്തതയിൽ ആർത്തു പുളയ്ക്കുന്നതും. വി കെ എൻ എങ്ങനെയാണ് കഥാനായകനെ മാത്രമല്ല, കഥാസാഹിത്യത്തെയും ഉപരി വൈകാരികതയുടെ വാളുകൊണ്ട് വെട്ടിമുറിക്കുന്നത് എന്ന് വ്യക്തമല്ലേ!

രാഷ്ട്രീയത്തിന്റെ ക്രാന്തദർശനങ്ങൾ:

അധികാരവും ലൈംഗികതയും പൂരക്കളിയിലേർപ്പെടുന്ന രംഗമണ്ഡലമാണ് വി കെ എന്നിന് രാഷ്ട്രീയം. *ആരോഹണ*വും *പിതാമഹനും കാവിയും* പ്രാഥമികമായും രാഷ്ട്രീയനോവലുകളായി കാണേണ്ടവയാണ്. 1960 കളിലെ തലസ്ഥാന രാഷ്ട്രീയമാണ് ആരോഹണം. അഹിംസാപാർട്ടിയുടെ രാഷ്ട്രീയാപചയങ്ങളുടെ പ്രാരംഭസന്ദർഭമാണത്. അതോടൊപ്പം ആ അപചയങ്ങളുടെ ജീർണ്ണത ഭക്ഷിച്ച് തിടം വെച്ചു വരുന്ന സംഘവർഗ്ഗീയ രാഷ്ട്രീയത്തിന്റെ തിരനോട്ടവും ആരോഹണത്തിന്റെ പാഠത്തിൽ ഉൾച്ചേർന്നിരിക്കുന്നു. പിന്നീടു സമ്പൂർണ്ണമാക്കുന്ന അഹിംസാ വാദികളുടെ ശിഥിലീകരണവും പേശീബലം നേടിവരുന്ന സാംസ്കാരിക ദേശീയതാവാദത്തിന്റെ പിളർന്ന നാവുകളും വി കെ എൻ സ്പർശിക്കുന്നുണ്ട്. അങ്ങനെ ചരിത്രത്തിന്റെ ദുർഭഗമായ ഒരു സന്ധിയിൽനിന്ന് നാളെയുടെ നാണക്കേടുകളിലേക്ക് വിരൽചൂണ്ടി നില്ക്കുന്ന കഥയാണ് ആരോഹണം.

പശുരാഷ്ട്രീയമടക്കം അവതരിപ്പിച്ചുകൊണ്ട് പില്ക്കാലദേശചരിത്ര

ത്തിന്റെ വിപൽന്നികളെക്കുറിച്ച് വി കെ എൻ അറുപതുകളുടെ ആദ്യപകുതിയിൽത്തന്നെ മുന്നറിയിപ്പ് നല്കുന്നു. ഇന്ന് സാംസ്കാരികദേശീയതാവാദവും ആഗോളവല്കൃതവിപണിവാദവും ജനജീവിതത്തെ കീഴ്പ്പെടുത്തിക്കഴിഞ്ഞ ഒരു വേളയിൽ *ആരോഹണം* വീണ്ടും വായിക്കുമ്പോൾ വി കെ എൻ നല്കിയ മുന്നറിയിപ്പുകളെ നാം പരിഗണിക്കാതെ വിട്ടുകളഞ്ഞല്ലോ എന്ന് ഖേദിക്കേണ്ടതുണ്ട്.

ഡൽഹി രാഷ്ട്രീയത്തിന്റെ തീവ്രമായ ആന്തരശ്രുതികളെ സൂക്ഷ്മമായി രേഖപ്പെടുത്താൻ അന്നുതന്നെ വി കെ എന്നിനു കഴിഞ്ഞു എന്നത് വിസ്മയമുളവാക്കുന്നതാണ്. 'സാൽമാൻ പ്രഭുവിന്റെ വേദാന്തത്തിൽ പയ്യനു വിശ്വാസം വർദ്ധിച്ചുവരികയായിരുന്നു. മതേതരത്വം ഇറക്കുമതി ചെയ്യാൻ വിദേശ നാണയമില്ലാത്ത ഈ രാജ്യത്തിന്റെ വേരുകൾ ഭൂതത്തിൽ തന്നെയാണ്. പശുവിലും പശുപതിയിലുമാണ്...(ആരോഹണം. പേജ് 232)

ഈയിടെ പുറത്തിറങ്ങിയ *ഗബ്രിയേൽ ഗാർസിയ* മാർക്വേസിന്റെ അവസാന അഭിമുഖമടങ്ങുന്ന പുസ്തകത്തിൽ മാർക്വേസ് പറയുന്നു. പണ്ട് തന്റെ Autumn of the Ptariarchൽ കഥാനായകൻ ഏകാധിപതിയായി മാറുന്നത് അയാൾക്ക് സ്നേഹിക്കാനുള്ള കഴിവില്ലാത്തതുകൊണ്ടാണെന്ന്. 'Power is a substitute for love' എന്ന് മാർക്വേസ് പറയുന്നു.

'ക്രോണിക്കിൾ ഓഫ് എ ഡെത്ത്' ലാറ്റിൻ അമേരിക്കൻ സമൂഹത്തിൽ നിലനില്ക്കുന്ന പുരുഷാധിപത്യത്തിന്റെ വിശകലനവും അധിക്ഷേപവും കൂടിയാണെന്നും അദ്ദേഹം പറയുന്നു.

പുഴക്കരതറവാട്ടിലെ ചാത്തുക്കാരണവർ അതു കത്തിച്ചുകളഞ്ഞ് 'സർ' പദവി നേടുകയും പിന്നീട് നിരവധി കുതന്ത്രങ്ങളിലൂടെ കൊച്ചിരാജ്യത്തെ കെട്ടിലമ്മയെയും പ്രധാനമന്ത്രിപദത്തെയും ഒരുമിച്ചനുഭവിക്കുകയും ചെയ്യുന്ന ആവിഷ്കാരമായ *പിതാമഹനും* രാഷ്ട്രീയവായന ആവശ്യപ്പെടുന്ന നോവലാണ്. സർ ചാത്തുവിലും നമുക്ക് അധികാരവും പ്രണയവും തമ്മിലുള്ള ഒരു വിപരീത പാരസ്പര്യം വായിച്ചെടുക്കാം. ചാത്തു യഥാർത്ഥത്തിൽ അധികാരത്തിന്റെ ആരാധകനും സേവകനുമാണ്. ഇന്ത്യൻ ജീവിതം ജനാധിപത്യത്തിന്റെ വിനിമയതലങ്ങളിൽനിന്ന് അധികാരത്തെ പിൻവലിച്ച് നേതൃത്വത്തിന്റെ പരിചാരകരായി മാത്രം അധികാരത്തെ കാണാൻ തുടങ്ങുന്ന ഒരു ചരിത്രസാഹചര്യത്തിലാണ് സർ ചാത്തുവിനെ വി കെ എൻ സൃഷ്ടിക്കുന്നത് എന്ന കാര്യം പ്രധാനമാണ്. മാത്രമല്ല ഭരണാധികാരത്തിലേറിയ ചാത്തു ഖജനാവിൽ ശേഷിപ്പിച്ചിരുന്ന ആറുകോടി രൂപയിൽ ചെറിയൊരംശം തന്റെ ആശ്രിതനായ അഡ്വക്കേറ്റ് ജനറലിന്റെ പേരിലേക്കും സിംഹഭാഗം തന്റെ സ്വന്തം നിധിശേഖരത്തിലേക്കും മാറ്റിയശേഷം ഈ നാടു വേണമെങ്കിൽ ജനങ്ങളെടുത്തോട്ടെ എന്ന് അങ്ങനെ ജനാധിപത്യം പുലർന്നോട്ടെ എന്ന് ഉദാരവാനായി നാടുവിടുന്നതുമായ പരിസമാപ്തി എഴുതിവെക്കുന്നതിലൂടെ ഇന്ത്യയുടെ ഭാവിരാഷ്ട്രീയത്തെത്തന്നെ വി കെ എൻ കൃത്യമായി വായിക്കുന്നു എന്നു തോന്നാം.

പ്രധാനമന്ത്രി വരെ തല കുടുക്കിയ കൽക്കരി കുംഭകോണവും, സാംസ്കാരിക ദേശീയത സംരക്ഷിക്കാൻ ഒബാമയുടെയും ഡൊണാൾഡ് ട്രമ്പിന്റെയും ഷൂസ് തുടച്ചുമിനുക്കേണ്ടതുണ്ടെന്നു ഭാവിക്കുന്ന തല്ക്കാല ഭരണകൂടവുമൊക്കെ പോസ്റ്റ് ചാത്തു എപ്പിസോഡുകളാണെന്ന് നാമോർമ്മിക്കുക വി കെ എൻ വരച്ചു വെക്കുന്ന സൂക്ഷ്മ രാഷ്ട്രീയത്തിന്റെ പ്രതിദ്ധ്വനികൾ അനന്തമായി ആവർത്തിക്കുക തന്നെയാണ്. വി കെ എൻ ഭാഷയിൽ സൃഷ്ടിച്ച അപനിർമ്മാണം എത്രയോ കൂടുതൽ ചർച്ച ചെയ്യ പ്പെട്ടു കഴിഞ്ഞതാണ്. 'കിഴക്ക് വെള്ള കീറിപ്പറിഞ്ഞു' എന്നും ചാത്തു പായിൽനിന്ന് സ്വയം പൊക്കിയെടുത്തു എന്നും പാടശേഖരന്മാർ നീണ്ടു നിവർന്നു കിടന്നു എന്നുമൊക്കെ എഴുതുമ്പോൾ ഭാഷാ സ്വരൂപങ്ങളുടെ നിയതസ്വഭാവത്തെ തകർത്തുകൊണ്ട് ഒരു അപനിർമ്മിത ബദൽ ഭാഷ സൃഷ്ടിക്കുകതന്നെയാണ് വി കെ എൻ ചെയ്യുന്നത്. ത്യാഗരാജ സംഗീതം മുതൽ ഏറ്റവും പുതിയ UNDP റിപ്പോർട്ട് വരെ അദ്ദേഹം ഈ അപ നിർമ്മാണ പ്രക്രിയയ്ക്ക് ഉപാധികളായി ഉപയോഗിക്കുന്നുണ്ട്. അങ്ങനെ ഉപയോഗിക്കുന്നതിലൂടെ സാഹിത്യ ഭാഷയുടെ ഏകഭാഷണസ്വരൂപത്തെ തകർത്തുകൊണ്ട് ഭാഷയുടെ ഒരു മിശ്രഭാഷകത്വം മിഖായേൽ ബഖ്ദിൻ സൂചിപ്പിച്ചപോലെ ഒരേ ജന്മത്തിൽ നിരവധി ജന്മങ്ങളുടെ ധർമ്മം നിർവ്വ ഹിക്കാൻ കഴിയും വിധത്തിൽ ഭാഷയുടെ ഒരു ദശാവതാരം തന്നെ സംഭ വിപ്പിക്കാൻ വി കെ എൻ നിമിത്തമായിട്ടുണ്ട്. വി കെ എന്നിനെ നാം പിന്നെയും പിന്നെയും വായിക്കേണ്ടിയിരിക്കുന്നു എന്നാണ് ഇതെല്ലാം സൂചിപ്പിക്കുന്നത്.

സ്ഥലം കാലം സ്വസൃക്ഷ
പുരുഷസൂക്തത്തിൽ
കടമ്മനിട്ടക്കവിതയെക്കുറിച്ച്..

നിലനില്ക്കുന്ന അവസ്ഥയുമായി ഏറ്റുമുട്ടുകയും അതിനെ കവിതയ്ക്കുള്ളിൽവെച്ച് മാറ്റിമറിക്കുകയും അതിനായി സ്വയം മാറ്റുകയും ചെയ്യുന്ന മനുഷ്യനെന്നാണ് കടമ്മനിട്ടക്കവിതയിലെ പുരുഷൻ അഥവാ കേവല മനുഷ്യൻ. മനുഷ്യ പ്രവൃത്തി- അഥവാ കേവല പുരുഷപ്രാണനിലെ സ്വസൃക്ഷ- ആണ് കടമ്മനിട്ട കവിതയിൽ തിളയ്ക്കുന്ന ഊർജ്ജത്തിന്റെ ഉറവിടം. ഈ ഊർജ്ജത്തിന്റെ ഉൽഗീഥമാണ് പുരുഷസൂക്തം.

ഒന്ന്-ശ്രുതി

സ്വത്വത്തിന്റെ സഫലതയ്ക്കായി സ്വസൃഷ്ടവിഷ്ടനായ ആദ് പുരുഷ പ്രാണൻ മനുഷ്യവംശത്തിന്റെ മുഴുവൻ പാരമ്പര്യവും അവകാശപ്പെടുന്ന ഒരാത്മാവാണ്.

എന്നെത്തേടി എനിക്കൊരു നിന്നെത്തേടിയാണ് യാത്ര നിമിഷത്തിന്നുരുളുരുളും നിമ്നോന്നതമാംപാതയിൽ പകച്ചു നില്ക്കുന്ന പുരുഷപ്രാണന്റെ ചിത്രമാണ് ആദ്യം. എന്തുകൊണ്ട് പകച്ചു നില്ക്കുന്നു? ഏതോ മഞ്ഞിൻ തുള്ളിയിൽ മുങ്ങിമരിച്ച പ്രഭാതവും ഏതോ മണലാരണ്യത്തിൽ എരിഞ്ഞുകരിഞ്ഞ മദ്ധ്യാഹ്നങ്ങളുമാണ് കാണുന്നത്. അവിടെ നിന്നു തിരിയുന്നത് ചരിത്രത്തിന്റെ ചിത്രപടത്തിലേക്കാണ്. ആദിയിൽ അച്ഛന്റെയുമമ്മയുടെയും സംഗമലീല, അതിനു പശ്ചാത്തലമായി നിന്ന പ്രകൃതി അനുജന്റെ അടക്കിയ ചോരച്ചൂരുമായി പാരവശമായ ദിനങ്ങൾ ചവിട്ടിമെതിച്ചു നടന്നത് ഞാൻ തന്നെയാണല്ലോ എന്ന അറിവ് ഒരു ആന്റി ക്ലൈമാക്സും ആണ്. മണ്ണിനും പെണ്ണിനുമായി നടന്ന കലഹങ്ങളും അമ്പെയ്തനിഷാദനും, അമ്പേറ്റ ഇണപ്പക്ഷിയും ശപിച്ച ഋഷിയും ഈ കേവലപുരുഷൻ തന്നെ. പുരുഷപ്രാണന്റെ ഈ ചിത്രത്തിൽ കാലത്തിലൂടെയുണ്ടായ

മനുഷ്യപരിണാമത്തിന്റെ നാനാഭാവങ്ങളും ഒരു നിമിഷത്തിലേക്ക് ഏകീഭവിക്കുന്നു. കാലം ഒരു ബിന്ദുവിൽ സ്ഥലമായി പരിണമിക്കുന്നു. പച്ചില പഴുത്തിലയായി വിറച്ചു വീഴുമ്പോൾ നാനാതനമായ ചോദ്യമുയരുന്നു. പഴുത്തില തളിരിലയാകാമോ വീണ്ടും നചികേതസ്സ് ആരാഞ്ഞതുതന്നെ കേവലപ്രാണനും നേരിടുകയാണ്.

പുരുഷസൂക്തത്തിന്റെ കാവ്യഗതിയും ഈ അന്വേഷണം തന്നെ. കടമ്മനിട്ട എത്തിച്ചേരുന്ന ഉത്തരം പ്രകൃതി പുരുഷസംഗമത്തിൽനിന്ന് ഊർജ്ജാധാനം എന്ന ഘടന തന്നെയാണ്. ഇതാകട്ടെ തത്ത്വശാസ്ത്രത്തിന്റെ ഉപനിഷൽ ഛായയിൽനിന്ന് വിപ്ലവകരമായ ഒരു ഭൗമശാസ്ത്രത്തിന്റെ തലത്തിലേക്കുള്ള ഭാവപ്പകർച്ചയാകുന്നു. പ്രകൃതി ഭൗമലോകമായും പുരുഷൻ മനുഷ്യന്റെ ഇച്ഛ (Will) ആയും മാറുന്നു. പ്രകൃതിക്കു മേൽ ഈശ്വരന്റെ ഇച്ഛ പ്രവർത്തിച്ചതിന്റെ ഫലമാണ് പ്രപഞ്ചം എന്ന ബൈബിൾ ദർശനം ഇവിടെ പുതുക്കി വ്യാഖ്യാനിക്കപ്പെടുന്നു. ഈശ്വരന്റെ ഇച്ഛ എന്നതിൽനിന്ന് ഈശ്വരനും ഇച്ഛയും ഒന്നായിത്തീർന്ന അനന്തമായ ഒരു സർഗ്ഗശക്തിയാണ്. കടമ്മനിട്ടയുടെ പുരുഷപ്രാണൻ അഥവാ മനുഷ്യൻ. കടമ്മനിട്ടയ്ക്ക് മനുഷ്യനെന്നാൽ സൃഷ്ട്യുദ്യുക്തമായ ചേതന - സിസൃക്ഷ ആകുന്നു. കാട്ടാളത്തിയിലും കുറത്തിയിലും, ശാന്തയിലും പ്രത്യക്ഷപ്പെടുന്ന ശക്തി ഈ സിസൃക്ഷ തന്നെയാണ്. ഈ സിസൃക്ഷ പ്രവർത്തന വ്യഗ്രമാകുമ്പോൾ നേരിടേണ്ടി വരുന്ന ഭൗമമായ രോധങ്ങളാണ് കടമ്മനിട്ടക്കവിതയിലെ ഊർജ്ജപ്രവാഹം സൃഷ്ടിക്കുന്നത്. ഇടതുപക്ഷചിന്തയും അടിസ്ഥാന വർഗ്ഗാഭിമുഖ്യവും പടയണിയുടെ അനുഷ്ഠാന സ്വാധീനവുമെല്ലാം മൂലകന്ദമായ സാഫല്യത്തിലേക്കു നയിക്കുകയാണു ചെയ്യുന്നത്.

കിരാതപർവ്വത്തിൽ പൈങ്കിളിയും പഴങ്കൂത്തുമില്ലാത്ത ദരിദ്രമായ ഭൂമിയിൽ ഇല്ലായ്മകളുടെ പല്ലവി കേട്ടു മടുത്ത കാട്ടാളൻ, തന്റെ കരിന്തൊലി ഊറയ്ക്കിട്ടതെടുത്തു. പുതച്ച തപ്പും സ്വന്തം വിരൽ തുടച്ചു മിനുക്കിയ പാട്ടുമാണ് കൊട്ടിയാടുന്നത്. കൊട്ടിയാടി വിളിക്കുന്നതാകട്ടെ, കാഞ്ഞിരമാലയണിഞ്ഞ ഭവതിയെയാകുന്നു. രുദ്രയായ ഈ ശക്തിയെ ആവാഹിക്കുന്നതോടെയാണ് കാട്ടാളൻ തന്റെ സൃഷ്ടിയുടെ ആധാരത്തെ കണ്ടെത്തുന്നത്.

എണ്ണക്കണ്ണുമടച്ചുകിടക്കും
പെണ്ണിവളെന്നുടെ പെണ്ണേ
അവളെപ്പാടി വിളിച്ചാൽ
അവളുടെയഴകിൽ ചേർന്നു കളിച്ചാൽ
കണ്ണീരിന്റെ നെടുങ്കോട്ടകളെ
തട്ടിയുടച്ചു ചിരിച്ചാൽ
കാട്ടാളന്റെ കരുത്തിനു മുമ്പിൽ
പൊട്ടിപ്പോമീയോളം

തുടർന്നുവരുന്ന വരികളിലൂടെ താൻ കണ്ടെത്തിയ സൃഷ്ടിയുടെ

ആധാരമായ പെണ്ണ് ഭൗമപ്രകൃതിയാണെന്ന് കാട്ടാളൻ വ്യക്തമാക്കുന്നുണ്ട്. ഈ സ്യസൃക്ഷയുടെ ജ്വലനമാണ് സർവ്വവിധ പാരതന്ത്ര്യങ്ങളിൽ നിന്നും മോചനം നേടാനുള്ള വഴി എന്നും കാട്ടാളൻ സൂചിപ്പിക്കുന്നുണ്ട്.

ചങ്ങലയിട്ടവരാരെൻ ചങ്കിനു
ചങ്ങലയിന്നു കരീച്ചുകണക്കു
കടിച്ചു ചവച്ചച്ചാറുകുടിക്കുമെന്നും

കാട്ടാളന് ബോദ്ധ്യമുണ്ട്. ഈ സൃഷ്ട്യുദ്യുക്തതയുടെ തീപാറുന്ന ചിത്രമാണ് ആ നെഞ്ചത്തു പന്തംകുത്തി നീറായ വനത്തിൽ നടുവിൽ നില്ക്കുന്ന കിരാത വൃത്തത്തിലെ നിഷാദൻ. ആകാശത്തച്ഛൻ ചത്തുകിടപ്പതു കണ്ടു നടുങ്ങി, മലയോരത്തമ്മയിരുന്നു ദഹിപ്പതുകണ്ടു കലങ്ങിയപ്പോൾ കണയോറ കരിമ്പുലിപോലെ ഉലകാകെയുലയ്ക്കും മട്ടിൽ അലറുന്ന കാട്ടാളൻ ഈ ജീർണ്ണോന്മുഖമായ ഈ രാജ്യത്തിന്റെ പുരുഷപ്രഭാവവും ദുഃഖിതയായ വസുദ്ധരയുടെ ദൈന്യവും കണ്ടുമടുത്തതിന്റെ പ്രതികരണമാണ്. നെഞ്ചത്തൊരു നെരിപ്പോട് ആളിക്കത്തുന്നതിന്റെ ഉഷ്ണവും വ്യഗ്രതയും തന്നെയാണ് ഈ സൃസൃക്ഷയുടേതും.

വ്യക്തിപരതയിൽനിന്ന് സമഷ്ടിയെയാകെ, പാടിയുണർത്തുന്നതിലേക്കു നീങ്ങുന്ന ശാന്തയിലും ചൂടും തളർച്ചയും ബാധിച്ച ഗ്രാമഹൃദയം ജലം തേടിപ്പോയ് തളർന്ന വേരുകൾ, ഉറവ വറ്റിയ കാറ്റ്, ഇവയുടെ പശ്ചാത്തലത്തിൽ എന്റെ പെണ്ണേ നമ്മളൊന്നായുരുകട്ടെ, ഈ വിഷാദത്തിന്റെ നെറുക പിളർന്നൊരു താമരപ്പൂവു വിടർത്താം. വീണ്ടുമീ മണ്ണിന്റെ രോമകൂപങ്ങളിലൂർന്നിറങ്ങാം. വരൂ ശാന്തേ- സാമൂഹ്യപരതയുടെ ചരിത്രദൃഷ്ടിയായ കുറത്തിയിലും കടമ്മനിട്ട ആവിഷ്കരിക്കുന്നത് വ്യഗ്രമായ ഈ സൃസൃക്ഷതന്നെയാണ് നിലനില്ക്കുന്ന ദുഷ്ടലോകത്തിനു പകരം മറ്റൊന്നു സൃഷ്ടിക്കാൻ ധ്വരിക്കുന്ന പുരുഷകാമന.

രണ്ട് - യുക്തി

യുക്തിയിൽ കവി സാമാന്യത്തിൽനിന്നു വിശേഷത്തിലേക്കു കടക്കുന്നു. തറയോടുകൾ തമ്മിൽത്തല്ലിയകന്ന തറവാട്ടിൽ താളവും പ്രാർത്ഥനയും ഒന്നായലിഞ്ഞ് താനെന്ന മുകുളമുണ്ടായതും ആ മുകുളം പിന്നീടു താളമായി മാറി മറ്റൊരു പ്രാർത്ഥനയിൽ ലയിച്ച് പുതിയ മുകുളങ്ങളുണ്ടാക്കുന്നതും പറഞ്ഞശേഷം ആ തലമുറയോട് കവി പറയുന്നു

ഒട്ടി നിങ്ങൾ ചിറകായ് മുളക്കിൻ-
എങ്കിൽ
കട്ടിയായ്, പടുകൂറ്റനായ് മാനം
മുട്ടി നില്ക്കുമാപ്പാറ ഞാൻ താങ്ങാം
പാറുമെൻ ചിറകിന്റെ കാറ്റിൽ

പാഴ്ത്തരിയായി നുറുങ്ങുമപ്പാറ- ജീവിതദുഃഖമെന്ന ഈ കഠിമ്പാറ തന്നെയാണ് കാട്ടാളനും കുറത്തിയും കടമ്മനിട്ടക്കാവിലെ പറയപ്പടയ്ക്കും

വ്യക്തിതലത്തിലും സമഷ്ടിതലത്തിലും മറികടക്കേണ്ട ഭാരം. അച്ഛൻ മഷിക്കുപ്പിയായ് മാറേണ്ടി വരുന്നതും അക്കങ്ങളുടെയും അക്ഷരങ്ങളുടെയും സംഗമത്തിന് അടിപ്പെടേണ്ടി വരുന്നതും ഈ ഘനഭാരം ഹേതുവായി ത്തന്നെയാണ്.

പക്ഷേ, ഊഞ്ഞാൽപ്പാട്ട് പെട്ടെന്നു നിലയ്ക്കുന്നു. കാരണം അത് സ്വപ്നങ്ങളുടെ താരാട്ടാണ്. സ്വപ്നമാകട്ടെ ജീവിതം പോലെ തന്നെ യുക്തി കണ്ടെത്താനുള്ള ബാദ്ധ്യത മനുഷ്യനിലേല്പിക്കുന്നതുമാണ്.

അറിയില്ലനിയില്ലവയുടെ യുക്തികൾ
അവയിൽത്തന്നെ അടങ്ങിയിരിപ്പൂ
പക്ഷേ, അറിയുന്നു-
എനിക്കുപകരം ഞാനല്ലാതില്ലല്ലോ
എന്നിലുമുണ്ടൊരു നീലാകാശം
എന്നിലുമുണ്ടൊരു പാരാവാരം -ഈ നീലാകാശവും പാരാവാരവും ഉള്ളിലില്ലാത്ത ഒന്ന് കടമ്മനിട്ടയേ സംബന്ധിച്ച് സൃഷ്ടിശക്തിയുടെ വ്യോമ വ്യാപ്തിയും കാമനകളുടെ അനന്ത ഊർജ്ജക്കടലുമാണത്.

മൂന്ന് - അനുഭവം

സർഗ്ഗപരതയ്ക്കെതിരു നില്ക്കുന്ന അനുഭവത്തിന്റെ ചോരവാർന്ന ശകലങ്ങളാണ് എല്ലാ ചോപ്പു വിളക്കുകളേയും തട്ടിമറിച്ച് അനുഭവാസക്തിയുടെ ഓട്ടോറിക്ഷ ഓടട്ടെ എന്നാണു ഭാവം. പുരുഷാരങ്ങളിലമ്പിപ്പതയുന്ന നഗരം, തന്നുടെ വിരലുകൾ മാത്രമാശിച്ചു വളരുന്ന ഉണ്ണികൾ, പണ്ടു വെളിച്ചത്തിന്റെ മുഖത്തു കഫക്കട്ടയെറിഞ്ഞു ചിരിച്ച യുവാക്കളുലാത്തും കവലകൾ, വെള്ളാനപ്പുറമേറിയ കുംഭോദര മാന്യതകൾ കാഴ്ച മതി എന്നു തോന്നുകയാണ്. കുഗ്രാമത്തിലെ അമ്പിളിതേടി, ആൽത്തറ തേടിപ്പോയാലോ? ഓടിപ്പോകാമെന്നോ? ഭീരു! നില്ക്കുക! നീയാണെല്ലാമെല്ലാം നിന്നുടെ കർമ്മതലങ്ങൾ ചുറ്റും കണ്ട സമസ്തവും ഇങ്ങനെയാണു വിളിച്ചു പറയുന്നത്. അതുകൊണ്ട് പുരുഷപ്രാണൻ അന്വേഷണം തുടരുന്നു.

നാല് - ഞാൻ

അന്വേഷകൻ സ്വയം തിരിച്ചറിയുകയാണ് ഈ ഖണ്ഡത്തിൽ. കാൽമുട്ടിയ പാറക്കല്ല് പെണ്ണായുതിർത്തത് ചോദിക്കുന്നു.

നീയാരെന്നത്തട്ടിയുണർത്തീ
പറയുക നീ പരമാർത്ഥം പുരുഷ
തിരയുവതെന്തീ ജീർണ്ണതയിൽ?

പുരുഷൻ എന്നത് പൂർണ്ണവികാസം പേറിയ പുല്ലിംഗത്തിന്റെ ഓങ്കാരമെന്നു തിരിച്ചറിയുന്നു- ഇരുളുകൾ വെളിവാകുന്നു. തുടർന്നുവരുന്നത് സൃഷ്ടിയുടെ സംഗീതമാണ്.

അഞ്ച് - കിളിപ്പാട്ട്

കിളിപ്പാട്ട് സൃഷ്ടിയുടെ സംഗീതവും അന്വേഷണ സാഫല്യത്തിന്റെ ഉദ്ഗീഥവുമാണ്.

നിന്റെ പാതിയായ് മൂലപ്രകൃതീശ്വരിയായി സ്ത്രീയെ കണ്ടെത്തുന്നു. നിന്റെ കണ്ണിലെ പ്രകാശത്തിൽ നിന്റെ വിരൽത്തുമ്പു തൊട്ട് വാനിൽ തെറിപ്പിച്ചതാണ് സൂര്യചന്ദ്ര താരാഗണങ്ങൾ. പിന്നെ നാം മനുഷ്യനെ മെനഞ്ഞു. ഭൂമി ഇവനു നല്കി. സ്വർഗ്ഗഗേഹത്തിന്റെ കവാടങ്ങൽ തുറക്കുന്ന സർഗ്ഗ ചൈതന്യത്തിന്റെ താക്കോലും നല്കി. അവൻ ലോകങ്ങളെ അടക്കി. പൊരുതിപ്പൊരുതി ഒടുവിലവൻ തന്നെത്തന്നെ അറിയാതെ ഹാ! കൊത്തിമുറിച്ചു. കരിമ്പാറമുകളിൽ ചിറകറ്റ് ബോധശൂന്യനായ് വീണിരിക്കുന്നു. പുരുഷനും പ്രകൃതിയും ഒരിക്കൽക്കൂടി സംലയപ്പെടുക.

"ഉണർത്താം. മനുഷ്യനെ ബോധധാരകൾ വീണ്ടും ചുരത്തിക്കൊടുത്തു നാം എടുക്കാം മടിത്തട്ടിൽ." അതാണ് യഥാർത്ഥമായ പരമപുരുഷാർത്ഥം. സ്വസൃക്ഷയും പ്രപഞ്ചവും ചേർന്ന് ഊർജ്ജം അതു നയിക്കുന്നതാകട്ടെ മാറ്റത്തിലേക്കും.

'പൊതുവേ ഉണർത്തുപാട്ടുകളായ കടമ്മനിട്ടകവിതകളുടെ ചൈതന്യം ഈ നിലീനമായ മനുഷ്യോർജ്ജത്തിന്റെ സാന്നിദ്ധ്യമാണ്. അതാകട്ടെ നിയതമായ സ്ഥലകാലങ്ങളിൽ ആടിത്തിമിർക്കുന്ന മാനസികമായ ഈ സ്വസൃക്ഷയാണുതാനും.

കടമ്മനിട്ടയെ ഒരു Male Chaunvonist ആയി വായിച്ചെടുക്കാനുള്ള ചില ശ്രമങ്ങൾ നടക്കുമ്പോൾ ഊന്നിപ്പറയേണ്ട ഒന്നാണ് ഇക്കാര്യം.

കഥയുടെ പതികാലശില്പങ്ങൾ

പ്രകാശൻ ചുനങ്ങാടിന്റെ ചെറുകഥകൾ

ആയിരത്തിത്തൊള്ളായിരത്തി എഴുപത്തിമൂന്നിൽ *മാതൃഭൂമി ആഴ്ചപതിപ്പു* നടത്തിയ വിഷുപ്പതിപ്പ് കഥാമത്സരത്തിൽ സമ്മാനം നേടിയ ചെറുകഥാകാരനാണ് പ്രകാശൻ. അന്ന് സി പ്രകാശൻ എന്നായിരുന്നുപേര്. ഒറ്റപ്പാലം എൻ എസ് എസ് കോളേജിലെ വിദ്യാർത്ഥി ആലപ്പുഴ ജില്ലയിലെ ഒരു ഗ്രാമത്തിലെ വിജയാംബിക എന്ന പേരുള്ള ഗ്രന്ഥശാലയിലെ പഴകിയ ബഞ്ചിലിരുന്ന് അന്ന് ആ കഥ വായിച്ച അനുഭവം ഇന്നും എന്റെ ഓർമ്മയിലുണ്ട്. *ഖസാക്കിന്റെ ഇതിഹാസവും ആൾക്കൂട്ടവും അഞ്ചര വയസ്സുള്ള കുട്ടിയും* ഒക്കെ അതിനു മുമ്പുതന്നെ വായിച്ചുകഴിഞ്ഞിരുന്നു. പിന്നീട് മലയാള കഥാസാഹിത്യത്തിലെ നക്ഷത്രകുമാരന്മാരായിത്തീർന്ന എൻ എസ് മാധവനും അയ്മനം ജോണും, എൻ പ്രഭാകരനും ചന്ദ്രമതിയും അങ്ങനെ പലരും അരങ്ങേറ്റം നടത്തിയത് *മാതൃഭൂമി*യുടെ വിഷുപ്പതിപ്പു മത്സരങ്ങളുടെ സമ്മാനാർഹ പദവിയിലൂടെയാണെന്നത് ചരിത്രത്തിന്റെ ഒരേടുമാത്രം.

അന്ന് പ്രകാശന്റെ കഥ വായിക്കുമ്പോൾ ആദ്യം ശ്രദ്ധയിൽപ്പെട്ടത് അന്നത്തെ മലയാള ചെറുകഥയുടെ പൊതു സ്വഭാവമായിരുന്ന അത്യന്താധുനികതയുടെ അസാന്നിദ്ധ്യമാണ്. അസ്തിത്വവാദപരമായ ഒരു അശുഭദർശനംകൊണ്ട് കഥാസാഹിത്യം ഈറനണിഞ്ഞ് മൂടിക്കെട്ടി നിന്ന അക്കാലത്തിന്റെ ഒരുതരത്തിലുള്ള വിപരീതധ്വനികളും പ്രകാശനെ സ്പർശിച്ചിട്ടില്ലല്ലോ എന്ന അതിശയമാണ് ഉണ്ടായത്.

അതേസമയം ആധുനിക അത്യന്താധുനിക കഥാസാഹിത്യത്തിന് പിന്നീടുവന്ന കാലത്തെ അഭിമുഖീകരിക്കാൻ കുറച്ചെങ്കിലും കഴിഞ്ഞത് കഥയുടെ ശില്പത്തെയും വിഷയപരിചരണത്തെയും ബിംബകവിതയോട് കൂടുതലടിപ്പിച്ചു എന്നതും ആണ്. ഈ ഒരംശം അക്കാലത്തെ കഥാപാര

മ്പര്യത്തിൽനിന്ന് പ്രകാശൻ അനായാസേന സ്വാംശീകരിക്കുകയും ചെയ്തു. ജീവിതത്തിന്റെ ദുരന്തഭാവങ്ങൾ കാണുമ്പോഴും ഭംഗമാറ്റ രീതിയിൽ സ്വാത്മാംശമായി നിലനിർത്തിപ്പോരുന്ന പ്രസാദാത്മക ദർശനത്തിന്റെ ഒരിതൾ പ്രകാശനിലുണ്ട്. മലയാള കഥയുടെ പാത്രസൃഷ്ടിഭിന്നമായ ബൃഹദ് പാരമ്പര്യത്തിൽനിന്ന് ഇക്കാര്യത്തിൽ പ്രകാശൻ കോരിയെടുത്തത് കാരൂരിന്റെയും ഉറൂബിന്റെയും പരാഗരേണുക്കൾ ആണെന്ന് പറയാം.

ഒരു വള്ളുവനാടൻ ഗ്രാമത്തിൽ ജനിച്ചു വളരുകയും പിന്നീട് നഗരങ്ങളിൽ തൊഴിലെടുക്കുകയും ചെയ്ത ഒരു കഥാകൃത്തിൽ വള്ളുവനാടിന്റെ ക്ലാസിക്കൽ സവിശേഷതകൾ നിലനില്ക്കെത്തന്നെ നാട്ടിൻപുറങ്ങളിലേക്കുപോലും അരിച്ചെത്തിക്കഴിഞ്ഞ നാഗരികതയുടെ നാട്യങ്ങളും അന്തസാരശൂന്യതകളും എഴുപതുകളുടെ തുടക്കത്തിൽത്തന്നെ തൊട്ടറിയുന്നുണ്ട്. ഇന്ന് ആ കഥകൾ വീണ്ടും വായിക്കുമ്പോൾ നഗരങ്ങളും നാഗരികതയുമൊക്കെ നാട്ടിൻപുറങ്ങളെ കഴുത്തറ്റം വിഴുങ്ങിക്കഴിഞ്ഞ ഇന്ന് ഈ ഒരു ഘടകം വിസ്മയം പകരുകയും ചെയ്യുന്നുണ്ട്. (ഉദാ- ഉത്സവം പോലുള്ള കഥകൾ)

പതികാലത്തിലാണ് പ്രകാശൻ കഥയെഴുതുന്നത്. സർഗ്ഗവൃത്തിയുടെ ഈ കാലപ്രമാണം രണ്ടു രീതിയിൽ അർത്ഥം വഹിക്കുന്നു. 73 ൽ സമ്മാനിതനായ പ്രകാശൻ ആദ്യ കഥാസമാഹാരം അച്ചടിച്ചിറക്കുന്നത് 2011 ൽ ആണ്. അതിലാകട്ടെ 2005 വരെയുള്ള 14 കഥകൾ മാത്രം. കൂടുതൽ ശ്രദ്ധേയമായ തലം മറ്റൊന്നാണ്. കഥ പറയുമ്പോൾ പ്രകാശൻ കഥ നമുക്കു കാണിച്ചു തരുക മാത്രം ചെയ്യുന്നു. എഴുത്തുകാരൻ കഥയുടെ പ്രവർത്തനത്തിൽ ഒരിക്കലും കടന്നുകയറുന്നില്ല. കഥയെ സ്വയം പിറക്കാനും വളരാനും ലയിക്കാനും അനുവദിച്ചുകൊണ്ട്, ഒരിക്കലും കഥാപാത്രത്തിൽ തുളച്ചുകയറാത്ത ഒന്നായി എഴുത്തുകാരന്റെ സാന്നിദ്ധ്യം നിലകൊള്ളുന്നു. വേദനിക്കുമ്പോൾ നീരവമായ ഒരു തേങ്ങലിലും ആഹ്ലാദിക്കുമ്പോൾ അതൊരു വെറും കൺതിളക്കത്തിലും ചിരിക്കുമ്പോൾ മുഖപേശികളുടെ ഒരു ചെറുചലനത്തിലും ഒതുക്കി അടയാളപ്പെടുത്താൻ കഴിയുന്ന ഒരു വൈകാരികമായ അടക്കം- മിതഭാഷിത്വമെന്ന് കെ പി ശങ്കരൻ അവതാരികയിൽ- പ്രകാശൻ സ്വന്തമാക്കിയിട്ടുണ്ട്. ഖേദാഹ്ലാദങ്ങൾ തിളച്ചുതൂവാത്ത കാലദൃക്കിന്റെ ഈ നിർല്ലേയത്വം സാധാരണ മനുഷ്യർക്കെന്ന പോലെ എഴുത്തുകാർക്കും അനായാസമായി പ്രാപിക്കാവുന്ന ഒരവസ്ഥയല്ല.

'അരി വിളയുന്ന മരം' എന്നതാണ് 73 ൽ സമ്മാനിതമായ കഥ. എൻ എസ് മാധവന്റെ 'ശിശു'വിനെ പോലെ, അയ്മനം ജോണിന്റെ 'ക്രിസ്മസ് വൃക്ഷത്തിന്റെ വേരി'നെ പോലെ, എൻ പ്രഭാകരന്റെ 'ഒറ്റയാന്റെ പാപ്പൻ' പോലെ ഈ കഥയും ഭാഷയും സൂക്ഷ്മബിംബങ്ങളും ചേർന്ന് ആയിരം നാവു കൊണ്ടു പറയുന്ന കഥയാണ്. ഭൂതകാലത്ത് സമ്പന്നതയുടെ മടിത്തട്ടിലായിരുന്ന ഇല്ലത്തെ അച്ഛൻ നമ്പൂതിരി ക്ഷയിച്ച്, തകർന്ന്, നൊസ്സ

നായി മാറുന്നതിന്റെ കഥയാണ് പ്രകാശൻ കലാപരമായി പറയുന്നത്.

'മഞ്ഞുവെള്ളം വീണു നനഞ്ഞ അമ്പല വരമ്പിലൂടെയാണ് നമ്പൂരി-നമ്പൂതിരി എന്നല്ല പ്രകാശൻ എഴുതുന്നത് - മടങ്ങുന്നത് 'വെള്ളം ഉറങ്ങിക്കഴിഞ്ഞ' അമ്പലക്കുളത്തിലാണ് കാലും മുഖവും കഴുകുന്നത്. 'ആനപ്പഴുതുള്ള കടമ്പായ വിഷമിച്ചു കടന്നാണ്' അദ്ദേഹം വീട്ടിലേക്ക് വരുന്നത്. 'അന്ന് ഈ പടിമുറ്റം മുഴുവൻ പവിഴമല്ലിപൂക്കൾ ഉതിർന്നു കിടന്നിരുന്നു. മേല്ക്കൂരയില്ലാത്ത പൂമുഖത്ത് പഴയൊരു വാതിൽപ്പാളിയിലാണ് അച്ഛൻ നമ്പൂരി ഇപ്പോൾ കിടക്കുന്നത്. 'നടുമുറ്റത്തെ മുല്ലമരം വെട്ടിക്കളഞ്ഞ് ആ സ്ഥാനത്ത് അരി കായ്ക്കുന്ന മരത്തിന്റെ തയ്യു വയ്ക്കണമെന്ന് അച്ഛൻ നമ്പൂതിരി തീരുമാനിക്കുന്നത്.

ആഖ്യാനത്തിന്റെ പൊതു ഘടനയിൽ ഒട്ടും മിഴിച്ചു നില്ക്കാതെ തന്നെ എഴുത്തു വരുന്ന ഈ വക ബിംബങ്ങൾ ആ കഥാപാത്രത്തിന്റെ ഭൂത-വർത്തമാന ജീവിതാവസ്ഥകളെ തീവ്രമായിത്തന്നെ ഉപന്യസിക്കുന്നുണ്ട്. ഒടുക്കം സൗന്ദര്യപൂജയേക്കാൾ ഇപ്പോൾ അടിയന്തരാവശ്യം 'ജംരാഗ്നി ഹോമം തന്നെ' എന്ന കഥയുടെ കേന്ദ്രപ്രമേയത്തിന്റെ തീവ്രതയിലേക്ക് ഒരു ഊന്നുകൂടി നല്കിയിരിക്കുന്നു. പ്രമേയം എങ്ങനെയാണ് കഥയായി മാറുന്നത് എന്ന് വിസ്മയത്തോടെ തിരിച്ചറിയുകയുമാവാം. ഒരു കഥാകൃത്തിന്റെ പ്രസിദ്ധീകൃതമായ ആദ്യകഥയിലാണ് ഈ കാഴ്ച എന്നതും ഓർമ്മിക്കണം.

ഈ കഥാപാത്രത്തിന്റെ ഇന്നലെകളെയും കൺമുന്നിലുള്ള ഇന്നിനേയും ഇങ്ങനെ കുറേ ബിംബങ്ങളിലൂടെ വ്യാഖ്യാനിക്കുമ്പോൾ ഇടയിലെവിടെയും കഥാകൃത്ത് ഇടപെടുന്നേയില്ല. നമുക്ക് ചിലത് കാണിച്ച് തന്നുകൊണ്ട് പ്രകാശൻ വളരെ ദൂരെ നില്ക്കുകയാണ്.

കഥയിലെ മറ്റു ചില ധ്വനിഭംഗികൾ ശ്രദ്ധിക്കുക.

1. അരി കായ്ക്കുന്ന മരത്തെപ്പറ്റി പറയുമ്പോൾ ഒരിക്കലെങ്കിലും നങ്ങേമയും ഉണ്ണിയും ശ്രദ്ധിച്ചിട്ടില്ല. 2. തന്നെ കാണുമ്പോൾ നങ്ങേമ്മയുടെ കണ്ണു നിറയുന്നതെന്തിനാണ്. 3. ഉണ്ണിയെപ്പോഴും ചങ്ങലയുടെ കാര്യം പറയുന്നു. 4. ഈ മുറ്റത്താണ് തന്റെ കൈയിൽനിന്ന് നെയ്യുരുള വാങ്ങാൻ ശേഖരനാന തുമ്പിക്കൈയും നീട്ടി നിന്നിരുന്നത് ഇന്നലെ. 5. ഉണ്ണി കെട്ടിയിടാൻ പോകുന്നത് കുഴിയാനയെ ആവും.

അച്ഛൻ നമ്പൂതിരിക്ക് തലയ്ക്ക് സ്ഥിരതയില്ലെന്ന് പ്രകാശൻ പറയുന്നേയില്ല. നമ്പൂതിരി കഥയിൽ ചെയ്യുന്ന ഒരു പ്രവൃത്തിയിലും ആ ഭ്രാന്തില്ല. എന്നിട്ടും മകൻ ചങ്ങലയ്ക്കിടാൻ പോകുന്നത് കുഴിയാനയെ ആണല്ലോ എന്നോർത്ത് നമ്പൂരി കുലുങ്ങിച്ചിരിക്കുമ്പോൾ വായനക്കാരന്റെ തൊണ്ടയിൽ ഒരു തുള്ളി കണ്ണുനീർ കുടുങ്ങുന്നു. ഇത് കഥയിലെ ഭാവത്തേയും വാക്കുകളേയും ആളിക്കത്തിക്കാതെ കനൽപ്പരുവത്തിൽ നിർത്തുന്ന ഒരു തരം അഗ്നിവിദ്യയാണ്. ഇങ്ങനെ കനച്ചു നില്ക്കുന്ന കഥ സൃഷ്ടിക്കാനാണ് പ്രകാശന്റെ സർഗ്ഗസിദ്ധി ശ്രമിക്കുന്നത്. കഥയെ ആളിക്കത്തിക്കാനല്ല.

1973 ലെ *മാതൃഭൂമി* വിഷുപ്പതിപ്പിൽ സമ്മാനിതമായി വന്ന കഥയാണിത് എന്നുപറഞ്ഞുവല്ലോ. 1970 കേരള ചരിത്രത്തിലെ ഒരു സുപ്രധാന വർഷമാണ്. ജന്മിത്തം നിയമപ്രകാരം തുടച്ചുനീക്കപ്പെടുന്നതിന്റെ കാലഗണനാപ്രകാരമുള്ള വർഷമാണത്. അതിനുശേഷം കേരളത്തിലെ രാഷ്ട്രീയസംവാദവേദികളിലും സാഹിത്യവിചാരരംഗത്തും ഒരുപോലെ കുറച്ചു നാളുകളോളം തുടർന്ന ഒരു ആശയപ്രചാരണമാണ് 'തകർന്ന നമ്പൂതിരി ഇല്ലങ്ങളുടെ നിരാലംബത' എന്നത്. 'അരി വിളയുന്ന മരം' എന്ന ഈ കഥയുടെയും പ്രമേയപരിസരം, പ്രമേയപരിചരണം എല്ലാം ഇതുതന്നെ. എന്നാൽ കഥയുടെ വാതിലടച്ച് പുറത്തിറങ്ങി നിന്ന ലോകം കാണുന്ന ഒരു വായനക്കാരൻ പക്ഷേ, അതുമാത്രമല്ല കാണുക. അയാൾക്ക് മലയപ്പുലയന്റെ മക്കളുടെ കണ്ണീരു കൂടി കാണേണ്ടി വരുന്നു. അവരുടെ ഗദ്ഗദം ആ വായനക്കാരന്റെയും തൊണ്ടയിൽ കുടുങ്ങുന്നു. കെ ദാമോദരന്റെ *പാട്ടബാക്കി* നാടകത്തിൽ നിന്നൊഴുകിയ തീയും കണ്ണീരും കൂടി കാണേണ്ടി വരുന്നു. ചെമ്പിലമ്പഴങ്ങ പുഴുങ്ങിത്തിന്നായാലും എനിക്കു ജീവിക്കണം എന്ന് പറയുന്ന ചെറുകാടിന്റെ കഥാപാത്രത്തിന്റെ ജീവിതവ്യഗ്രത കൂടി കാണേണ്ടി വരുന്നു. ഇടശ്ശേരിയുടെ കൂട്ടുകൃഷിപ്പാടത്തിലൂടെ വീശിപ്പോന്ന കാലപരിണതിയുടെ വടക്കൻ കാറ്റുകൾ കൂടി അഭിമുഖീകരിക്കേണ്ടി വരുന്നു. ബുദ്ധന്റെ പ്രതിമകൊണ്ട് തന്നെ ആക്രമിക്കാൻ വരുന്ന പുലിയെ നേരിട്ട് ഹിംസിക്കുന്ന ഇടശ്ശേരിയുടെ തൊഴിലാളിയെ കൂടി കാണേണ്ടി വരുന്നു. ഇതിൽ ഒരു വശം മാത്രം കാണുന്നത് കലയിലെ ശരി. ജീവിതത്തിൽ എപ്പോഴും ഒരു മറുവശം കൂടിയുണ്ടല്ലോ.

ബുദ്ധിസ്ഥിരതയില്ലാത്ത അച്ഛൻ നമ്പൂരിയെ ചങ്ങലയ്ക്കിടാൻ ഉണ്ണി നമ്പൂരി വിചാരിക്കുന്നു എന്ന കഥയിലെ ഭാവഘടനയും ശ്രദ്ധിക്കേണ്ടതാണ്. മുൻപറഞ്ഞ വാതിൽപ്പുറക്കാഴ്ചകൾ യുവാവായ ഉണ്ണിയുടെ കണ്ണുകൾക്ക് കാണാൻ കഴിയുന്നതുകൊണ്ടാണോ അച്ഛനെ ചങ്ങലയ്ക്കിടാൻ അയാളാലോചിക്കുന്നത്. ഉണ്ണി സർക്കാരാപ്പീസിലെ സേവകനാണെന്നും അതുകൊണ്ടാണ് കഞ്ഞികുടിക്കുന്നതെന്നും നങ്ങേമ്മ ഓർമ്മിപ്പിക്കുന്നുണ്ടല്ലോ.

പ്രകാശൻ കഥയിൽ ഒരു നിലപാടും എടുക്കുന്നില്ല. ശാന്തമായി കഥ നമുക്കു കാട്ടിത്തരുന്നു എന്നു മാത്രം. ശേഷം കാര്യങ്ങൾ കഥയ്ക്കു പിന്നാലെ രാഷ്ട്രീയ അബോധത്തിന്റെ വായന. കഥയിലേക്ക് കടന്നാൽ പക്ഷേ, വായനക്കാരൻ നേരിടുന്നത് ഇഴയടുപ്പവും ഇഴമുറുക്കവുമുള്ള കഥ എന്ന കലയുടെ പ്രത്യക്ഷം മാത്രം.

ഷേക്സ്പിയറുടെ ജൂലിയസ് സീസറിൽ ആൾക്കൂട്ട മനഃശാസ്ത്രം വ്യക്തമാക്കുന്ന ഒരു സന്ദർഭമുണ്ട്. സീസറിനെതിരേ ഗൂഢാലോചന നടത്തിയ സംഘത്തിൽ ഒരു 'സിന്ന' ഉണ്ടെന്ന കേട്ടറിവിൽ വഴിയിൽ കണ്ട ഒരു സിന്നയെ ജനം ആക്രമിക്കുന്നു.

അയാൾ അലറി വിളിച്ചു. "I am sinna the poet, not sinna the

conspirpator" എന്ന്. ജനം ആക്രോശിച്ചത് ഇങ്ങനെ "Kill him for his verses" കവിത എഴുതിയതിന് അവനെ കൊല്ലുക എന്ന്. ഒരുമിച്ചു കൂടുന്ന ആൾക്കൂട്ടത്തിന് ഹൃദയമോ വിവേകമോ ഉണ്ടായിക്കൊള്ളണമെന്നില്ല. ആവേശമാണ് അവരുടെ ബലം. ആൾക്കൂട്ടം സംഘടനയല്ല. സംഘടന ആൾക്കൂട്ടവുമല്ല. സംഘടനയ്ക്ക് നിയാമകതത്വങ്ങളുമുണ്ട്. ഉണ്ടാവണം. ആൾക്കൂട്ടത്തിന് ഒരുവിധ നിയാമകതത്വങ്ങളുമില്ല. ആൾക്കൂട്ടത്തെക്കുറിക്കുന്ന വിമർശനം മനസ്സിലാക്കേണ്ടതുമില്ല. സംഘടന എന്ന ഭാവേന ആൾക്കൂട്ടങ്ങളായി സ്വയം മാറുന്നവരാകട്ടെ വിമർശനം അർഹിക്കുകയും ചെയ്യുന്നു. ആൾക്കൂട്ടത്തിൽ പ്രതികരിക്കുന്നവർ ദുർബ്ബലരാണ്. സംഘടനയിൽ പ്രതികരിക്കുന്നവരാകട്ടെ ബലവാന്മാരും. താഴേക്ക് അധികാരബലം പ്രയോഗിക്കുന്നവർ മുകളിൽനിന്ന് അധികാരത്തിന്റെ ബലപ്രയോഗത്തിന് വിധേയമാകുന്നവരുമാകും. മുകളിലുള്ളവർക്കുനേരെ പ്രതികരിക്കാത്തവരാണ് താഴെയുള്ളവന്റെ നേർക്ക് പ്രതികാരം തീർക്കുന്നത്. 'ആൾക്കൂട്ടം' എന്ന ചെറിയ കഥയിൽ പ്രകാശൻ ഇക്കാര്യം ഭംഗിയായി പറയുന്നു.

ഓഫീസ് മേലധികാരിയുടെ ശകാരം കേട്ട് മൗനമായി അതു വിഴുങ്ങി വരുന്നയാളാണ്, തെരുവിൽ ആൾക്കൂട്ടം കൈയേറ്റം ചെയ്യുന്ന ഒരു പാവത്താന് തന്റെ വകയായും നാല് ഇടി കൊടുത്ത് സ്വയം മുഷ്ടി വേദന ഏറ്റുവാങ്ങുന്നത്. ഈ മുഷ്ടി വേദന വെറും ശാരീരിക വേദനയല്ല. അത് മനസ്സിലെ മറഞ്ഞിരിക്കുന്ന കുറ്റബോധത്തിന്റെ ആഖ്യാതാവിന്റെയുള്ളിലും ഒളിഞ്ഞിരിക്കുന്ന ഒരു പാവത്താന്റെ നീറൽ തന്നെയാണ് എന്നു മനസ്സിലാക്കുമ്പോളാണ് ഈ കഥയിലെ നേർത്ത ചിരിയുടെ ഉള്ളിലൊളുപ്പിച്ച ആർദ്രതയുടെ ചാലു കണ്ടെത്താൻ കഴിയുന്നത്. അപ്പോൾ ഈ കഥ ആൾക്കൂട്ടം എന്ന സന്ദർഭത്തിൽ ഇരയും വേട്ടക്കാരനും ഒന്നുപോലെ പാവത്താന്മാർ ആണെന്നും രണ്ടുപേരും മറ്റേതിന്റെയോ ഇരകൾ മാത്രമാണെന്നും തെളിഞ്ഞുകിട്ടുന്നു. അതാണ് ഈ കഥ മുന്നോട്ടുവെക്കുന്ന മാനവികത.

'അരണ' എന്ന കഥ ഒരു സവിശേഷമായ സ്വഭാവചിത്രമാണ്. വിചിത്ര സ്വഭാവമുള്ള മനുഷ്യരെ തിരഞ്ഞു കണ്ടെത്താനുള്ള കഴിവ് ഈ കഥാകൃത്തിനുണ്ട്. ഈ വിചിത്ര വ്യക്തികൾ അവർക്കു ചുറ്റുമുള്ള സമൂഹത്തിന് പരിഹാസ പാത്രങ്ങളാകാം. പക്ഷേ, പ്രകാശന് അങ്ങനെയല്ല. അത്യന്തസഹാനുഭൂതിയാണ് പ്രകാശൻ അവരോടു കാണിക്കുന്നത്. അതുകൊണ്ട് അവരുടെ ആഖ്യാനത്തിൽ മൃദുനർമ്മം മാത്രമാണ് പാലിച്ചു ചേർക്കുന്നത്. അങ്ങനെ നർമ്മം കലർന്ന ഈ സഹാനുഭൂതി ഉറൂബിന്റെയും മറ്റും ദർശനത്തിന്റെ ഭാഗമാണ്. പുഴുക്കളേക്കാൾ ചെറിയ പ്രാണികൾക്കുവേണ്ടി കൂടിയുള്ളതാണ് ഈ അനന്തപ്രപഞ്ചം എന്നുതന്നെയാണ് പ്രകാശന്റെ ദർശനം.

തൊഴിൽശ്രേണിയിൽ ഏറ്റവും താഴെ നില്ക്കുന്ന ഒരു പ്യൂൺ ആണ് പ്രധാനപാത്രം. അയാളുടെ ജീവിതത്തിൽ കാരണം കണ്ടെത്താനാവാത്ത ഒരു നിസ്സഹായതയുണ്ട്. ആ നിസ്സഹായത ആത്മവിശ്വാസക്കുറവുണ്ടാ

ക്കുന്നു. സ്വയം വിശ്വാസത്തിന് വിടവുള്ളിടങ്ങളിൽ മൂഢവിശ്വാസങ്ങൾ സ്ഥാനം പിടിക്കും. മൂഢവിശ്വാസങ്ങളാകട്ടെ മൂഢാചാരങ്ങളിലേക്ക് ക്രമേണ നയിക്കുകയും ചെയ്യും. ആ മൂഢാചാരങ്ങളിൽ അവർ മനസ്സിന്റെ അത്താണി കണ്ടെത്തുന്നു. അങ്ങനെ സ്വന്തം സങ്കല്പസ്വാതന്ത്ര്യം സാക്ഷാൽക്കരിക്കുന്നു. ഏതോ ഒരു ഫ്രീക്വൻസിയിൽ പ്രകാശന് ഇങ്ങനെയുള്ളവരെ മനസ്സിലാക്കാനും ഉൾക്കൊള്ളാനും കഴിയുന്നു. അപ്പോൾ കഥയിൽ സഹാനുഭൂതിയുടെ തരംഗങ്ങളുയരുന്നു.

'രാമനും പുലിയും നാണിയും' എന്ന കഥ 1980 ൽ എഴുതിയതാണെന്നു കാണുന്നു. എന്നാൽ രണ്ടായിരത്തിനു ശേഷമുള്ള ഈ ദശകങ്ങളിലാണ് ഈ കഥ കൂടുതൽ അർത്ഥവത്തായി പ്രകാശിക്കുന്നത്. എല്ലാത്തരം ക്രൂരതകൾക്കു പിന്നിലും സ്നേഹശൂന്യതയുടെ ആടിവളമാണ് ചേരുന്നത് എന്ന കാര്യത്തിൽ പ്രകാശനു സംശയമേതുമില്ല. സൗഹൃദം വെച്ചു നീട്ടിയ മനുഷ്യന്റെ വീട്ടിൽ വിരുന്നെത്തുന്ന പുലി താൻ വഞ്ചിക്കപ്പെടുകയാണ് എന്നു തിരിച്ചറിയുന്ന നിമിഷം തന്റെ പുലിത്വത്തിലേക്കു മടങ്ങുന്നതാണു കഥ. മനസ്സിലാക്കപ്പെടാതെ പോകുന്ന സ്നേഹം പ്രതികാരക്രൂരതയിലേക്ക് പതിക്കുന്നു എന്നോ പുറമേക്കു സ്നേഹം നടിക്കുന്ന അവസരവാദപരമായ പ്രായോഗിക ബുദ്ധിക്കെതിരെ പ്രതികാരമല്ലാതെ പോംവഴിയില്ല എന്ന ഫലശ്രുതിയായോ ഇക്കഥ വായിച്ചെടുക്കാം. ഇക്കാലത്ത് വർദ്ധിച്ചുവരുന്ന പലതരം തീവ്രവാദ മൗലികവാദധാരകളുടെയും പിന്നാലെ വൈകാരികസമ്മർദ്ദം ഈ അംശത്തോടു ബന്ധപ്പെടുന്നതാവില്ലേ? വ്യക്തിതലത്തിൽ മാത്രമല്ല, സമൂഹതലത്തിലും രാഷ്ട്രീയതലത്തിലും അന്താരാഷ്ട്രബന്ധങ്ങളുടെ തലത്തിലുമെല്ലാം പ്രസക്തമായി വ്യാഖ്യാനിക്കാവുന്ന ഒരു Parable ആയിത്തീരുന്നു ഈ കഥ.

ഐറണിയുടെ സമർത്ഥമായ പ്രയോഗത്തിലൂടെ എസ്റ്റാബ്ലിഷ്മെന്റുകളുടെ മാനവികതാ വിരുദ്ധമായ പ്രവർത്തനത്തെയും വ്യക്തി വിധേയനാകേണ്ടി വരുന്ന അപമാനവീകരണത്തിന്റെയും കഥ പറയുന്ന 'പരിത്രാണായ' വാർദ്ധക്യങ്ങളുടെ നിരാലംബത ആവിഷ്കരിക്കുന്ന 'ഇരുട്ടിൽത്തനിയേ', 'ചുറ്റും നടമാടുന്ന ഏതു ക്രൂരതയേയും എന്റർടെയ്ൻമെന്റായി ആസ്വദിക്കാൻ കഴിയുന്ന 'ഉയർച്ച'യിലേക്കെത്തിക്കൊണ്ടിരിക്കുന്ന മലയാളി സമൂഹത്തെ കാണിച്ചു തരുന്ന 'സ്റ്റണ്ട്' പൊതുബോധത്തിനെതിരെ വിശേഷബോധം സൃഷ്ടിക്കാൻ ശ്രമിക്കുന്നവനെ പൊതുബോധം ഭ്രാന്തനെന്നു കല്പിക്കുന്നതിലെ വൈപരീത്യം ആവിഷ്കരിക്കുന്ന 'എനിക്കുപറയാനുള്ളത്'. എന്നിങ്ങനെ ചെറുതെങ്കിലും കനമുള്ള കഥകൾ ഇനിയും ഈ സമാഹാരത്തിലുണ്ട്.

കാരൂരിന്റെ കഥാപാത്രം ചെത്തിയെടുക്കുന്ന മരപ്പാവയെപ്പോലെ പ്രകാശൻ കഥകളുടെ ചെറിയ ചെറിയ ശില്പങ്ങൾ ചെത്തിമിനുക്കിയെടുക്കുകയാണ്. കഥയല്ലാതുള്ള സകലതും ചെത്തിക്കളഞ്ഞ് നമുക്കു മുന്നിൽ വെക്കുമ്പോൾ അവ കഥയ്ക്കു ചുറ്റുമുള്ള നിരവധി കാര്യങ്ങൾ നമ്മോടു സംസാരിക്കുകയും ചെയ്യുന്നു.

കാലാളുകളുടെ ചതുരംഗം
പി വി അഷറഫിന്റെ കഥാലോകം

മലയാളത്തിലെ ഏറ്റവും സജീവമായ സാഹിത്യരൂപമാണ് ഇന്ന് ചെറുകഥ. മുകുന്ദനെയും സക്കറിയയെയും സേതുവിനെയും പോലുള്ള മുതിർന്ന എഴുത്തുകാർ പുതിയ ചരിത്രഘട്ടങ്ങളിലൂടെ അഗാധവ്യസനങ്ങൾക്ക് കഥാരൂപം നല്കിക്കൊണ്ട് ഒരു രണ്ടാംവരവ് സാക്ഷാൽക്കരിക്കുകയും അവർക്കു തൊട്ടുമുൻപേ വന്ന എൻ എസ് മാധവൻ തുടങ്ങിയവർ സജീവമായി കഥകളെഴുതിക്കൊണ്ടിരിക്കുകയും പുതിയ നിരവധി എഴുത്തുകാർ രംഗത്തു വന്നു നിറയുകയും ചെയ്യുന്ന ഒരു പുഷ്കലകാലമാണിത്. ഇങ്ങനെയൊരു കാലാവസ്ഥയിൽ നിന്നുകൊണ്ടാണ് നമ്മുടെ ചരിത്രഘട്ടത്തിൽ ഇടത്തരം മനുഷ്യരുടെ പ്രശ്നങ്ങളും പ്രതിസന്ധികളും കഥയിലേക്ക് പ്രക്ഷേപിക്കാൻ പി വി അഷറഫ് എന്ന പുതിയ കഥാകാരൻ ഒരുമ്പെടുന്നത്. മിഥ്യാധാരണകൾ പ്രത്യയശാസ്ത്രത്തിന്റെയും രൂപം കൈക്കൊള്ളുന്നു എന്നത് നാം ജീവിക്കുന്ന ചരിത്രഘട്ടത്തിന്റെ വിപര്യയമാണ്. അവ പക്ഷേ, ജീവിതത്തിൽ പ്രവർത്തിക്കുന്നത് മിഥ്യകളായല്ല, യാഥാർത്ഥ്യങ്ങളായാണ്. അവ മനുഷ്യരുടെ ബോധത്തെ മാത്രം സ്വാധീനിക്കുന്ന ധാരണകളല്ല. ശരീരങ്ങളെത്തന്നെ നിയന്ത്രിക്കുന്ന ഭൗതികശക്തികളാണ്. മതം, ജാതി, വംശം, ദേശം എന്നിങ്ങനെയുള്ള ബോധാംശങ്ങൾ പ്രവർത്തിക്കുന്ന യാഥാർത്ഥ്യങ്ങളായി മാറുന്നു എന്നത് നാം അനുഭവിച്ചുകൊണ്ടിരിക്കുകയാണല്ലോ. ഈ അനുഭവമണ്ഡലത്തിന്റെ അനുലോമവും പ്രതിലോമവുമായ വശങ്ങൾ പരിശോധിക്കുന്ന കഥയാണ് 'മഴ പെയ്തപ്പോൾ.' ഗുജറാത്ത് വംശഹത്യയാണ് കഥാപശ്ചാത്തലം. ആളിപ്പടരുന്ന കലാപപ്പേമാരിയിൽ ഒറ്റപ്പെട്ട ഒരു സ്ത്രീയുടെയും പുരുഷന്റെയും ഇത്തിരി നേരമാണ് കഥാകാരൻ വരയ്ക്കുന്നത്.

ജാതിവ്യത്യാസത്തിന്റെയും മതഭേദങ്ങളുടെയും അതിർഭേദിക്കുന്ന

ഒറ്റപ്പെടലിന്റെ തീക്ഷ്ണത. സ്നേഹം പകരുകയും നുകരുകയും ചെയ്യുക എന്നതാണ് ആ നിമിഷങ്ങളുടെ ഏക പോംവഴി. എല്ലാ കലാപങ്ങളുടെയും തായ്‌വേര് ആണ്ടിറങ്ങുന്നത് സ്നേഹശൂന്യതയിലാണെന്ന് ഈ കഥ പറയുന്നു. അഥവാ കലാപങ്ങൾക്കു പിന്നിൽ മിഥ്യാധാരണകൾ പ്രത്യയശാസ്ത്രങ്ങളുടെ രൂപമാർജ്ജിച്ചുകൊണ്ട് ജീവിതത്തിൽ പ്രവർത്തിക്കുമ്പോൾ അവയ്ക്കു കഴിയുക ദുരന്തങ്ങൾക്ക് ജന്മം നല്കുക മാത്രമാവുമെന്ന് ഈ കഥ തീവ്രമായി തിരിച്ചറിയുന്നു. ഓരോ ജീവജാതികളിൽനിന്നും ഓരോ ജോഡി ഇണകളെ കയറ്റിപ്പോകാൻ കഴിയുന്ന ഒരു നോഹയുടെ പെട്ടകത്തെക്കുറിച്ച് നിരാശയോടെയാണെങ്കിലും ചിന്തിച്ചു പോകുന്നുണ്ട് കഥാകാരൻ.

'ചിതയെരിയും നേരം' ഒരു സുഹൃത്തിന്റെ അകാല വിയോഗം വിഷയമായെടുക്കുന്ന കഥയാണ്. മരണം മുൻകൂട്ടിക്കാണുന്നപോലെ പെങ്ങളുടെ കല്യാണത്തിന് മണവാളനെപ്പോലെ അണിഞ്ഞൊരുങ്ങി നിന്ന ശ്രീനിയുടെ മരണം സുഹൃത്തിലുണ്ടാക്കിയ വേദനയെ കുറച്ചു വാക്കുകളിൽ ആവിഷ്കരിക്കുന്ന കഥയാണിത്. വൈലോപ്പിള്ളി പറഞ്ഞിട്ടുണ്ട്. 'ജീവിതം എന്നത് ചില മുന്തിയ മാത്രകൾ മാത്രം' എന്ന്. ജീവിതത്തിലെ ഒരുപക്ഷേ, മറ്റുള്ളവർക്ക് നിസ്സാരമെന്നു കരുതാവുന്ന ചില മാത്രകളെ മുന്തിയവയാക്കി മാറ്റുകയാണ് അഷറഫ് ചെയ്യുന്നത്. അഷറഫിന്റെ പല കഥകളും ഇങ്ങനെ ചില ഉജ്ജ്വല നിമിഷങ്ങളിൽനിന്നാണ് തുടങ്ങുന്നത്. പല കഥകളും ഇടിമിന്നലിൽ ദൃശ്യമാവുന്ന ജീവിതഖണ്ഡമാണ്. അതിൽ ഒരു കേന്ദ്രമുണ്ട്. അത്യാവശ്യം മാത്രം ചുറ്റുവട്ടമുണ്ട്. അതിനപ്പുറം അവയെ പൊലിപ്പിക്കാൻ എഴുത്തുകാരൻ തയ്യാറാവുന്നില്ല. ഇത് ചെറുകഥ എന്ന സാഹിത്യ രൂപത്തിൽ ശില്പത്തെക്കുറിക്കുന്ന ഒരു വെളിച്ചം ഉല്പാദിപ്പിക്കുന്നുണ്ട്. ഊറിക്കൂടുന്ന ഭാവം തന്നെയാണ് രൂപമെന്ന ഫ്രെഡറിക് ജെയിംസണിന്റെ വാദം അഷറഫ് സാധൂകരിക്കുന്നുണ്ട്. 'കാല്പാടുകൾ' എന്ന കഥയിൽ യഥാർത്ഥത്തിൽ കാലത്തെത്തന്നെയാണ് എഴുതുന്നത്. ബ്ലാക്ക് ആന്റ് വൈറ്റ് ഫോട്ടോ പോയ കാലത്തെത്തന്നെയാണ് എഴുതുന്നത്. ആ കാലത്തിന്റെ സൗന്ദര്യവും ആ സൗന്ദര്യത്തോടുള്ള അഭിനിവേശവുമാണ് ആ കാലത്തെ അടയാളപ്പെടുത്തുന്നത്. ലക്ഷ്മിത്തമ്പുരാട്ടി കാല പരിണാമത്തിന്റെ ഇരയാണ്. ഭർത്താവിന്റെ കച്ചവടം പൊളിഞ്ഞു. മകൻ അമ്മയെ ഉപേക്ഷിച്ചു പോയി ഈ ഭൗതിക നഷ്ടങ്ങൾ ലക്ഷ്മിത്തമ്പുരാട്ടിയുടെ മിനുക്കങ്ങളുടെ നഷ്ടപരിണാമം തന്നെയാണ്. ആരും കുറ്റക്കാരല്ല. അവസാനം ആവുമെങ്കിൽ അത് കാലം മാത്രമാണ്. കടല വിറ്റു നടന്ന സേതു ഇന്ന് അമ്പതു രൂപ ചോദിച്ച തമ്പുരാട്ടിക്ക് ഒരു കെട്ട് നോട്ട് എടുത്തു കൊടുക്കാൻ പ്രാപ്തനാണ്. പക്ഷേ, തമ്പുരാട്ടി തന്നെ തോല്പിച്ച കാലത്തെ തിരിച്ചു തോല്പിക്കുന്നുണ്ട്. നോട്ടുകെട്ടിൽനിന്ന് അൻപതുരൂപ മാത്രമെടുത്തുകൊണ്ട് ബാക്കി തിരിച്ചേല്പിക്കുമ്പോൾ തമ്പുരാട്ടി തോല്പിക്കുന്നത് കാലത്തെയാണ്. കാലത്തെ കാല്ക്കീഴിലമർത്തി ഞെരിക്കുമ്പോൾ അവൻ ഒരു ആത്മസംതൃപ്തി അനുഭവിക്കു

ന്നുണ്ടാവും. ആ അനുഭവമാണ് അവരെ കഥാപാത്രമാക്കി മാറ്റുന്നത്. കാലവും ചരിത്രവും അടിച്ചു പരിക്കേല്പിക്കുമ്പോഴും 'തകർക്കാം പക്ഷേ, തോല്പിക്കാനാവില്ല.' എന്നു വിളിച്ചു പറയുന്ന ജീവിതത്തിന്റെ ആ കൊടിപ്പടം താഴ്ത്താത്ത മനുഷ്യൻ എന്ന വിസ്മയത്തെ എഴുതുന്നതു കൊണ്ടാണ് ഈ കഥ നല്ല കഥയാവുന്നത്. യാത്രയുടെ അന്ത്യവും ഒരു തരത്തിൽ കാലപരിണതിയുടെ കഥയാണ്. ഭാര്യയുടെ സ്വർണ്ണം വിറ്റു കച്ചവടം തുടങ്ങി പൊളിയുന്ന സുധാകരൻ ഒടുവിൽ വൃക്കമോഷണത്തിന്റെ ചതിയിൽ കുടുങ്ങുന്നതാണ് കഥ. സ്ഥലവും കാലവും തീർക്കുന്ന ചതുരംഗപ്പലകയായി സാധാരണ മനുഷ്യന്റെ ജീവിതം മാറുകയാണ്. അങ്ങനെ നിസ്സഹായനായ സാധാരണക്കാരനാണ് അഷറഫിന്റെ കഥാവസ്തു. ഇയാൾ എപ്പോഴും തന്നെ കളിയിൽ തോല്ക്കുന്നവനാണ്. (ഒരു പക്ഷേ, തോല്ക്കുന്നവനാണ് എക്കാലത്തും നല്ല സാഹിത്യത്തിന്റെ ഉറവിടങ്ങൾ) ഓരോ കളിയിലും പരാജയം ഓരോ വിധത്തിലെന്നേ ഉള്ളൂ. കാരണം ഇയാളുടെ ചതുരംഗക്കളത്തിൽ രാജാവോ മന്ത്രിയോ ഇല്ല. തേരും ആനയും ഇല്ല. വെറും കാലാളുകൾ മാത്രം. കാലാളുകൾ മാത്രമുള്ള ചതുരംഗമാണ് അഷറഫിന്റെ കഥാലോകം. അതുകൊണ്ടുതന്നെ ഞാനും നിങ്ങളും ജീവിക്കുന്ന സമയസന്ധിയോട് ആ കഥാലോകം ഒട്ടി നില്ക്കുന്നു. 'നാനോ കണങ്ങൾ' എന്ന കഥയിലെ ഇടത്തരക്കാരന്റെ മനസ്സ് സൃഷ്ടിച്ചെടുക്കുന്ന സ്വന്തം തടവുമുറി, പീഡനത്തിനിരയായി മരണം സമ്മാനമായി കിട്ടുന്ന സുനന്ദയുടെ കഥ പറയുന്ന 'ഉറക്കം തൂങ്ങുന്ന കസേര', വഞ്ചിക്കപ്പെടുന്ന സ്ത്രീത്വം ജന്മം നല്കുന്ന അനാഥബാല്യം, ഒരു യുവതിയുടെ ലൈംഗികാഭിലാഷത്തെപ്പോലും ആവിഷ്കരണം കൊണ്ട് സബ്ലിമേറ്റ് ചെയ്തെടുക്കുന്ന 'ഉറകൾ' എന്ന കഥ ഇങ്ങനെ അഷറഫിന്റെ കഥാലോകം സമ്മാനിക്കുന്നത് ശരി തെറ്റുകളുടെ ഏറ്റുമുട്ടലുകളല്ല. ശരികൾ തമ്മിൽ അഭിമുഖീകരിക്കുമ്പോൾ സംഭവിക്കുന്ന നഷ്ടവും ഒറ്റപ്പെടലുകളുമാണ്. ഇതൊരു വൈരുദ്ധ്യമാണ്. ഈ വൈരുദ്ധ്യങ്ങളെയാണ് അഷറഫ് എന്ന കഥാകൃത്ത് എഴുതുന്നത്. അതേ, തേരുകളും ആനകളും അല്ലെങ്കിൽ രാജാവും മന്ത്രിയും ഒന്നുമായി വളർന്നെത്താൻ കഴിയാത്ത അറുപത്തിനാലു കളങ്ങളുടെ കറുപ്പിലും വെളുപ്പിലും ഒരുപോലെ അന്ധാളിച്ചു നിന്നു പോകേണ്ടി വരുന്ന വെറും കാലാളുകളുടെ കളിക്കളം തന്നെയാണ് അഷറഫ് എഴുതുന്നത്. അതുകൊണ്ട് നാം ജീവിക്കുന്ന ചരിത്രഘട്ടത്തിന്റെ ഒരു ബൃഹത് ബിംബം തന്നെയായി ഈ കഥാലോകം മാറുന്നു.

നായാടിയും നമ്പൂതിരിയും പിന്നെ ഒരു മുളവടിയും

ഹിന്ദുവും ഹിന്ദുത്വവും ചരിത്രത്തിലൂടെ

നായാടി മുതൽ നമ്പൂതിരിവരെയുള്ളവരെ ഐക്യപ്പെടുത്തി ഹിന്ദു എന്ന പൊതുലേബലൊട്ടിച്ച് ഹിന്ദുത്വ രാഷ്ട്രീയ ശക്തിയാക്കി മാറ്റാനുള്ള സംഘടിതമായ യത്നങ്ങൾ അരങ്ങേറുന്ന സന്ദർഭമാണിത്. മാത്രമല്ല ഹിന്ദുത്വം അടിസ്ഥാന പ്രചോദനമായി സ്വീകരിക്കുന്നു. പറയുന്നവർ തന്നെ സമീപകാലത്തു സ്വീകരിച്ച പല നയങ്ങളും നിലപാടുകളും മത ത്തിനും ദർശനങ്ങൾക്കുമപ്പുറം കേവല ഫാസിസത്തിന്റെ സ്വഭാവമാർജ്ജി ക്കുന്നു എന്നതും ഗൗരവപൂർവ്വം പരിഗണിക്കണം. അപ്പോൾ സമൂഹ ത്തിന്റെ ഏറ്റവും അടിത്തട്ടു മുതൽ മുകൾപ്പരപ്പുവരെ ഫാസിസ്റ്റു രാഷ്ട്രീ യത്തെ എത്തിക്കാനുള്ള ഒരു സംഘടിത ശ്രമമായി ഇതിനെ പരിശോധി ക്കേണ്ടി വരുന്നു. ഈ പരിശോധനയിൽ ഒരു വാൾത്തലയുടെ മൂർച്ചയും മിനുക്കവും സ്വീകരിച്ചുകൊണ്ട് നമ്മുടെ നാട്ടിലേക്ക് എഴുന്നു വരുന്ന ചരി ത്രത്തിന്റെ ചില ഏടുകൾ ഇവിടെ എടുത്തുകാണിക്കുകയാണ്.

ആദ്യം തന്നെ ഇന്നു വരെയുള്ള ചരിത്രാന്വേഷണങ്ങൾ കാര്യമായ എതിർപ്പുകളില്ലാതെ തന്നെ സിദ്ധാന്തീകരിച്ചിട്ടുള്ള ചില വസ്തുതകൾ ക്രോഡീകരിക്കാം.

1. ഒരുപാടു വ്യത്യസ്ത വിശ്വാസങ്ങളുടെ ഒരു സമാഹാരമാണ് ഹിന്ദുമതം എന്ന പേരിൽ വിവക്ഷിക്കപ്പെടുന്നത്.

2. ഹിന്ദുമതം എന്ന് ഇന്ന് വിശേഷിപ്പിക്കപ്പെടുന്ന സമ്പ്രദായത്തിന്റെ ഏറ്റവും മികവാർന്ന വശം അതിന്റെ തുറന്ന അറ്റമാണ്. (A system with an open end Dr. S Radhakrishnan)

3. ഹിന്ദുമതം എന്ന സംജ്ഞ വേദങ്ങളിലോ പുരാണേതിഹാസങ്ങ ളിലോ മനുസ്മൃതിയിൽത്തന്നെയോ ഇല്ല. വൈദികമതം, ആര്യമതം എന്നി ങ്ങനെയുള്ള സംജ്ഞകളാണ് ഇവിടെ ഉപയോഗിക്കുന്നത്. ആ സംജ്ഞ കളുടെ വിവക്ഷാപരിധിയിൽ ബ്രാഹ്മണനും ക്ഷത്രിയനും വൈശ്യനുമൊ

ഴികെ ഇന്നു കണക്കാക്കുന്ന ആരുമുണ്ടായിരുന്നില്ല. ഏതാണ്ട് ശങ്കരാചാര്യർക്കു മുൻപു വരെ ഇന്നു ഹിന്ദുക്കൾ എന്നുവിളിക്കപ്പെടുന്നവരിൽ മുക്കാൽ പങ്കും ഹിന്ദുക്കൾ അല്ലായിരുന്നു അപ്പോൾ ആയിരക്കണക്കിനു കൊല്ലത്തെ 'ഹിന്ദുസംസ്കാരം' എന്നൊക്കെ പറയുന്നത് ശുദ്ധമായ ഒരു ഇല്ലായ്മയാണ്.

4. ആര്യമതത്തിൽ രൂഢമൂലമായിരുന്ന ശ്രേണീകൃത ജാതിവ്യവസ്ഥയുടെ വേരുകളെ ആഴത്തിൽ ഇളക്കിയത് ബുദ്ധ ജൈനമതങ്ങളായിരുന്നു. ഒരു പ്രത്യേക ഘട്ടത്തിൽ ദക്ഷിണ ഭാരതം മുഴുവനായും ബുദ്ധ ജൈന ചിന്തകൾ ഗ്രഹിക്കും എന്ന അവസ്ഥ വന്നപ്പോൾ അതിനോടുള്ള ആദ്യത്തെ ആര്യമതപ്രതികരണമായാണ് ശ്രീശങ്കരന്റെ വേദാന്തം പ്രവർത്തിച്ചത്. ബ്രാഹ്മണമേധാവിത്വത്തിലുള്ള ത്രിവർണ്ണാധിപത്യം മനു അരക്കിട്ടുറപ്പിച്ചപ്പോൾ ദക്ഷിണ ഭാരതത്തിൽനിന്ന് വടക്കോട്ടു വ്യാപിച്ച ഒരു പ്രതിശക്തിയായിരുന്നു ശ്രീശങ്കരന്റെ അദ്വൈതം. അതിലൂടെ ഉലഞ്ഞു കൊണ്ടിരുന്ന ആര്യമതത്തെ താത്വികമായി ഉറപ്പിച്ചെടുക്കാനും വിവിധ കേന്ദ്രങ്ങളിൽ ഏർപ്പെടുത്തിയ താത്വികപാഠശാലകളിലൂടെ ശങ്കരമഠങ്ങൾ പ്രയോഗതലത്തിൽ അദ്വൈതവേദാന്തത്തിന്റെ പ്രസക്തി നിലനിർത്താനും ശ്രീശങ്കരൻ ആണ് കാരണം. അതിന്റെ ദൃഷ്ടാന്തമാണ് അദ്ദേഹം ക്രോഡീകരിച്ച സന്ന്യാസക്രമം ഇന്നും നിലനില്ക്കുന്നത്.

5. ശങ്കരാചാര്യരുടെ സർവ്വാശ്ലേഷിയായ ദാർശനിക അധിനിവേശത്തിനുശേഷവും യഥാർത്ഥത്തിൽ ബുദ്ധ ജൈന മതങ്ങളുടെ സാരസത്തായിരുന്ന സർവ്വസാഹോദര്യം ആര്യമതത്തിന്റെ വൃത്തത്തിനു പുറത്തു നടന്നിരുന്ന അവർണ്ണ ജനതയുടെ അബോധത്തെ സ്വാധീനിച്ചിരുന്നു. പിന്നീടുയർന്നുവന്ന ഭക്തിപ്രസ്ഥാനത്തിലൂടെ ഈ അവർണ്ണവിഭാഗം അവരുടെ ആശയലോകം ആവിഷ്കരിക്കുകയുണ്ടായി. ക്ലാസിക്കൽ തമിഴ് സാഹിത്യത്തെ സമ്പന്നമാക്കിയ പല രചനകളും ശൈശവരുടേതായിരുന്നു. ദ്രാവിഡന്റെ അനാര്യമായ ആത്മീയകലാപത്തിന്റെ ആദിമ പ്രരൂപമായിരുന്നു ശിവശക്തി. തിരുനാവുക്കരശിന്റെ ദേവാരം സംഹിതയും ശ്രീനാരായണഗുരുവിന്റെ ശിവപ്രതിഷ്ഠയുമൊക്കെ ഈ ദ്രാവിഡമായ ആത്മീയകലാപത്തിലേക്ക് വിരൽചൂണ്ടുന്നത്. ശൈവർ ഹിന്ദുക്കളേ ആയിരുന്നില്ല.

6. ശൈവചിന്തയ്ക്കു സമാന്തരമായി സവർണ്ണ പിന്തുണയോടെ ഉയർന്നുവന്ന വൈഷ്ണവചിന്തയും ഉത്തരേന്ത്യയിൽ ഏതാണ്ടൊരു മതത്തിന്റെ രൂപഭാവങ്ങൾ ആർജ്ജിക്കുകയുണ്ടായി. രാജാറാം മോഹൻ റോയ് ഒരു സമ്പൂർണ്ണ വൈഷ്ണവനായിരുന്നു.

7. ചരിത്രത്തിന്റെ പിന്നീടുള്ള ഒരു ഘട്ടത്തിൽ വെച്ചു മാത്രമാണ് വൈഷ്ണവ-ശൈവ ചിന്തകളെ സമന്വയിപ്പിക്കാൻ കഴിയും വിധം ത്രിമൂർത്തി സങ്കല്പം രൂപപ്പെട്ടത്. ബുദ്ധമതത്തെ താത്വികമായി നേരിടാൻ കഴിയാതെ വന്നപ്പോൾ ബുദ്ധൻ വിഷ്ണുവിന്റെ അവതാരമാണെന്ന് സിദ്ധാന്തം ചമച്ചുകൊണ്ടാണ് ആര്യമതത്തിന്റെ ശ്രേഷ്ഠനേതൃത്വം പിടിച്ചു നിന്നത്.

8. ഹിന്ദു എന്നും ഹിന്ദുസ്ഥാൻ എന്നുമുള്ള സംജ്ഞകൾ ഇസ്ലാമിന്റെ വരവിനു ശേഷം രൂപപ്പെട്ടതാണെന്നും സിന്ധു നദിക്കും സമുദ്രത്തിനുമിടയിലെ പ്രദേശത്തെയും ജനതയെയുമാണ് അത് സൂചിപ്പിക്കുന്നത് എന്നതും ചരിത്രസത്യം തന്നെയാണ്.

ഇവിടെ അക്കമിട്ടു പറഞ്ഞ ഇക്കാര്യങ്ങൾ ഇന്ത്യാചരിത്രത്തെ സംബന്ധിക്കുന്ന ഗൗരവമേറിയ ഗവേഷണ പഠനങ്ങളിലൂടെ സ്ഥാപിക്കപ്പെട്ടതും (സംഘപരിവാരജ്ഞാനികളൊഴികെ) ഏതാണ്ട് മുഴുവൻ ബൗദ്ധികലോകവും അംഗീകരിച്ചിട്ടുള്ളതുമായ പൊതുധാരണകളാണ്. ഇവ ഇവിടെ അക്കമിട്ടു പറഞ്ഞത് ഒരൊറ്റ ആശയം വ്യക്തമാക്കാൻ വേണ്ടി മാത്രമാണ്. അതിതാണ്, നായാടി മുതൽ നമ്പൂതിരി വരെയുള്ള ജനവിഭാഗങ്ങൾ അവരുടെ ചരിത്രജീവിതത്തിൽ ഒരിക്കലും ഒരു മതത്തിൽ പെട്ടവരായിരുന്നില്ല. നായാടി മുതൽ കായ്ഥൻ വരെയുള്ളവർ 'ഹിന്ദുക്കളായി പരിഗണിക്കപ്പെട്ടിരുന്നില്ല.

യഥാർത്ഥ വസ്തുത ഏതാണ്ടിങ്ങനെയാണെന്ന് യുക്തിപൂർവ്വം തന്നെ കരുതാവുന്നതാണ്. ഇസ്ലാമിന്റെ അധിനിവേശവും പിന്നീട് ബ്രിട്ടീഷ് ക്രിസ്തീയതയുടെ സ്വാധീനവും വന്നപ്പോൾ ഇന്ത്യൻ സവർണ്ണ അവർണ്ണർക്ക് ഒരു സ്വത്വ പ്രതിസന്ധി നേരിട്ടു. തങ്ങളുടേതായ ഒരു സമസ്വത്വം ആവശ്യമാണെന്നും ഇസ്ലാമിനും ക്രിസ്ത്യാനിക്കും ഉള്ളതുപോലെ ഒരടിസ്ഥാന ഗ്രന്ഥം ആവശ്യമാണെന്നും വന്നപ്പോഴാണ് വേദത്തെ അടിസ്ഥാനഗ്രന്ഥമായും ഹിന്ദു എന്നു പിന്നീടു വിളിക്കപ്പെട്ടതിനെ വൈദിക മതമായും അവരംഗീകരിച്ച് പ്രചരിപ്പിക്കാൻ തുടങ്ങിയത്. എന്നിട്ടും 1875 ൽ ആര്യസമാജം സ്ഥാപിച്ച ദയാനന്ദ സരസ്വതി പോലും 'ഹിന്ദു' എന്ന വാക്ക് ഉപയോഗിക്കുന്നില്ല. 1894 ൽ മഹാരാഷ്ട്രയിലെ അയിത്തവിഭാഗമായ 'മഹർ' ജാതിയിൽപ്പെട്ട പണ്ഡിറ്റ് കൊണ്ടിരാം എഴുതിയ കവിതയിൽ ഇങ്ങനെ ചില വരികളുണ്ട്.

We do not know Brahma, Vishnu.
Krishna, Rukmini, or Rama-Sota-
Our God's names: Satvi, Jawai Etc..
Burn the Brahmanical Scriputes
This is the warning of KondiRam"
(Quated in Ambedkar's World page 30)
By Elenor Zelliot)

മഹറുകളും മാങ്ങുകളും ചാമർമാരും ഉൾപ്പെടെയുള്ള അയിത്തജാതികൾ ഹിന്ദുമതത്തിന്റെ ഭാഗമായിരുന്നില്ല. വൈദികമതത്തിന്റെയോ അത് ഉദ്ഘോഷിക്കുന്ന ദൈവങ്ങളുടെയോ അവർക്കുള്ള ആരാധനാരീതികളുടെയോ ഒന്നും അനുഗ്രഹഹസ്തം ഭൂരിപക്ഷം വരുന്ന ശൂദ്രരുടെയും അതിലും താഴെയുള്ളവരുടെയും നേർക്കു നീണ്ടിരുന്നില്ല. അവരുടെ വിശ്വാസങ്ങൾ വേറെയായിരുന്നു. അവരുടെ ദേവതകൾ വേറെയായിരുന്നു. അവരുടെ ആരാധനാരീതികളും വേറെയായിരുന്നു. ചുരുക്കത്തിൽ ഇന്ന് സംഘപരിവാർ പറയുന്ന ഹിന്ദുത്വത്തിന്റെ ഭാഗമായിരുന്നില്ല ഭൂരിപക്ഷം സാധാ

രണ ജനതയും.

(ഇങ്ങു കേരളത്തിലും ഈഴവർ തൊട്ടു താഴോട്ടുള്ള ജനവിഭാഗങ്ങളിൽ കണ്ണശ്ശന്മാർക്കും തുഞ്ചത്ത് എഴുത്തച്ഛനും ശേഷം മാത്രമാണ് രാമനും കൃഷ്ണനും ദൈവങ്ങളായി പ്രത്യക്ഷപ്പെട്ടതെന്നോർക്കുക. ആര്യമതം സംഭാവന ചെയ്ത ഈ ഈശ്വരന്മാരെ വികേന്ദ്രീകരിച്ചു നല്കി എന്നതാണ് എഴുത്തച്ഛന്റെ സംഭാവന. പിന്നീട് ക്ഷേത്രപ്രവേശനം കൂടി ലഭ്യമായതോടെ മാത്രമാണ് മുൻപറഞ്ഞ അയിത്തജാതിക്കാർ യഥാർത്ഥത്തിൽ ഒരു പൊതു മതബോധത്തിലേക്ക് പ്രവേശിക്കാൻ തുടങ്ങുന്നത്).

ഇപ്പറഞ്ഞ ചരിത്രവസ്തുതകൾ അംഗീകരിക്കുകയാണെങ്കിൽ നമുക്ക് മറ്റൊരു ചോദ്യത്തെ നേരിടേണ്ടിവരും. ഹിന്ദു എന്നതും ഹിന്ദുത്വം എന്നതും ഒരു രാഷ്ട്രീയ സംസർഗ്ഗമായി വ്യാഖ്യാനിച്ചതും പ്രയോഗതലത്തിൽ ഉപയോഗിച്ചതും രാഷ്ട്രീയ സ്വയം സേവക സംഘമാണല്ലോ. 1925 ലെ വിജയദശമി ദിനത്തിൽ മഹാരാഷ്ട്രയിലെ നാഗ്പൂരിൽ കേശവ് ബാലിറാം ഹെഡ്ഗേവാർ ഉയർത്തിയ ആ കൊടിയും മുളവടിയും ഏതു ചരിത്രസാഹചര്യത്തോടുമുള്ള പ്രതികരണമായാണ് ഉയർന്നുവന്നത്? അഥവാ 1913 ൽ തന്നെ സവർണ്ണ വിഭാഗം ഹിന്ദു താല്പര്യം എന്നു വിവരിച്ച ആശയങ്ങളുടെ അവകാശങ്ങളും ഉന്നയിക്കാനും സംരക്ഷിക്കാനും വേണ്ടി ഹിന്ദുമഹാസഭ എന്ന സംഘടന സ്ഥാപിതമായി കഴിഞ്ഞിരുന്നു എന്ന വസ്തുതയും മുന്നിലുള്ളപ്പോൾ ഹിന്ദു മഹാസഭ എന്ന ഒരുകാരണവർ സംഘടന കൊണ്ട് സാധിക്കാൻ കഴിയാത്ത എന്ത് താല്പര്യസംരക്ഷണമാണ് RSS ന്റെ രൂപീകരണംകൊണ്ട് സാധിക്കാൻ ശ്രമിച്ചത്?

പത്തൊമ്പതാം നൂറ്റാണ്ടിന്റെ മൂന്നാം പാദം മുതൽ ഇരുപതാം നൂറ്റാണ്ടിന്റെ ഒന്നാം പാദം അവസാനിക്കുന്നതുവരെയുള്ള ഏതാണ്ട് അമ്പതു വർഷക്കാലത്തിനിടയിൽ ഇന്ത്യയുടെ മദ്ധ്യഭാഗത്തും വടക്കു പടിഞ്ഞാറൻ ഭാഗത്തും തെക്കു ഭാഗത്തും സംഭവിച്ച കുറേയധികം സംഭവങ്ങളുടെ പശ്ചാത്തലത്തിലാണ് RSS രൂപീകരണത്തെ കാണേണ്ടത്. അങ്ങനെ കാണുമ്പോൾ ഒരു വസ്തുത അസന്നിഗ്ദ്ധമായി വ്യക്തമാകും. ശൂദ്രനും ദളിതനും പഞ്ചമനും തൊഴിലാളിയും ഉണർന്നും ഉയർന്നും സംഘടിച്ചും മുന്നോട്ടു വരാൻ തുടങ്ങിയ ഒരു ചരിത്രസന്ദർഭത്തിൽ ആ മുന്നേറ്റങ്ങളെ കായികമായിത്തന്നെ നേരിട്ട് അടിച്ചമർത്തി ബ്രാഹ്മണാധിപത്യത്തിനു വിധേയമായി നിർത്താൻ വേണ്ടി സായുധമായി സംഘടിപ്പിക്കപ്പെട്ട സൈനിക സംഘടനയായിരുന്നു സ്വയം സേവക സംഘ (തൊണ്ണൂറു വർഷങ്ങൾക്കുശേഷം ഇന്നത്തെ രാഷ്ട്രീയ കാലാവസ്ഥയിലും അധികാരം നേടിയെടുക്കാൻ ദളിതനെയും ആദിവാസിയെയും മറ്റു പിന്നോക്ക സമുദായങ്ങളെയും താലോലിക്കുന്ന RSS അതിന്റെ ജന്മലക്ഷ്യം വിസ്മരിച്ചിട്ടില്ലെന്നതിനു തെളിവാണ് എല്ലാത്തരം സംവരണങ്ങളും നിർത്താൻ ചെയ്യുമെന്ന അവരുടെ വാദം. സംഘപരിവാരത്തിലേക്ക് ചേക്കേറുന്ന ദളിതനും പിന്നോക്ക സമുദായക്കാരനും ഈ ചരിത്രം സൂക്ഷ്മമായും പഠിക്കേണ്ടതുണ്ട്) ഈ നിഗമനങ്ങളിലേക്കു നയിക്കുന്ന പ്രധാന ചരിത്രസംഭവങ്ങളെ

താഴെ പറയുന്ന രീതിയിൽ ക്രോഡീകരിക്കാം.

1. 1873 സെപ്തംബറിൽ ജ്യോതിറാവു ഫുലെ എന്ന അബ്രാഹ്മണൻ സത്യസോധക് സമാജ് എന്ന സംഘടന രൂപീകരിക്കുകയും ജാതിവിവേചനത്തിനും അയിത്തത്തിനുമെതിരായി പോരാട്ടം ആരംഭിക്കുകയും ചെയ്യുന്നു. ബ്രാഹ്മണമതത്തെയും മനുസ്മൃതിയെയും നഖശിഖാന്തം എതിർക്കുന്നു. തകർക്കപ്പെട്ടവൻ അകറ്റി നിർത്തപ്പെട്ടവൻ എന്നർത്ഥത്തിൽ അസ്പൃശ്യരായിരുന്ന ജനവിഭാഗത്തെ വിശേഷിപ്പിക്കാൻ 'ദളിത്' എന്ന പദം ആദ്യം ഉപയോഗിച്ചത് ഫുലെയാണ്. അദ്ദേഹത്തിന്റെ ഭാര്യ സാവിത്രി ഫുലെയാണ് അയിത്തജാതിയിലെ പെൺകുട്ടികൾക്കു വേണ്ടി ഇന്ത്യയിലെ ആദ്യത്തെ സ്കൂൾ തുടങ്ങിയത്. ഫുലെയുടെ പ്രവർത്തനങ്ങളെ തുടർന്ന് മഹാരാഷ്ട്രയിൽ തന്നെ പണ്ഡിത രാമഭായി, താരാഭായി എന്നിവരും ദളിതരെയും പിന്നോക്കക്കാരെയും വിമോചിപ്പിക്കുന്നതിനു വേണ്ടി പ്രവർത്തിച്ചു.

2. ബറോഡയിലെ ഗെയ്ക്ക് വാദ് രാജാവിന്റെ സഹായത്തോടെ വിദേശത്തുനിന്ന് നിയമത്തിൽ ഡോക്ടർ ബിരുദം നേടി തിരിച്ചുവന്ന അംബേദ്ക്കർ ബ്രാഹ്മണരുടെ കഠിനമായ ജാതി വിവേചനത്തിൽ പ്രതിഷേധിച്ച് ബറോഡ വിട്ട് ബോംബെയിൽ വന്നു താമസമാക്കുന്നു. സീഡെൻഹാം കോളേജിൽ അദ്ധ്യാപകനാകുന്നു. ബ്രാഹ്മണവിരുദ്ധരെന്നു പ്രസിദ്ധി നേടിയ കോൽഹാപൂരിലെ സാഹുമഹാരാജാവുമായിച്ചേർന്ന് ദളിതരെ രാഷ്ട്രീയമായി സംഘടിപ്പിക്കാൻ തുടങ്ങുന്നു. ഇരുവരും മുൻകൈ എടുത്ത് 1920 ൽ നാഗ്പൂരിൽ ആദ്യത്തെ അധഃകൃതവർഗ്ഗസമ്മേളനം വിളിച്ചു ചേർക്കുന്നു. പിന്നീട് സ്വസമുദായമായ മഹറിലെ കുറച്ചു യുവാക്കളെയും അനുഭാവം പ്രകടിപ്പിച്ച ചില സവർണ്ണ ചെറുപ്പക്കാരെയും കൂട്ടി അംബേദ്ക്കർ 'ബഹിഷ്കൃത് ഹിതകാരിണി സഭ' എന്ന സംഘടന രൂപീകരിച്ചു. ഈ സംഘടന പൂന, നാഗ്പൂർ എന്നിവിടങ്ങളിൽ ദളിതരെ സംഘടിപ്പിക്കുകയും ജാതിവിവേചനത്തിനെതിരെ പോരാടാൻ ആഹ്വാനം ചെയ്യുന്ന നിരവധി യോഗങ്ങൾ സംഘടിപ്പിക്കുകയും ചെയ്തു. ഇതിന്റെ ഭാഗമായി പൂനെക്കടുത്തുള്ള 'മഹദ്' എന്ന തടാകത്തിൽനിന്ന് നേരിട്ട് വെള്ളമെടുക്കാനുള്ള ഒരു വമ്പിച്ച ദളിത് സമരം നടത്തുന്നു. ഒരുപക്ഷേ, വൈകുണ്ഠസ്വാമികളുടെ പ്രേരണയിൽ തെക്കൻ തിരുവിതാംകൂറിൽ നടന്ന ചാന്നാർ ലഹളയും അയ്യങ്കാളി നേതൃത്വം നല്കിയ ആദ്യത്തെ കർഷകത്തൊഴിലാളി പണിമുടക്കും കഴിഞ്ഞാൽ, അധഃകൃതരുടെ ആദ്യത്തെ ശ്രദ്ധേയമായ സംഘടിത പ്രക്ഷോഭമായിരുന്നു അത്. ഈ സമരവേദിയിലേക്ക് സംഘടിച്ചെത്തിയ ആയിരക്കണക്കിനു ദളിതർ മനുസ്മൃതി പരസ്യമായി കത്തിച്ചു ചാമ്പലാക്കി.

3. 1919 ലെ മൗണ്ടെഗു ചോംസ്ഫോഡ് റിപ്പോർട്ടിനെ തുടർന്ന് ബ്രിട്ടീഷ് ഭരണം ഇന്ത്യയിലെ അസ്പൃശ്യ ജനതയ്ക്ക് സംഘടനകൾ രൂപീകരിക്കാനും ആവശ്യങ്ങൾ ഉന്നയിക്കാനുമുള്ള സാഹചര്യമൊരുക്കി. ഈ വിഭാഗത്തിന് കൂടുതൽ വിദ്യാഭ്യാസത്തിനുള്ള അവസരവും ഉണ്ടായി. കേരളത്തിൽ SNDPയും പുലയ മഹാസഭയും മാത്രമല്ല NSS ഉൾ യോഗ

ക്ഷേമസഭയുമൊക്കെയുണ്ടാവുന്നത് ഇരുപതാം നൂറ്റാണ്ടിന്റെ ഈ ആദ്യ ദശകങ്ങളിലാണ്.

തമിഴ്നാട്ടിലെ ആദിദ്രാവിഡർ മിഷനറിമാരുടെ സ്വാധീനത്തിൽ മതപരിവർത്തനത്തിനു വിധേയരായി വിദ്യാഭ്യാസത്തിന്റെ ലോകത്തേക്കു കടക്കുന്നതും ഇക്കാലത്താണ്.

ബംഗാളിലെ 'നാമശൂദ്രർ' എന്നറിയപ്പെട്ടിരുന്ന അധഃകൃത വിഭാഗം 1912 ൽ കൽക്കത്ത കേന്ദ്രമാക്കി കേന്ദ്രീകൃതമായ ഒരുജാതി സംഘടന രൂപീകരിക്കുകയും സവർണ്ണാധിപത്യത്തിന് പ്രധാനമായും വൈഷ്ണവാധിപത്യത്തിനെതിരെ പ്രതിഷേധിക്കാൻ തുടങ്ങുകയും ചെയ്തു.

4. ഇരുപതാം നൂറ്റാണ്ടിന്റെ ആരംഭത്തോടെ ദക്ഷിണേന്ത്യയുടെ കേന്ദ്രമായിരുന്ന തമിഴ്നാട്ടിൽ ദളിതനായ പണ്ഡിറ്റ് അയോതിദാസ് South Indian Buddist League എന്ന സംഘടന സ്ഥാപിച്ചു. തമിഴ്നാട്ടിലെ ആദ്യത്തെ ജാതിവിരുദ്ധ പ്രസ്ഥാനമായിരുന്നു അത്. ബ്രാഹ്മണാധിപത്യത്തെ കഠിനമായി എതിർത്തുകൊണ്ടാണ് ഇത് രംഗത്തു വന്നത്. അയോതിദാസ്, ദളിതരെയും മറ്റ് അനാര്യ വർഗ്ഗങ്ങളെയും ഒന്നായി ജാതി രഹിത ഇന്ത്യക്കാർ എന്നു വിളിച്ചു. ബുദ്ധന്റെ അനുയായികൾ എന്ന അർത്ഥത്തിൽ 'ശാക്യന്മാർ' എന്നും ഇവർ അറിയപ്പെട്ടിരുന്നു.

1920 ന്റെ ആരംഭത്തിൽ പെരിയോർ ഇ വി രാമസ്വാമി നായ്ക്കർ കോൺഗ്രസ് വിട്ട് ദ്രാവിഡ മേധാവിത്തത്തിന്റെ ആശയങ്ങളുയർത്തിപിടിച്ചുകൊണ്ട് രംഗത്തു വന്നു. അദ്ദേഹം വൈക്കം സത്യഗ്രഹത്തിൽ നേരിട്ടു പങ്കെടുത്തു. ബ്രാഹ്മണമേധാവിത്തത്തെ എതിർക്കുകയും ഇന്ത്യയുടെ ഉടമസ്ഥർ ദ്രാവിഡരാണെന്നു പ്രസ്താവിക്കുകയും ചെയ്തു. ദക്ഷിണേന്ത്യൻ പര്യടനത്തിനിടയിൽ ചാതുർവർണ്യത്തെ അനുകൂലിച്ചു സംസാരിച്ച ഗാന്ധിജിയുമായി പെരിയാർ രൂക്ഷമായ വാദപ്രതിവാദത്തിലേർപ്പെട്ടു.

5. 1892 ൽ ദളിത് നേതാവ് ജോൺരത്തിനം ദളിതരെ സംഘടിപ്പിച്ച് 'ദ്രാവിഡ കഴകം' എന്നൊരു സംഘടനയുണ്ടാക്കി. ബ്രാഹ്മണർ ആര്യന്മാരാണെന്നും ദളിതർ ആര്യദ്രാവിഡരാണെന്നും വാദിച്ചു. 1922 ൽ 'ആദിദ്രാവിഡിയൻ' എന്ന പേര് ബ്രിട്ടീഷ് ഗവൺമെന്റ് അംഗീകരിച്ചു വിജ്ഞാപനമിറക്കി.

6. 1925 ആദ്യം ഇ വി രാമസ്വാമി നായ്ക്കർ 'ആത്മാഭിമാനപ്രസ്ഥാനം' ആരംഭിച്ചു. പിന്നീട് ഇ വി ആറിന്റെ നേതൃത്വത്തിൽ പ്രവർത്തിച്ചിരുന്ന സൗത്ത് ഇന്ത്യൻ ലിബറൽ ഫെഡറേഷൻ ദ്രാവിഡകഴകം എന്ന പേര് സ്വീകരിച്ച് ജോൺ രത്തിനത്തിന്റെ പ്രസ്ഥാനവുമായി യോജിച്ചു പ്രവർത്തനം തുടങ്ങി.

7. കേരളത്തിൽ ക്രിസ്തുമതം സ്വീകരിച്ച ദളിതരെ മറ്റു ക്രിസ്ത്യാനികൾ ദളിതരായിത്തന്നെ കണ്ടതിൽ പ്രതിഷേധിച്ചാണ് 1908 ൽ പൊയ്കയിൽ യോഹന്നാൻ (കുമാര ഗുരുദേവൻ) 'പ്രത്യക്ഷരക്ഷാ ദൈവസഭ (PRDS) രൂപീകരിച്ചത്. മാരാമൺ മണപ്പുറത്തുവച്ച് പരസ്യമായി *ബൈബിൾ* കത്തിച്ചു.

8. 1920 ൽ ഇന്ത്യയുടെ വിവിധ പ്രദേശങ്ങളിൽ ഉണ്ടായിരുന്ന ട്രേഡ്

യൂണിയൻ സംഘടനകളെ ഏകോപ്പിപ്പിച്ചുകൊണ്ട് AITUC എന്ന തൊഴിലാളിവർഗ്ഗസംഘടന ലാലാ ലജ്പത് റായി പ്രസിഡന്റായി രൂപീകരിക്കപ്പെട്ടു. തുടർന്ന് 1921 ൽ പണി മുടക്കമുണ്ടായി. റെയിൽവേ, ടെക്സ്റ്റൈൽ മേഖലകൾക്കു പുറമേ ആസാമിലെ ചായത്തോട്ടങ്ങളിൽ വരെ ശക്തമായ പണിമുടക്കുകൾ നടന്നു. 1921 ൽ ഇന്ത്യയിലാകമാനം 296 പണിമുടക്കുകളുണ്ടായി. 6 ലക്ഷം തൊഴിലാളികൾ അവയിൽ നേരിട്ടു പങ്കെടുത്തു. തൊഴിലാളി കുടുംബങ്ങൾ ഉൾപ്പെടെ നിരവധി ലക്ഷം സാധാരണക്കാറിലേക്ക് തൊഴിലാളിവർഗ്ഗത്തിന്റെ രാഷ്ട്രീയസന്ദേശം പ്രചരിക്കാൻ തുടങ്ങി. ഈ പ്രവർത്തനങ്ങളുടെ ഭാഗമായാണ് 1920 ഡിസംബർ 15 ന് താഷ്ക്കെന്റിൽ വെച്ച് ഇന്ത്യൻ കമ്യൂണിസ്റ്റു പാർട്ടി രൂപമെടുത്തത്.

9. 1921 ൽ ഇന്ത്യയുടെ തെക്കേ അറ്റത്ത്, കേരളത്തിലെ മലബാറിൽ സവർണ്ണരും മിക്കവാറും ബ്രാഹ്മണൻ തന്നെയും ആയിരുന്ന ജന്മിക്കെതിരെ കർഷകർ ആയുധമെടുത്തു കലാപം തുടങ്ങിയതോടെ മലബാർ കലാപം ഉണ്ടാകുന്നു. ഇവിടെ സൂചകങ്ങളായി മാത്രം എടുത്തു പറഞ്ഞ ചരിത്രസംഭവങ്ങളുടെ വിശദാംശങ്ങളുടെ പരിശോധന ഇവിടെ ഒഴിവാക്കുകയാണ്. സൂചകങ്ങൾ തന്നെ ഒരു ശരാശരി മനുഷ്യനെ ആദ്യം പറഞ്ഞ നിഗമനത്തിലേക്ക് നയിക്കുക തന്നെ ചെയ്യും. ഇന്ത്യയുടെ വടക്കുപടിഞ്ഞാറൻ മേഖലയിൽ മാത്രമല്ല, തെക്കുകിഴക്കും ഏതാണ്ട് മദ്ധ്യേന്ത്യവരെയുള്ള ഹൃദയഭൂമിയിലും ദളിതനും പിന്നോക്കക്കാരനും സ്വയം തിരിച്ചറിയുകയും ഉണർന്നു പോരാടാൻ തുടങ്ങുകയും ചെയ്ത സവിശേഷമായ ചരിത്രഘട്ടം, അതിന്റെ പൊതു സ്വഭാവമാകട്ടെ ബ്രാഹ്മണാധിപത്യത്തോടുള്ള എതിർപ്പും, അതിനു ദിശാബോധവും മൂർച്ചയും വർദ്ധിപ്പിക്കാൻ പ്രേരകമാവുന്ന തൊഴിലാളിവർഗ്ഗ ആശയലോകം, അതിന്റെ ചലിക്കുന്ന സംഘടനാരൂപം ഇതെല്ലാം അതിനു പിന്നിലെ ഒന്നായി എഴുന്നുവരാൻ തുടങ്ങിയപ്പോൾ അതിനെ സായുധമായിത്തന്നെ നേരിടുകയും തകർക്കുകയും ചെയ്യാൻ വേണ്ടിയാണ്, RSS എന്ന അർദ്ധസൈനിക സംഘടന, 1925 ൽ സ്ഥാപിക്കപ്പെട്ടത്. മറ്റൊരു ഭാഷയിൽ പറഞ്ഞാൽ മുസ്ലീമിനെപ്പോലെ, കമ്യൂണിസ്റ്റുകാരെപ്പോലെ, ദളിതനെയും പിന്നോക്കക്കാരനെയും ബ്രാഹ്മണ്യത്തിന്റെ നുകത്തിൽ കെട്ടിപ്പൂട്ടുക എന്നതു തന്നെയാണ് ആ സ്വയം സേവനത്തിന്റെ ആത്യന്തിക ലക്ഷ്യം.

ഇന്ന് സംഘപരിവാരത്തിൽ ചേക്കേറുന്നതിലൂടെ ആത്മശാന്തിയും ഉൾപ്പുളകവും അനുഭവിക്കുന്ന ദളിത് പിന്നോക്ക സമുദായ നേതൃത്വങ്ങൾ നായാടിയെയും നമ്പൂതിരിയെയും പിന്നെ ആ മുളവടിയെയും ചരിത്രത്തിന്റെ ഉൾക്കണ്ണുകൊണ്ട് കാണാൻ ഒരുക്കമുണ്ടോ?"

റഫറൻസ്

1. *ഇന്ത്യൻ സ്വാതന്ത്ര്യസമരം:* വിപിൻ ചന്ദ്ര
2. *ഇന്ത്യൻ സ്വാതന്ത്ര്യസമരചരിത്രം:* ഇ എം എസ്
3. *Ancient History of India:* Romila Thaper
4. *Understanding caste:* Gail Onnvedt
5. *Ambedkar's world:* Eleanor Zelliot

ശ്രീനാരായണഗുരുവും സ്വാമിവിവേകാനന്ദനും ജീവിച്ചതെന്തിന്!

ഇന്ത്യൻ ഇൻസ്റ്റിറ്റ്യൂട്ട് ഓഫ് സയൻസ് എജ്യൂക്കേഷനിലെ അദ്ധ്യാപികയും ജവഹർലാൽ നെഹ്റു ഇൻസ്റ്റിറ്റ്യൂട്ട് ഓഫ് അഡ്വാൻസ് സ്റ്റഡീസിലെ ഫെല്ലോയുമായ ഡോ. മീരാനന്ദൻ 2012 ൽ പ്രസിദ്ധീകരിച്ച പുസ്തകമാണ് *GOD MARKET*. 1991 ൽ ഇന്ത്യൻ ഭരണകൂടം നിയോ ലിബറൽ സാമ്പത്തിക നയങ്ങൾ നടപ്പിലാക്കാൻ തുടങ്ങിയതിനു ശേഷമുള്ള രണ്ടു പതിറ്റാണ്ടുകാലത്തെ ഇന്ത്യൻ സാമൂഹിക വ്യവസ്ഥയെ വിശകലനം ചെയ്തുകൊണ്ട് മീര ഈ ഗ്രന്ഥത്തിൽ എത്തിച്ചേരുന്ന നിഗമനം ഏതാണ്ടിങ്ങനെ സംഗ്രഹിക്കാം-

മുമ്പൊരിക്കലുമില്ലാത്ത വിധം ഇക്കാലയളവിൽ ഇന്ത്യൻ സാമൂഹ്യ ജീവിതം അത്യന്തം മതപരമായി തീർന്നിരിക്കുന്നു. അത്രത്തോളം ഭരണഘടനവ്യവസ്ഥിതമായതും ഇന്ത്യൻ രാഷ്ട്രീയതയുടെ ഐഡന്റിറ്റിയായിരുന്നതുമായ സെക്യൂലറിസം മതനിരപേക്ഷത പ്രക്ഷീണമായി. ഭരണകൂടം, ക്ഷേത്രങ്ങൾ, കുത്തകമുതലാളികൾ എന്നിവർ ചേർന്നൊരു കോംപ്ലക്സ് രൂപപ്പെടുകയും ശക്തിയാർജ്ജിക്കുകയും ചെയ്തു. ഈ മൂന്നു ഘടകങ്ങളും ചേർന്ന് ഭംഗിയായി സംവിധാനം ചെയ്യപ്പെട്ട ഒരു നൃത്തവേദിയിൽ ഓരോന്നും പരസ്പരം അനായാസമായി പരകായപ്രവേശം നടത്തി. അങ്ങനെ ഇന്ന് ഇന്ത്യൻ സാമൂഹ്യ ജീവിതത്തിന്റെ ഏറ്റവും വലിയ വെല്ലുവിളി ഈ മതനിരപേക്ഷത സംരക്ഷിക്കുന്നതെങ്ങനെ എന്നതായിത്തീർന്നിരിക്കുന്നു. ഇന്ത്യയിലെ ഭൂരിപക്ഷമതമായ ഹിന്ദുയിസത്തെയാണ് ഈ സാമൂഹികാപചയം പഠിക്കുന്നതിനുവേണ്ടി അവർ വിശകലനം ചെയ്യുന്നതെങ്കിലും മറ്റു മതങ്ങളും അതാതിന്റെ കഴിവനുസരിച്ച് ഈ തകർച്ചയിലേക്ക് അവരവരുടെ സംഭാവനകൾ നല്കിയിട്ടുണ്ട് എന്ന് കാണാതിരിക്കുന്നില്ല. നിയോ-ലിബറൽ നയങ്ങളുടെ ഉത്സവലഹരിയിലമർന്ന

നമ്മുടെ കേന്ദ്രഭരണകൂടം സാമ്പത്തിക രംഗത്തു മാത്രമല്ല സംസ്കാരത്തിന്റെ തലത്തിലും വൻകിട കോർപ്പറേറ്റുകളുടെ താല്പര്യങ്ങൾക്ക് കീഴടങ്ങി. ഇതിന്റെ ഫലമായി ഹൈന്ദവ ജീവിതത്തിനോ ഹിന്ദുമതദർശനങ്ങൾക്കോ ഒരു പുതിയ മുന്നേറ്റവും ഉണ്ടായില്ല എന്നു മാത്രമല്ല, ഇന്ത്യയുടെ വൈദിക ആദ്ധ്യാത്മികപാരമ്പര്യങ്ങളെ കോർപ്പറേറ്റുകൾ നിശ്ചയിക്കുന്ന വിപണിനിലവാരം അനുസരിച്ച് ഇന്ത്യയിലും പുറത്തും ലാഭകരമായി വിപണനം ചെയ്യപ്പെടുകയാണുണ്ടായത്. ഈ വിപണിവല്ക്കരണത്തിന്റെയും, ലാഭേച്ഛയുടെയും പ്രത്യക്ഷങ്ങളാണ് ഇന്ത്യയിലെമ്പാടും വളർന്നുവരുന്ന ആത്മീയവ്യാപാരികളും ആൾദൈവങ്ങളും... ചന്ദ്രസ്വാമിയും ധീരേന്ദ്ര ബ്രഹ്മചാരിയും മാത്രമല്ല, അമൃതാനന്ദമയിയും ശ്രീ ശ്രീ രവിശങ്കറും ബാബാരാംദേവും ഈ ഒരു പരിപ്രേക്ഷ്യത്തിൽ വിലയിരുത്തപ്പെടേണ്ടതാണ്. മതനിരപേക്ഷ രാഷ്ട്രീയത്തെ ഞെക്കിക്കൊല്ലാൻ ഭരണകൂടത്തിന്റെ സഹായികളായി പ്രവർത്തിക്കുന്ന ശക്തികളായി ഇവരെല്ലാം വളർന്നുകഴിഞ്ഞിരിക്കുന്നു. മീരാനന്ദൻ വ്യക്തമാക്കുന്നത്, ഏകദേശം മൂന്നുലക്ഷം കോടിരൂപയുടെ ബിസിനസ് ആണ് എല്ലാ ആൾദൈവങ്ങളും കൂടി ആത്മീയതാവ്യാപാരത്തിലൂടെ നടത്തുന്നത് എന്നാണ്.

കേരളത്തിലെ മാധ്യമവ്യൂഹത്തിന്റെ അവസ്ഥ സൂക്ഷ്മമായി പിന്തുടർന്നാൽ ഒരു കാര്യം നിസ്തർക്കമായി വെളിപ്പെടും. മുമ്പ് സൂചിപ്പിച്ച ഗ്രന്ഥത്തിൽ ഡോ. മീരാനന്ദൻ കണ്ടെത്തുന്ന ഭരണകൂട ആത്മീയ കേന്ദ്ര കുത്തകമുതലാളിത്ത കോംപ്ലക്സിൽ തീർച്ചയായും തുല്യപ്രാധാന്യത്തോടെ ഒരു ഏജൻസികൂടി പ്രവർത്തിക്കുന്നുണ്ട്. അത് മാധ്യമങ്ങളാണ്. അപ്പോൾ State Temple Corporate Media Complex എന്നു ന്യായമായും വായിച്ചെടുക്കേണ്ടതാണ്. നീരാ റാഡിയാമാരും ബർക്കാദത്തുമാരും ഉൾപ്പെടുന്ന ഇവരാണ് ഇന്ത്യൻ ജനാധിപത്യത്തെ ധനമൂലധനത്തിന്റെ ആട്ടക്കളമാക്കിമാറ്റുന്നത്.

2. ആശ്രമകന്യക പറയുന്നത്

വള്ളിക്കാവിലെ അമൃതാനന്ദമയിയുടെ സ്വാധീനശക്തി അത്യന്തം വിപുലമാണ്. ലോകത്തെ പ്രധാന നഗരങ്ങളിലെല്ലാം അവർക്ക് ആശ്രമങ്ങളും ആരാധകരുമുണ്ട് എന്നറിയുന്നു. കോടിക്കണക്കിനു രൂപയുടെ ഇടപാടുകൾ നടത്തുന്ന ഒരു വൻസ്ഥാപനമാണത്. ഇക്കൂട്ടത്തിൽ തീർച്ചയായും നിരവധി ചാരിറ്റിപ്രസ്ഥാനങ്ങളുമുണ്ട്.

1980 കളുടെ തുടക്കത്തിൽ ആസ്ത്രേലിയക്കാരിയായ ഗെയിൻ ട്രെഡ്വെൽ എന്ന പത്തൊൻപതുകാരി അമൃതാനന്ദമയി മഠത്തിലെ അന്തേവാസിയായി വരുന്നു. 1999 അവസാനം അമൃതാനന്ദമഠത്തിൽനിന്ന് ഒളിച്ചു രക്ഷപ്പെട്ടുപോയ ഗെയിൽ എന്ന ഗായത്രി, പത്തുപതിനഞ്ചു വർഷങ്ങൾക്കുശേഷം എഴുതി പ്രസിദ്ധീകരിച്ച ആശ്രമ ജീവിത സ്മൃതികളാണ് *The Holly Hell*. ഈ പുസ്തകത്തിന് അവർ കൊടുക്കുന്ന ഉപശീർഷകം

'വിശ്വാസത്തിന്റെയും ആരാധനയുടെയും ശുദ്ധഭ്രാന്തിന്റെയും ഓർമ്മകൾ' എന്നാണ്. ഈ ശീർഷകം തന്നെ പുസ്തകത്തിന്റെ അടിസ്ഥാനശ്രുതിയെക്കുറിച്ച് വേണ്ടത്ര സൂചകൾ നല്കുന്നുണ്ട്.

പാശ്ചാത്യ സംസ്കൃതിയുടെ ശീലമായിക്കഴിഞ്ഞ ശിഥിലമായ കുടുംബബന്ധങ്ങളുടെയും അയഞ്ഞ വ്യക്തിബന്ധങ്ങളുടെയും ഭൂമികയിൽ നിന്നുതന്നെയാണ് ഗെയിലിന്റെ ഈശ്വരനെ കണ്ടെത്താനും ആത്മീയഗുരുവിനെ ആശ്രയിക്കാനുമുള്ള വാസനകൾ പുറപ്പെടുന്നത് എന്നു മനസ്സിലാക്കാവുന്ന സൂചനകൾ പുസ്തകത്തിലുണ്ട്. പത്തൊൻപതു വർഷം അമൃതാനന്ദമയിയുടെ പ്രഥമ ശിഷ്യയായി പ്രവർത്തിച്ചതിലൂടെ ക്രമേണ അവിടെ ആത്മീയോത്കർഷത്തിന്റെ നിശൂന്യതയും ആത്മവഞ്ചനകളുടെ ആഘോഷത്തിമിർപ്പും നേരിട്ടനുഭവിച്ചതുകൊണ്ട് മനം മടുത്തിട്ടാണവർ അമൃതാനന്ദമയിയുടെ വലയത്തിൽനിന്ന് ഒളിച്ചു രക്ഷപ്പെടുന്നത്.

പത്തുപന്ത്രണ്ടു തെങ്ങുകൾക്കിടയിൽ നിന്നിരുന്ന ചെറിയൊരു ഇഷ്ടികപ്പുരയായിരുന്നു ഗെയിൽ ആദ്യം കാണുമ്പോഴുള്ള അമൃതാനന്ദമയി കേന്ദ്രം. രണ്ടുവർഷങ്ങൾക്കുള്ളിൽ ഒൻപതു കെട്ടിടങ്ങളുള്ള ഒരു കോംപ്ലക്സായി അതു വികസിച്ചതെങ്ങനെയാണെന്ന് ഗെയിൽ വിശദീകരിക്കുന്നുണ്ട്. നീലു എന്ന അമേരിക്കക്കാരന്റെ പണമുപയോഗിച്ച് കെട്ടിട സമുച്ചയങ്ങൾ പണിതുയർത്തിയത് എങ്ങനെയെന്നും അവർ വ്യക്തമാക്കുന്നു.

ഭക്തരുടെ മുന്നിൽ കൃഷ്ണഭാവത്തിലും ദേവീ ഭാവത്തിലും പ്രത്യക്ഷപ്പെട്ടുകൊണ്ട് മായക്കാഴ്ചകൾ സമ്മാനിക്കുന്ന അമൃതാനന്ദമയി സ്വകാര്യജീവിതത്തിൽ അസൂയയും ക്രോധവും അല്പംപോലും നിയന്ത്രിക്കാനാകാതെ ഭക്ഷണപാത്രം വലിച്ചെറിയുന്നതും ശിഷ്യകളെ മുടിക്കുത്തിനു പിടിച്ചുവലിച്ച് ശാരീരിക ദണ്ഡനം ഏല്പിക്കുന്നതും അവർ വിവരിക്കുന്നു. ഭക്തർ നല്കുന്ന പണത്തിന്റെ വലിയൊരു പങ്കും ആദ്യകാലത്ത് ഭക്ഷണപ്പാത്രത്തിലൊളിപ്പിച്ചുവെച്ച് സ്വന്തം കുടുംബത്തിലേക്ക് കൊടുത്തയച്ചതെങ്ങനെയൊന്നും ആ പണമുപയോഗിച്ച് എങ്ങനെ ഭൗതികസ്വത്തുക്കൾ സമ്പാദിച്ചുകൂട്ടി എന്നും ഈ പുസ്തകാ വെളിപ്പെടുത്തുന്നു. ആത്മീയഗുരുവായി വിശ്വസിക്കപ്പെടുന്ന ഈ ആൾദൈവം തന്റെ ശിഷ്യനാൽ ഗർഭിണിയാക്കപ്പെട്ട സ്ത്രീയെ അബോർഷന് പ്രേരിപ്പിക്കുന്നതും ശിഷ്യരുമൊത്ത് ശാരീരികബന്ധത്തിലേർപ്പെടുന്നതിന്റെയും വിവരണങ്ങളും ഈ പുസ്തകത്തിലുണ്ട്. ഈശ്വരനെ കണ്ടെത്താൻ വേണ്ടി പൗരസ്ത്യ ആത്മീയഗുരുവിന്റെ ആശ്രിതയായി മാറി, ക്രമേണ സന്ന്യാസിനിയായി ഗായത്രി എന്ന പേരു സ്വീകരിച്ച ഗെയിൽ ട്രെഡ്വെൽ എങ്ങനെ അതേ ഗുരുവിന്റെ ശിഷ്യനാൽ വർഷങ്ങളോളം ലൈംഗികമായി ചൂഷണം ചെയ്യപ്പെട്ടു എന്നും ഈ വെളിപ്പെടുത്തലുകൾ വ്യക്തമാക്കുന്നുണ്ട്. ഇപ്രകാരമുള്ള നീണ്ട ഇരുപതു വർഷത്തെ അനുഭവങ്ങളെ തിരിച്ചറിവിലൂടെയും അതു പകർന്ന ബോധപരിണതിയിലൂടെയുമാണ് ഈ ആശ്രമകന്യക തന്റെ സ്വാതന്ത്ര്യത്തിലേക്കൊളിച്ചു കടക്കുന്നത്.

ഈ പുസ്തകം പുറത്തുവന്നതോടെ അമൃതാനന്ദമയിയുടെ അനു

കൂല്യവും പ്രതികൂലവുമായ സംവാദങ്ങൾ നമ്മുടെ സമൂഹത്തിൽ നടന്നു. പക്ഷേ, മലയാളത്തിലെ മുഖ്യധാരാമാധ്യമങ്ങളിൽ ഒന്നോ രണ്ടോ ഒഴികെ ബഹുഭൂരിപക്ഷവും വാർത്തകൾ സംസ്കരിക്കുകയും സംവാദങ്ങളിൽ നിന്ന് ഒഴിഞ്ഞു നില്ക്കുകയുമാണുണ്ടായത്. പ്രബുദ്ധകേരളത്തിലെ മുഖ്യ ധാരയെന്നു വിളിക്കപ്പെടുന്ന മാധ്യമങ്ങളുടെ വരിയുടയ്ക്കപ്പെട്ട നിസ്സംഗ തയും നിഷ്പക്ഷതയും തീർച്ചയായും വിചാരണ ചെയ്യപ്പെടേണ്ടതാണ്. ഭരണകൂട ആത്മീയ മുതലാളിത്ത മാധ്യമ കോംപ്ലെക്സിന്റെ ശക്തമായ ഒരു അരങ്ങേറ്റം.

അതിനുപുറമേ ഈ വസ്തുതകളെ സംബന്ധിച്ച് ഡി സി ബുക്സ് ഒരു പുസ്തകം ഇറക്കിയപ്പോൾ പുസ്തകശാലയും പ്രസാധകന്റെ വീടും ആക്രമിക്കപ്പെട്ടു. കൊല്ലുന്ന രാജാവിന് തിന്നുന്ന മന്ത്രി എന്നതുപോലെ നമ്മുടെ ബഹുമാന്യനായ ഹൈക്കോടതി ഈ പുസ്തകം പുറത്തുകാണിക്കരുതെന്ന് വിധിയും പുറപ്പെടുവിച്ചു.

3. അക്ഷരങ്ങളുടെ ഗതികേട്

അമേരിക്കൻ ഇൻഡോളജിസ്റ്റായ ശ്രീമതി. വെൻഡിഡോണിഗർ 2009 ൽ പ്രസിദ്ധീകരിച്ച പുസ്തകമാണ് *The Hindus: An Alternative History* ലോകപ്രശസ്തരായ പെൻഗ്വിൻ ബുക്സാണ് ഇത് പ്രസിദ്ധീകരിച്ചത്. ഈ പുസ്തകം ഹിന്ദുമതത്തിന് എതിരാണ് എന്നു വാദിച്ചുകൊണ്ട് 'ശിക്ഷാ ബചാവോ ആന്ദോളൻ' എന്ന ഉത്തരേന്ത്യൻ സംഘടന കോടതി കയറി. ഒടുക്കം 2013 അവസാനം പുസ്തകപ്രസാധകരായ പെൻഗ്വിൻ ബുക്സിന്റെ ഇന്ത്യൻ വിഭാഗം വാദികളുമായി കോടതിക്കു പുറത്ത് ഒത്തുതീർപ്പുണ്ടാക്കി. ഒത്തുതീർപ്പനുസരിച്ച് ഈ പുസ്തകം മുഴുവൻ പിൻവലിച്ച് അരച്ചുകലക്കി പേപ്പർ പൾപ്പാക്കി മാറ്റാമെന്ന് സമ്മതിച്ചു (എന്നാൽ ഇന്റർനെറ്റിൽ ഇപ്പോഴും ഈ പുസ്തകം ലഭ്യവുമാണ്.)

ഡോണിഗറുടെ പുസ്തകം വിപുലമായ പഠനഗവേഷണങ്ങൾക്കു ശേഷം എഴുതപ്പെട്ടതാണ്. അന്താരാഷ്ട്ര നിലവാരത്തിൽ പ്രശംസ പിടിച്ചുപറ്റിയതുമാണ് എന്നാലും ഈ പുസ്തകം ഇനി മേലിൽ ഇന്ത്യക്കാരായ ആരും വായിക്കേണ്ടതില്ല എന്ന് ഒരു ചെറിയ വർഗ്ഗീയ സംഘടന അഥവാ അതിന്റെ ചില നേതാക്കൾ തീരുമാനിച്ചു. ഒരു വലിയ അന്താരാഷ്ട്രീയ പ്രസാധനസ്ഥാപനം ആ തീരുമാനത്തിനു മുന്നിൽ ശിരസ്സുകുനിച്ചു. മുട്ടുമടക്കി പാപപരിഹാരകർമ്മമനുഷ്ഠിച്ചു. ഇത് സംഭവിക്കുന്നത് ഇരുപത്തിയൊന്നം നൂറ്റാണ്ടിലേക്കുകടന്ന ലോകത്തെ ഏറ്റവും വലിയ ജനാധിപത്യ രാഷ്ട്രത്തിലാണ്. അമേരിക്കൻ പണ്ഡിതന്മാർ ഇന്ത്യയെക്കുറിച്ച്, എഴുതുന്ന പുസ്തകത്തിലെ ആശയങ്ങളും വാദങ്ങളും അവ എത്രകണ്ടു ഗവേഷണങ്ങൾക്കും പഠനങ്ങൾക്കും ശേഷമാണ് പ്രകാശിപ്പിക്കപ്പെടുന്നതെങ്കിലും തീർച്ചയായും നാം അപ്പടി വിഴുങ്ങേണ്ടതില്ല. എന്നുമാത്രമല്ല അവരുടെ സാമ്രാജ്യത്വ താല്പര്യങ്ങൾക്കനുസരിച്ച്, ആശയങ്ങൾ അവതരിപ്പിക്കാ

നുള്ള ശ്രമങ്ങൾ, അവയിലുണ്ടാവും എന്നും ഉദാഹരണങ്ങളുണ്ട്. റോബിൻ ജെഫ്രിയുടെ നായർ പ്രേമം മുതൽ (*Decline and Fall of Nair Community in Kerala* എന്ന പുസ്തകം) നമുക്ക് അത നുഭവപ്പെട്ടിട്ടുണ്ട്. ഈ പുസ്തകമുയർത്തിയ ആവേശത്തിലാണ് കേരളത്തിൽ നായന്മാർക്ക് വേണ്ടി NDP എന്ന പേരിൽ ഒരു രാഷ്ട്രീയ പാർട്ടി ഉണ്ടായതും ഏതാനും വർഷം കൊണ്ട് അത് അപ്രത്യക്ഷമായിപ്പോയതും എന്ന് ഓർമ്മിക്കാവുന്നതാണ്.

എന്നാൽ നാം തിരിച്ചറിയേണ്ട ഒരു വസ്തുത ഇതാണ്. പുസ്തകത്തിലെ ആശയങ്ങളെ യുക്തിയുടെയും ചരിത്രയാഥാർത്ഥ്യങ്ങളുടെയും ബലത്തിൽ എതിർക്കുകയോ അനുകൂലിക്കുകയോ ചെയ്യാം. എന്നാൽ, പുസ്തകമേ പാടില്ല എന്ന നിലപാട്, ഫാസിസമല്ലാതെ മറ്റൊന്നുമല്ല. കുറെ വർഷങ്ങൾക്കുമുൻപ് ഇ എം എസിന്റെ *ഇന്ത്യൻ സ്വാതന്ത്ര്യസമരചരിത്രം* എന്ന ഗ്രന്ഥം തിരുവനന്തപുരത്തുവെച്ച് ഏതാനും യൂത്ത് കോൺഗ്രസ് പ്രവർത്തകർ കത്തിച്ചു. ചരിത്രത്തെക്കുറിച്ച് അല്പജ്ഞാനമെങ്കിലും ഉള്ള കോൺഗ്രസുകാർ പോലും ആ പ്രവൃത്തിയെ പിൻതാങ്ങാനുണ്ടായിരുന്നില്ലെന്നോർക്കുക. ഡോണിഗറുടെ പുസ്തകത്തിലവതരിപ്പിക്കുന്ന ഏതാനും ചില ആശയങ്ങളാണ് അഥവാ അഭിപ്രായങ്ങളാണ് ഹിന്ദുമതത്തിന് അപമാനകരമായി മുൻപറഞ്ഞ സംഘടന കണ്ടത്.

ഒന്ന്: മഹാത്മാഗാന്ധി ജനങ്ങൾ മാട്ടിറച്ചി കഴിക്കുന്നതിനെ അനുകൂലിച്ചു (പേജ് 625).

രണ്ട്: സ്വാമി വിവേകാനന്ദൻ മാംസഭുക്കുകളെ എതിർത്തിരുന്നില്ല (പേജ്. 639).

മൂന്ന്: *മഹാഭാരതത്തിൽ* സൂര്യദേവൻ കന്യകയായ കുന്തിയെ അവളുടെ ഇച്ഛയ്ക്ക് വിരുദ്ധമായി പ്രാപിക്കുകയും അങ്ങനെ അവർ കർണ്ണന്റെ അമ്മയാവുകയും പിന്നീട് സൂര്യദേവൻ കുന്തിയെ കന്യകയായിത്തീരാൻ അനുഗ്രഹിക്കുകയുമാണുണ്ടായത്. (പേജ്. 295)

നാല്: *രാമായണ*ത്തിൽ സീതയ്ക്ക് ലക്ഷ്മണനോട് ആസക്തി തോന്നിയിരുന്നു. (പേജ് 14)

അഞ്ച്: *രാമായണം* കവിഭാവനയുടെ സൃഷ്ടിയായ ഒരുകാവ്യമാണ്. അതൊരു ചരിത്ര ഗ്രന്ഥമല്ല. (പേജ് 662)

ആറ്: ക്രിസ്തുവിന് 1500 വർഷം മുൻപത്തെ ഭാരതത്തിന്റെ ഒരു മാപ്പ് പുസ്തകത്തിൽ കൊടുത്തിട്ടുണ്ട്. അതിൽ ഇന്നത്തെ കാശ്മീർ ഭാരതത്തിന്റെ ഭാഗമായിക്കാണിച്ചിട്ടില്ല.

ഈ കാരണങ്ങൾ പ്രതിഷേധാർഹമാകുന്നത് *രാമായണ*വും *ഭാരതവും* സമ്പൂർണ്ണ ചരിത്രഗ്രന്ഥങ്ങളാണെന്നും അവയുടെ സ്രഷ്ടാക്കൾ ദേവസംഭവരായിരുന്നെന്നും യുക്തിക്കപ്പുറത്തുനിന്നുകൊണ്ട് വിശ്വസിക്കുമ്പോളാണ്. (ഡോണിഗർ തന്നെ *On Hinduism* എന്ന തന്റെ മറ്റൊരു പുസ്തകത്തിന്റെ ഏക ദൈവ ബഹുദൈവവിശ്വാസങ്ങൾ ദൈവന്മാരെയും രാക്ഷസന്മാരെയും ഒരേപ്പോലെ ഹിന്ദുക്കൾക്ക് ആരാധിക്കാൻ കഴിയുന്ന

തെങ്ങനെ? നിരീശ്വരന്മാർക്ക് ഹിന്ദുവായിരിക്കാൻ കഴിയുമോ? ധർമ്മം, കർമ്മം എന്നീ സംവർഗ്ഗങ്ങൾക്ക് വ്യത്യസ്ത കാലഘട്ടത്തിൽ ഹിന്ദുമതാചാര്യന്മാർ നല്കിയ വ്യാഖ്യാനവ്യത്യാസങ്ങൾ എന്നിവയൊക്കെ പരിശോധിക്കുകയും ചർച്ച ചെയ്യുകയും ചെയ്യുന്നുണ്ട്. ആ പുസ്തകത്തിനെതിരെ കോടതി കേസൊന്നും ഉണ്ടായതുമില്ല)

രാഹുൽ സാംകൃത്യായനും ഡി ഡി കൊസാംബിയും തൊട്ട് മലയാളത്തിലെ കെ ദാമോദരൻ വരെയുള്ള ചിന്തകരും, മാത്രമല്ല ഡോ. എസ് രാധകൃഷ്ണനെപ്പോലുള്ള തത്ത്വശാസ്ത്ര പ്രൊഫസർമ്മാർ വരെ ഹിന്ദുമതത്തിലെ ആത്മീയതയെ സംബന്ധിച്ച് ശാസ്ത്രീയവും യുക്തിയിലധിഷ്ഠിതവുമായ വ്യത്യസ്ത വ്യാഖ്യാനങ്ങൾ നല്കിയിട്ടുണ്ട്. അവരുടെ ഗ്രന്ഥങ്ങളിലൂടെ സ്വാമി വിവേകാനന്ദനും അരവിന്ദനും മുതൽ നമ്മുടെ നിത്യചൈതന്യയതി വരെ വേദേതിഹാസങ്ങളെ സംബന്ധിച്ച് ആത്മീയതയെ ഒട്ടും നിഷേധിക്കാതെതന്നെ യുക്തിസഹമായ വ്യാഖ്യാനങ്ങൾ നല്കിയിട്ടുണ്ട്. മാത്രമല്ല, ഇതിഹാസപുരാണങ്ങളെ ഓരോ കാലഘട്ടവും അതതിന്റെ ബൗദ്ധികപ്രകാശത്തിൽ വെച്ചുകൊണ്ട് പുനഃപരിശോധിക്കുകയും വ്യത്യസ്ത കാഴ്ചകളുടെ ദിശകൾ കലാസൃഷ്ടികളിലൂടെ ആവിഷ്കരിച്ചിട്ടുമുണ്ട്. അതുകൊണ്ടാണ്, വാല്മീകിയുടെ സീതയിൽനിന്നും വ്യത്യസ്തയായി എഴുത്തച്ഛന്റെ സീതയും ഇവ രണ്ടിൽനിന്നും വ്യത്യസ്തയായ കുമാരനാശാന്റെ സീതയും നിലനില്ക്കുകയും വായിക്കപ്പെടുകയും ചെയ്യുന്നത്. ലങ്കയിൽനിന്നും വീണ്ടെടുക്കപ്പെട്ട സീത, അവളെ വീണ്ടെടുക്കാൻ വേണ്ടി ഘോരമായൊരു യുദ്ധം ചെയ്യേണ്ടി വന്നുവെങ്കിലും ഇവൾ നേത്രരോഗിക്ക് ദീപമെന്നപോലെ എനിക്ക് വർജ്ജ്യയാണ് എന്നു പറയുന്ന കാളിദാസന്റെ രാമനെ പിൻപറ്റി രോഗം നേത്രത്തിനും അതിന്റെ ഉടമയായ രാമനുമാണ് ദീപത്തിനല്ല എന്നു വായിക്കുന്ന രചനകളും ഉണ്ടായിട്ടുണ്ട്. പ്രതിഭാറോയിയുടെ *യജ്ഞസേനി* എന്ന നോവലിലേയും പി കെ ബാലകൃഷ്ണന്റെ *ഇനി ഞാനുറങ്ങട്ടെ* എന്ന നോവലിലേയും ദ്രൗപദിമാർ ഒരു തീവ്രാഭിനിവേശമുണ്ടായിരുന്നു എന്ന് രണ്ടുപേരും കണ്ടെത്തുന്നുണ്ട്. *മഹാഭാരത*ത്തിലെ കർണ്ണൻ ശിവാജി സാവന്തിന്റെ നോവലിൽ പ്രത്യക്ഷപ്പെടുന്ന കർണ്ണനിൽനിന്ന് വ്യത്യസ്തൻ തന്നെയാണ്. വായു പുത്രനെന്ന് സിദ്ധവല്ക്കരിക്കപ്പെട്ട ഭീമൻ കൊടുങ്കാറ്റുപോലെ വനമിറങ്ങിവന്ന കാട്ടാളന്റെ മകനായി മാറുന്ന എം ടിയുടെ *രണ്ടാമൂഴവും* ഓർമ്മിക്കാം.

മലയാളത്തിലോ ഇന്ത്യാമഹാരാജ്യത്തോ മാത്രമല്ല, പാശ്ചാത്യസാഹിത്യത്തിലും ഇതുപോലെ നവംനവങ്ങളായ വായനകളും വ്യാഖ്യാനങ്ങളും ഇതിഹാസ പുരാണ കഥാപാത്രങ്ങൾക്കും കഥാഘടനകൾക്കും ഉണ്ടായിട്ടുണ്ട്. മത്തായിയുടെയും യോഹന്നാന്റെയും സുവിശേഷത്തിൽ കാണുന്ന ക്രിസ്തുവല്ല, കാസാന്ദ്സാക്കിൻസിന്റെ അന്ത്യപ്രലോഭനത്തിൽ കാണാവുന്നത്. ഈയടുത്തിറങ്ങിയ ടോം കോയ് ബിൻ എന്ന ഐറിഷ് നോവലിസ്റ്റിന്റെ വളരെ ശ്രദ്ധിക്കപ്പെട്ട *The Testanent of Mary* എന്ന നോവ

ലിലെ യേശു ഇനിയും പുതിയ ഒരാളാണ്. ഹോമറുടെ ഒഡീസിയല്ല ബ്രൗണിങ്ങിന്റെ കവിതയിൽ വരുന്നത്. ബ്രൗണിങ്ങിന്റെ കവിതയിലെ ഔഡീസിയല്ല ജോയിസ്സിന്റെ നോവലിലെ അടിസ്ഥാനബിംബമായി വരുന്നത്. താടക ദ്രാവിഡരാജകുമാരിയായതും സീത രാവണന്റെ പുത്രിയായതുമൊക്കെ മലയാളി എന്നോ പരിചയപ്പെട്ടു കഴിഞ്ഞ വായനകളാണല്ലോ. (വയലാറിന്റെ കവിതകൾ)

"വരൂ നമുക്ക് പിതാവിനെ മദ്യം കുടിപ്പിക്കാം, പിന്നെ അവനുമായി ശയിക്കാം, അവന്റെ വിത്തുകൾ നമുക്ക് ഏറ്റുവാങ്ങാം."

അവർ ലോത്തിനെ മദ്യം കുടിപ്പിച്ചു, അവനോടൊപ്പം ശയിച്ചു. അവർ ഗർഭിണികളായി" (*ബൈബിൾ* ഉല്പത്തി 32,33,34 വക്യങ്ങൾ)

വിശുദ്ധ*ബൈബിളിൽ* ലോത്തിലെ കുടിപ്പിച്ചുമയക്കി ഒപ്പം ശയിച്ച് ഗർഭിണികളാകുന്നത് ലോത്തിന്റെ തന്നെ രണ്ട് പെൺമക്കളാണെന്നോർക്കുക. *ബൈബിൾ* ഇപ്പോഴും വിശുദ്ധഗ്രന്ഥം തന്നെയാണ് എല്ലാ മതവിശ്വാസികൾക്കും, മതങ്ങൾക്കപ്പുറത്തുള്ളവർക്കും

അപ്പോൾ ചോദ്യം ഇതുതന്നെ-

നമുക്ക് എന്താണ് നഷ്ടപ്പെട്ടുകൊണ്ടിരിക്കുന്നത്? മതേതരമായ വായനകൾ 'ചരിത്രത്തിന്റെ മാനുഷികമായ മനസ്സിലാക്കലുകൾ.' സർവ്വോപരി ചിന്തയെ വാക്ക് ആക്കാനും വാക്കിനെ സ്വരങ്ങളാക്കാനുമുള്ള കേവലവും ജനാധിപത്യപരവുമായ മനുഷ്യാവകാശങ്ങൾ! ആത്മീയതയെ മതേതരമായിരിക്കാൻ എന്തുകൊണ്ട് അനുദിച്ചുകൂടാ?

അത്ഭുതപ്പെട്ടുപോന്നു.

ശ്രീനാരായണഗുരുവും സ്വാമിവിവേകാനന്ദനും വൈകുണ്ഠസ്വാമിയും മാത്രമല്ല, വക്കം മൗലവിയും പൊയ്കയിൽ യോഹന്നാനും മാത്രമല്ല, സ്വദേശാഭിമാനി രാമകൃഷ്ണപിള്ളയും കേസരി ബാലകൃഷ്ണപിള്ളയും എല്ലാം ഇവിടെ ജീവിച്ചത് എന്തിന്?

ഈ ചോദ്യം ദിക്കെട്ടും പൊട്ടുംവിധം ഉയരേണ്ടതുതന്നെ!

ശ്രീശങ്കരനും ശ്രീനാരായണനും അദ്വൈതത്തിന്റെ തത്ത്വവും പ്രയോഗവും

സമീപകാലത്തെ ഇന്ത്യയുടെ രാഷ്ട്രീയ സാംസ്കാരിക രംഗങ്ങളിൽ ഉയർന്നുവരുന്ന ചില സവിശേഷ സാഹചര്യങ്ങളുണ്ട്. രാഷ്ട്രീയ ജീവിതത്തിൽ മതത്തിന്റെയും ജാതിഘടനയുടെയും ഏറിവരുന്ന പങ്കാളിത്തമാണ് അതിലൊന്ന്, മതാധിഷ്ഠിതവും ജാതിഘടനാപരവുമായ ഒരു നിയമവ്യവസ്ഥ ഇരുപത്തൊന്നാം നൂറ്റാണ്ടിലും പ്രസക്തമാണെന്നും അങ്ങനെയൊന്ന് ജനാധിപത്യത്തിന്റെ നാമത്തിൽത്തന്നെ രൂപപ്പെടുത്തേണ്ടതുണ്ടെന്നും ശക്തമായ വാദമുഖങ്ങളുയരുന്നു എന്നതാണ് മറ്റൊന്ന്. യാഥാസ്ഥിതിക മതതത്ത്വങ്ങളെ ആശ്രയിച്ചുകൊണ്ടുള്ള ആധുനിക രാഷ്ട്ര വ്യവസ്ഥകൾ അനുപേക്ഷണീയമാണെന്നും ആ ദിശയിലേക്കുള്ള പ്രവർത്തനത്തിന്റെ ഭാഗമായി ഇതര മത ശത്രുതയും തികഞ്ഞ മൗലിക വാദ സമീപനങ്ങളും സ്വീകാര്യമാണെന്നുള്ള നിലപാടുകൾ ഉയർന്നുവരുന്നു എന്നതാണ് ഇനിയൊന്ന്.

ഈയൊരു പശ്ചാത്തലത്തിൽ കേരളീയ നവോത്ഥാനവും അതിലടങ്ങിയിരുന്ന ഗുണപരവും ധനപരവുമായ ആശയാവലികളുംകൂടി ചർച്ച ചെയ്യപ്പെടുന്നുണ്ട്. ഇതിനുള്ള സമീപസ്ഥമായ പ്രചോദനങ്ങളാണ് ശ്രീനാരായണ ഗുരു 1916 ൽ പുറപ്പെടുവിച്ച നമുക്ക് ജാതിയില്ല. എന്ന വിളംബരത്തിന്റെയും 1917 ൽ സഹോദരൻ അയ്യപ്പൻ കേരളത്തിലാദ്യമായി നടത്തിയ പന്തിഭോജനത്തിന്റെയും മഹാത്മാ അയ്യങ്കാളിയുടെ പ്രവർത്തനങ്ങളുടെയും ശതാബ്ദി സ്മരണകൾ.

ശ്രീനാരാണ ഗുരുവിനെ സാമൂഹ്യപരിഷ്കർത്താവ് ആയി കാണുന്നവർ തന്നെ അദ്ദേഹത്തിന്റെ അദ്വൈത വേദാന്തചിന്തയെ അംഗീകരിക്കുന്നവരാണ്. അദ്വൈതിയായ ഒരു സന്ന്യാസി എന്നതാണുതാനും ശ്രീനാരായണഗുരു സൈദ്ധാന്തിക സ്ഥാന നിർണ്ണയം.

അദ്വൈത വേദാന്തം പുതിയൊരു ഭാഷയിൽ പറഞ്ഞാൽ തികച്ചും ആശയവാദപരമായ ഒരു പദ്ധതിയാണ്. അദ്വൈതചിന്തയെ ആശയവാദ പരമായ ബലിഷ്ഠമായ ഒരടിത്തറയിൽ ഉറച്ചുനിർത്തി ഇന്ത്യയുടെ ദാർശ നിക ചിന്താരംഗത്ത് അജയ്യമായ സർവ്വജ്ഞപീഠം കയറിയ വ്യക്തിത്വം എന്ന നിലയിലാണ് കേരളീയനായ ശ്രീശങ്കരാചാര്യരെ സ്ഥാനപ്പെടുത്തി യിട്ടുള്ളതും.

ഇവിടെ പരിഹരിക്കേണ്ടതായ ഒരു പ്രശ്നം ഉയർന്നുവരുന്നുണ്ട്. ശ്രീ ശങ്കരനും ശ്രീനാരായണനും അദ്വൈത വേദാന്തികളായിരിക്കേ ഇവരുടെ വചനങ്ങളും കരണങ്ങളും എങ്ങനെയെല്ലാം വിപരീത ദിശകളിലേക്കു സഞ്ചരിക്കാനിടയായി. വ്യാഖ്യാനത്തിന്റെയും പ്രയോഗത്തിന്റെയും തല ങ്ങളിൽ വിപരീതവൃത്തി കൈക്കൊള്ളുമ്പോഴും അദ്വൈതചിന്തയുടെ വിപുലവൃത്തത്തിൽത്തന്നെ ഈ രണ്ടുപേർക്കും നില്ക്കാൻ കഴിയുന്നത് എങ്ങനെ?

1. ശ്രീശങ്കരന്റെ ദർശനമേഖല:

എ ഡി ഏഴാം നൂറ്റാണ്ടിലോ, എട്ടാം നൂറ്റാണ്ടിലോ മുപ്പത്തിരണ്ടു വർഷം മാത്രം ജീവിച്ചിരുന്നു എന്നു കരുതപ്പെടുന്ന ശ്രീശങ്കരന്റെ ദർശന മത്രയും പ്രകാശിതമായിരിക്കുന്നത് ബ്രഹ്മസൂത്രഭാഷ്യം, ഉന്നിഷത്ഭാഷ്യ ങ്ങൾ, വിവേകചൂഢാമണി, സൗന്ദര്യ ലഹരി, ഉപദേശസാഹശ്രീ, ദശശ്ലോകി വിഷ്ണു സഹസ്രനാമഭാഷ്യം എന്നീ പ്രധാന രചനകളിലൂടെയാണ് അവ യിലൂടെ വ്യക്തമാകുന്ന ദർശനത്തിന്റെ രക്തച്ചുരുക്കം ഏതാണ്ടിങ്ങനെ യാണ്.-

1. വേദം, ഉന്നിഷത്തുക്കൾ എന്നിവ അപൗരുഷേയങ്ങൾ (മനുഷ്യ സൃഷ്ടമല്ലാത്തത്) ആണെന്നും അതുകൊണ്ട് അവയുടെ ആദികാരികതയെ ചോദ്യം ചെയ്യാൻ പറ്റില്ലെന്നും പൂർണ്ണമായ വിശ്വാസ വിധേയത്വത്തോടെ അവയെ അനുസരിക്കുക എന്നതാണ് മനുഷ്യൻ ചെയ്യേണ്ടത് എന്നതാണ് ശങ്കരദർശനം.

2. ലോകം മുഴുവൻ ബ്രഹ്മമാണ്. ബ്രഹ്മസാക്ഷാൽക്കാരമാണ് മനു ഷ്യന്റെ ആത്യന്തികമോചനം (സർവ്വം ഖലു ഇദം ബ്രഹ്മ). വേദം നിത്യ ജ്ഞാനമാണ് അതിൽ സമസ്ത സൃഷ്ടി ജീവിതത്തിന്റെയും ത്രികാലാ തീതമായ നിയമങ്ങളടങ്ങുന്നു. വേദം അപൗരുഷേയമാണ് അത് ഈശ്വര മനസ്സിനെ പ്രകടിപ്പിക്കുന്നു. (ബ്രഹ്മസൂത്രഭാഷം 1.1.3)

"ബ്രഹ്മൈ വേദം വിശ്വം സമസ്തം ഇദം ജഗത്" എന്ന് ശ്രീശങ്കരൻ സിദ്ധവല്ക്കരിക്കുന്നു. (ബ്രഹ്മസൂത്ര ഭാഷ്യം 3.2.32)

3. ബ്രഹ്മം അഥവാ ഈശ്വരശക്തി എന്നത് സർവ്വവ്യാപിയാണ്. അത് മഹാകാശമാണ്. ജീവനാകട്ടെ പരിമിതവും. അത് ഘടാകാശമാണ്. (കു ടത്തിലെ ആകാശം) കുടം ഉടയുമ്പോൾ ഘടകാശം മഹാകാശമായിമാ റുന്നു. അതാണ് മൃതി. അപ്പോൾ കേവല മനുഷ്യാത്മാവിന്റെ ആത്യന്തിക ലക്ഷ്യം ഈ മഹാകാശവിലയനമാണ് അതാണ് മോക്ഷപ്രാപ്തി അഥവാ

ബ്രഹ്മവുമായി സാക്ഷാൽക്കരിക്കുന്ന അദ്വൈതം. ഉപനിഷത്തുകൾ പറയുന്ന അഹം ബ്രഹ്മാസ്മിയും തത്ത്വമസിയും ഇതുതന്നെ. ഈ ബ്രഹ്മതാദാത്മ്യമാണ് സംസാര ദുഃഖമുക്തിക്കുള്ള ഏക ഉപായം. (ബ്രഹ്മസൂത്രഭാഷ്യം 1.1.1)

4. ബ്രഹ്മസത്യം ജഗന്മിഥ്യ: ബ്രഹ്മമാണ് സത്യം. ജഗത്-നാം അനുഭവിക്കുന്ന ലോകം - മിഥ്യയാണ്. അവിദ്യകൊണ്ടാണ് ജഗത് സത്യമെന്നു തോന്നുന്നത്. ഈ അവിദ്യനീക്കി പരമജ്ഞാനം നേടുകയാണ് മനുഷ്യജന്മത്തിന്റെ ലക്ഷ്യം. പുനർജ്ജന്മങ്ങളില്ലാത്ത ആത്യന്തികമോക്ഷമാണ് പരമലക്ഷ്യം. എന്നാൽ ഈ ആത്യന്തികജ്ഞാനം നേടാൻ ലൗകികമുക്തമായ സന്ന്യാസം കൊണ്ടേകഴിയൂ. മറ്റുള്ളവർ വേദങ്ങളിൽ നിർദ്ദേശിക്കപ്പെട്ടിട്ടുള്ള കർമ്മം ചെയ്യുകയാണ് വേണ്ടത്.

5. വേദങ്ങൾ മുതൽ ഭഗവദ്ഗീത വരെയുള്ള ഗ്രന്ഥങ്ങൾക്ക് ഭാഷ്യം ചമച്ചുകൊണ്ട് ചാതുർവർണ്യ വ്യവസ്ഥയെ ശ്രീശങ്കരൻ പൂർണ്ണമായി പിന്താങ്ങുന്നു. വർണ്ണാശ്രമധർമ്മങ്ങൾക്ക് സമ്പൂർണ്ണമായ വേദസമ്മതിയുണ്ട് എന്നദ്ദേഹം നിസ്സംശയം പ്രഖ്യാപിക്കുന്നു. ഗുണങ്ങളും കർമ്മങ്ങളുമനുസരിച്ച് നാല് വർണ്ണങ്ങളെ ഞാൻ സൃഷ്ടിച്ചു എന്ന *ഭഗവദ്ഗീത*യിലെ കൃഷ്ണവചനം തന്നെ ഈശ്വരപ്രോക്തമാണെന്ന് ശ്രീശങ്കരൻ അടിവരയിടുന്നുണ്ട്.

6. ശൂദ്രനും സ്ത്രീയും വേദാദ്ധ്യായനത്തിന് അർഹരല്ല. ഉപനയനം കഴിഞ്ഞവർക്കേ വേദാദ്ധ്യയനത്തിനോ വേദാദ്ധ്യാപനത്തിനോ അർഹതയുള്ളൂ. ബ്രാഹ്മണൻ, ക്ഷത്രിയൻ, വൈശ്യൻ എന്നീ മൂന്നു വർണ്ണത്തിനേ ഉപനയനമുള്ളൂ, അതുകൊണ്ട് ശൂദ്രനും സ്ത്രീയും വേദം പഠിച്ചുകൂടാ. (ബ്രഹ്മസൂത്രഭാഷ്യം 1, 3, 34 മുതൽ 38 പേജ് വരെ)

ദാർശനികമായി ഈ ആശയങ്ങൾ ഉൽഘോഷിക്കുകയും വ്യാഖ്യാനിക്കുകയും ചെയ്ത ശ്രീ ശങ്കരൻ ഇതിന്റെ പ്രയോഗതലത്തിലും നിരവധി പ്രവർത്തനങ്ങൾ നടത്തുകയുണ്ടായി. തപസ്സുകൊണ്ട് ഏകാഗ്രധ്യാനത്തിലൂടെ മനുഷ്യനിൽ കുടികൊള്ളുന്നതെന്ന് കരുതപ്പെടുന്ന (മൂലാധാരത്തിൽ മൂന്നരവളയമായി സ്ഥിതി ചെയ്യുന്ന) കുണ്ഡലിനീ ശക്തിയെ - ആത്മചൈതന്യം - ഉണർത്തിയെടുത്ത് ബ്രഹ്മസാക്ഷാൽക്കാരത്തിലേക്ക് എത്തിച്ചേരാൻ വേണ്ടി ധ്യാനക്രമങ്ങളും സന്ന്യാസാചാരങ്ങളും അദ്ദേഹം നിർദ്ദേശിക്കുകയും ക്രമപ്പെടുത്തുകയും ചെയ്തു. ഇന്ത്യയുടെ വിവിധ ഭാഗങ്ങളിൽ ഇവയൊക്കെ ആചരിക്കാനും പരിശീലിപ്പിക്കാനുമുള്ള മഠങ്ങൾ സന്ന്യാസാശ്രമങ്ങൾ സ്ഥാപിക്കുകയുണ്ടായി. വൈദികജ്ഞാനത്തിന്റെ കുത്തകാവകാശികളായി അദ്ദേഹം കണ്ട ബ്രാഹ്മണർക്ക് അറുപത്തിനാലു തരം ആചാരാനുഷ്ഠാനങ്ങൾ ഏതാണ്ടു നിയമസംഹിത പോലെതന്നെ വ്യവസ്ഥപ്പെടുത്തുകയുണ്ടായി. ഇന്നും ഇവയിൽ പല സന്ന്യാസാശ്രമങ്ങളും പ്രവർത്തിക്കുകയും അല്പസ്വല്പ വ്യത്യാസങ്ങളും വ്യതിയാനങ്ങളോടെയാണെങ്കിലും കുറെയൊക്കെ ആചാരാനുഷ്ഠാനങ്ങൾ ഒരു വിഭാഗമെങ്കിലും ബ്രാഹ്മണജീവിതത്തിന്റെ ഭാഗമായി തുടരുകയും ചെയ്തുവരുന്നുണ്ട്.

ശ്രീശങ്കരവിമർശനങ്ങൾ:

എന്നാൽ ഇന്ത്യൻ ദാർശനികരിൽ ഏറ്റവും ഉന്നതനെന്നു വിശ്വസിക്കപ്പെടുന്ന ശ്രീ ശങ്കരൻ തന്നെയാണ് ഇന്ത്യൻ ദാർശനികരിൽ ഏറ്റവും അധികം വിമർശിക്കപ്പെട്ടിട്ടുള്ളതും. ഭൗതികവാദികൾ മാത്രമല്ല, ആശയവാദത്തിന്റെ വക്താക്കളും, എന്തിന് സന്ന്യാസസമൂഹം തന്നെയും ശ്രീശങ്കരചിന്തയെ അതിനിശിതമായി ഖണ്ഡിക്കുകയും അവയിലെ എണ്ണമറ്റ വൈരുദ്ധ്യങ്ങളെ വെളിപ്പെടുത്തുകയും ചെയ്തിട്ടുണ്ട്.

അദ്ദേഹത്തിന്റെ ദർശനപദ്ധതി വളരെയാളുകളെ സുരക്ഷിതരാക്കുകയും ആശ്വസിപ്പിക്കുകയും ചെയ്യുമ്പോൾ, അതിനെ വൈരുദ്ധ്യങ്ങളുടെയും അന്ധകാരത്തിന്റെയും ഗർത്തമായി കാണുന്ന ചിലരും ഉണ്ടെന്നു തീർച്ചയെന്ന് ഡോ. എസ് രാധാകൃഷ്ണൻ (*ഭാരതീയ ദർശനം* എന്ന ഗ്രന്ഥം പേജ്: 437). ഉപനിഷത്തുക്കളുടെയും വേദത്തിന്റെയും ആധികാരികതയും പ്രാമാണികതയും ഉറപ്പിച്ചുകൊണ്ട്, വിവിധ ആചാരവിശ്വാസങ്ങളിൽ നിന്നിരുന്നവരെ മതപരമായി ഐക്യപ്പെടുത്തുന്നതിനുവേണ്ടി അദ്ദേഹം വ്യക്തിയുടെ ആത്മാവിന് ബ്രഹ്മത്തോടുള്ള താദാത്മ്യത്തെ ബോദ്ധ്യപ്പെടുത്തിക്കൊടുക്കാൻ സഹായിക്കു എന്ന ഏക ഉദ്ദേശത്തോടെയാണ് തന്റെ ഗ്രന്ഥരചനകളത്രയും നിർവ്വഹിച്ചത് എന്നും ഡോ. രാധാകൃഷ്ണൻ അഭിപ്രായപ്പെടുന്നുണ്ട് (അതേ പുസ്തകം പേജ് 440)

ബ്രഹ്മസത്യം ജഗന്മിഥ്യ എന്നു ശ്രീശങ്കരൻ വാദിക്കുമ്പോൾ ആനുഭവികലോകം ഒരു സ്വപ്നത്തിനോ മിഥ്യാബോധത്തിനോ തുല്യമാണെന്ന വീക്ഷണത്തെ നിഷേധിച്ചുകൊണ്ട് അത് ശരിയായ ഈശ്വര സ്വരൂപത്തിന്റെ പ്രകടനമാണ് എന്ന ഗൗഡപാദരുടെ വാദം ചൂണ്ടിക്കാട്ടിക്കൊണ്ട് ഡോ. രാധാകൃഷ്ണൻ നേരിടുന്നുണ്ട് (പേജ് 451)

ശ്രീ ശങ്കരനെ സംബന്ധിച്ച് എല്ലാ ഉപനിഷത്തുക്കളും ഈ ബ്രഹ്മവാദത്തിന്റെ ഒന്നല്ലെങ്കിൽ മറ്റൊരുതരത്തിലുള്ള സാധൂകരണങ്ങളാണ്. ഈ നിലപാടിനെ ഫലത്തിൽ നിഷേധിച്ചുകൊണ്ട് ഉപനിഷത്തുക്കൾ ജഗത്തിനെപ്പറ്റി സംഗതമായ ഒരു വീക്ഷണം നല്കുന്നില്ല അവയുടെ കർത്താക്കൾ പലരുമാണ്. അവരെല്ലാം ഒരേ കാലത്തിൽപ്പെട്ടവരല്ല. ജഗത്തിനെപ്പറ്റി ഏകാഭിപ്രായം പ്രകടിപ്പിക്കണമെന്ന് അവർ ഉദ്ദേശിച്ചിരുന്നുവോ എന്നുകൂടി സംശയമാണ്. എന്നാൽ ശങ്കരൻ ഏകരീതിയിൽ ഉപനിഷത്തുക്കളെ വ്യാഖ്യാനിക്കാൻ നിഷ്കർഷ കാണിക്കുന്നു എന്നുകൂടി ഡോ. രാധാകൃഷ്ണൻ പറയുന്നു. (അ. പു. 460) മാത്രമല്ല ഇങ്ങനെയും കൂടി ഡോ. രാധാകൃഷ്ണൻ പറയുന്നു. താൻ പ്രചരിച്ച രീതിയിലുള്ള അദ്വൈത സിദ്ധാന്തം ബാദരായണന്റെ ബ്രഹ്മസൂത്രത്തിലുണ്ടെന്ന് ശങ്കരൻ വിശ്വസിക്കുന്നു. ഓരോ ഭാരതീയ ഭാഷ്യക്കാരനും തന്റെ അഭിപ്രായമാണ് സൂത്രക്കാരന്റെ അഭിപ്രായമാണെന്നും മറ്റുള്ളവരുടേതെല്ലാം സൂത്രക്കാരന്റേതിൽ നിന്നും ഭിന്നമാണെന്നും വിശ്വസിക്കുന്നു." (*ഭാരതീയ ദർശനം*. പേജ്. 460 -461)

ശ്രീ ശങ്കരന്റെ മായാവാദത്തിന് വേദത്തിന്റെ പിൻബലമില്ലെന്ന്

"വേദാർത്ഥവൻ മഹാശാസ്ത്രം/മായാവാദം അവൈദികം" എന്ന സാംഖ്യ ഭാഷ്യം ഉദ്ധരിച്ചുകൊണ്ട് ഡോ. രാധാകൃഷ്ണൻ വ്യക്തമാക്കുന്നുണ്ട്. മായാവാദം ശ്രീശങ്കരചിന്താ പദ്ധതിയിലെ അന്തഃഛിദ്രങ്ങളെ മറയ്ക്കുന്ന ഒരു മൂടുപടമായി ഉപകരിക്കുന്നു എന്നും (പേജ് 463) മോക്ഷത്തെപ്പറ്റി ശ്രീ ശങ്കരന്റെ ധാരണ ബുദ്ധമതത്തിലെ നിർവ്വാണത്തിൽനിന്ന് വ്യത്യസ്തമല്ലെന്നും ആദികാല ബുദ്ധചിന്തയിലേക്ക് നിരപേക്ഷ ബ്രഹ്മത്തിന്റെ ആശയം പ്രവേശിപ്പിച്ചതുതന്നെയാണ് ശങ്കരന്റെ അദ്വൈതം എന്നും (പേജ് 464) വേദാന്തത്തിന്റെ ലക്ഷ്യം പുനർജ്ജനനത്തിൽനിന്ന് മോചനം (നിശ്രേയസ്സ്) ആകുമ്പോൾ ഭാവിജീവിതത്തിൽ വിശ്വാസമർപ്പിച്ചുകൊണ്ടിരിക്കുന്ന കാലത്തോളം ഇതു സംഭവ്യമല്ല എന്നും (പേജ്: 465) ശങ്കരന്റെ അദ്വൈതവേദാന്തം അംഗീകരിച്ച തത്ത്വങ്ങളുടെ ആദ്ധ്യാത്മികമായ ഉൾക്കാഴ്ച മഹത്വമുള്ളതാണെങ്കിലും അതിന്റെ ശാസ്ത്രീയത കുറെയൊക്കെ അപരിഷ്കൃതമാണ് (പേജ് 485) എന്നുമൊക്കെ ഡോ. രാധാകൃഷ്ണൻ ശങ്കരകൃതികളിൽനിന്ന് യഥേഷ്ടം ഉദ്ധരണികളുടെ സഹായത്തോടെ വ്യക്തമാക്കുന്നുണ്ട്.

ഭാരതീയ ചിന്ത എന്ന വിശ്രുത ഗ്രന്ഥത്തിൽ കെ ദാമോദരനും ശ്രീശങ്കരന്റെ ചിന്തയിലെ ആഴമുള്ള വൈരുദ്ധ്യങ്ങൾ അവലോകനവിധേയമാക്കുന്നുണ്ട്. ഒരു ഭാഗത്ത് ലോകം മുഴുവൻ ബ്രഹ്മമാണെന്നു പറയുക, മറുഭാഗത്ത് ലോകം മിഥ്യയാണെന്നു പറയുക. ശങ്കരൻ ഇതിലൊന്നും ഒരു വൈരുദ്ധ്യവും കാണുന്നില്ല എന്ന് കെ ദാമോദരൻ വ്യക്തമാക്കുന്നു. (*ഭാരതീയ ചിന്ത* പേജ് - 337) അനീതികളുടെയും അസമത്വങ്ങളുടെയും ഭൗതീകാടിത്തറയെ തകർക്കുക എന്നതിന് ശങ്കരന്റെ ദർശനത്തിൽ സ്ഥാനമില്ല. (ഭാ. ചിന്ത പേജ് 355) ഒരു ഭാഗത്ത് വ്യവഹാരിക ജീവിതത്തിലെ അസമത്വങ്ങൾക്ക് സ്ഥാനമില്ലാത്ത ഒരു പാരമാർത്ഥിക സത്തയെ അദ്ദേഹം ഉയർത്തിപ്പിടിച്ചു. മറുവശത്ത് വ്യാവഹാരിക ജീവിതത്തിൽ നിലനിന്ന അസമത്വം വർണ്ണവ്യത്യാസം, അനാചാരങ്ങൾ എന്നിവയെല്ലാം ന്യായീകരിച്ചു. അതായത് ആശയമണ്ഡലത്തിൽ മാത്രം നിലകൊള്ളുന്ന സങ്കല്പപരമായ അദ്വൈതമാണ് ശ്രീ ശങ്കരൻ ഉദ്ഘോഷിച്ചത് (പേജ്: 337) ഒരുപക്ഷേ, പിന്നീട് ഇന്ത്യൻ സാഹചര്യത്തിലുണ്ടായ സവർണ്ണ ബ്രാഹ്മണ്യാധീശത്വം അതിന്റെ സൈദ്ധാന്തിക അടിത്തറയായി ശ്രീശങ്കരനെ സ്വീകരിച്ചത് ആ ദർശനത്തിലെ ഈ വക വിപരീതബലങ്ങൾ കൊണ്ടുതന്നെ എന്നുകൂടി കെ ദാമോദരൻ നിരീക്ഷിക്കുന്നുണ്ട്.

എന്നാൽ ശ്രീനാരായണന്റെ അദ്വൈത വേദാന്തദർശനങ്ങളെ അതേ ചിന്താപദ്ധതിയുടെ പ്രചാരകനും അനുബന്ധവുമായിരുന്നതുകൊണ്ട് കലാനുസൃതം ഖണ്ഡിച്ചത് ശ്രീ ചട്ടമ്പി സ്വാമികളാണ്. *വേദാധിക്കാരനിരൂപണം* എന്ന ഗ്രന്ഥം തന്നെ അദ്ദേഹം രചിച്ചത് ഈ ലക്ഷ്യത്തിനു വേണ്ടിയായിരുന്നു. വേദങ്ങൾ അപൗരുഷേയമാണെന്നും ഈശ്വരപ്രോക്തമാണെന്നുമുള്ള ശ്രീശങ്കരന്റെ സിദ്ധാന്തത്തെ ചട്ടമ്പി സ്വാമികൾ കാര്യമായി തന്നെ ഖണ്ഡിക്കുന്നുണ്ട്. "ഇവയിൽ ഇന്നത് ഭഗവത് പ്രോക്തം എന്ന

തിന് നിരാക്ഷേപമായ ആധാരം ഏർപ്പെടാത്ത കാലത്തോളം അവയിൽ ഒന്നുംതന്നെ ഈശ്വര പ്രോക്തമെന്ന് ഗണിച്ചുകൂടാ. എല്ലാം മനുഷ്യകൃതം എന്നുവയ്ക്കുന്നത് യുക്തിക്കും വിവേകത്തിനും അടുത്ത കാര്യമായിരിക്കും." (*വേദാധികാരനിരൂപണം* പേജ് 129) പുസ്തകരൂപമായ സാധനത്തെ മനുഷ്യന് തരുന്നതിനേക്കാൾ ഈശ്വരൻ തന്നെ മൂർത്തിമാനായിവന്ന് ധർമ്മങ്ങളെ ഉപദേശിക്കാമെങ്കിൽ അത് സർവ്വോത്തമം അല്ലയോ? എങ്കിലും അതു സാദ്ധ്യമാണോ? (വേ. നി. 130) എന്ന് തെല്ലു പരിഹസിക്കുന്നുമുണ്ട്. ആദിവിവേകികൾ ശ്രമപ്പെട്ടുകണ്ടറിഞ്ഞു പറഞ്ഞ വിഷയങ്ങളിൽ നിരാക്ഷേപകരങ്ങളായ ഭാഗങ്ങളെ അംഗീകരിച്ച് ഗൗരവബുദ്ധ്യാ സ്വീകരിക്കേണ്ടത് നമ്മുടെ സ്ഥിതിക്ക് അടുത്ത കാര്യം തന്നെ. അതിന് അവ ഈശ്വരപ്രോക്തമെന്ന് വാദിക്കേണ്ടതില്ല (പേജ് 130) എന്നാണ് ചട്ടമ്പിസ്വാമികളുടെ കൃത്യമായ അഭിപ്രായം.

തുടർന്ന് അദ്ദേഹം പറയുന്നു. "വേദത്തെ പഠിക്കയും പ്രവചിക്കുകയും ചെയ്യുന്നതിലേക്ക് ബ്രാഹ്മണനുമാത്രമേ അധികാരമുള്ളൂ എന്നും ക്ഷത്രിയ വൈശ്യന്മാർക്ക് അഭ്യസിക്കുന്നതിനു മാത്രമല്ലാതെ പ്രവചനം ചെയ്യുന്നതിന് അധികാരം ഇല്ലെന്നും ശൂദ്രനും സ്ത്രീക്കും അഭ്യസിക്കാനോ പ്രവചനം ചെയ്യാനോ ഒന്നിനും തന്നെ അധികാരമില്ലെന്നും വിധിയുണ്ടെന്ന് മിക്കപേരും വിശ്വസിച്ചിരിക്കുന്നു... നാം അറിഞ്ഞേടത്തോളം വേദത്തിൽ അദ്ധ്യാപനവും, ശൂദ്രന് അദ്ധ്യായനവും പാടില്ലെന്ന് നിഷേധം ഏർപ്പെടുത്തുകയോ ആയത് സാധുവാക്കുകയോ ചെയ്തിട്ടുണ്ടെന്നു കാണുന്നില്ല (വേ. നി. പേജ് 137) ഇങ്ങനെ സ്വാഭിപ്രായം പ്രകടിപ്പിക്കുക മാത്രമല്ല ഉപനിഷത്തുകളിൽനിന്നും വേദങ്ങളിൽനിന്നും സമർത്ഥമായ ഉദ്ധരണികളും പരാമർശങ്ങൾകൊണ്ടും ആ വസ്തുതയെ സ്ഥാപിക്കുകയും ചെയ്യുന്നുണ്ട് ശ്രീ ചട്ടമ്പിസ്വാമികൾ.

ബൃഹദാരണ്യകോപനിഷത്ത് രണ്ടാം അദ്ധ്യായം ആദ്യത്തെ ബ്രാഹ്മണത്തിൽ ഗാർഗ്യൻ എന്ന ബ്രാഹ്മണൻ അജാതശത്രു എന്ന രാജാവിനെ ആചാര്യനായി വരിച്ച് ബ്രഹ്മവിദ്യയെ അഭ്യസിച്ചതായി പറയുന്നു.

ഛന്ദോഗ്യം അഞ്ചാം അദ്ധ്യായത്തിൽ ആരുണീപുത്രനായ ശ്വേതകേതു എന്ന ബ്രാഹ്മണൻ തന്റെ പിതാവിനോടൊപ്പം പ്രവാഹണൻ എന്ന ക്ഷത്രിയരാജാവിന്റെ അടുക്കൽ ചെന്ന് വേദോപദേശം സ്വീകരിച്ചു എന്ന് പറയുന്നു. ജനകമഹാരാജാവിൽനിന്ന് ശ്രീശുകബ്രഹ്മർഷി വേദോപദേശം സ്വീകരിച്ചതായി *മഹോപനിഷത്ത്* രണ്ടാം അദ്ധ്യായത്തിൽ പറയുന്നു.

ഇതേപോലെ തന്നെ ശുദ്രന് വേദാദ്ധ്യായനം പാടില്ലാ എന്ന ശ്രീശങ്കരന്റെ സിദ്ധാന്തവും അപക്വവും അസംബന്ധവുമാണെന്ന് ചട്ടമ്പിസ്വാമികൾ തെളിവ് നിരത്തുന്നുണ്ട്.

ഛന്ദോഗ്യ ഉപനിഷത്ത് നാലാം അദ്ധ്യായത്തിൽ ജാനശരുതി എന്ന ശൂദ്രൻ രൈക്വൻ എന്ന ബ്രാഹ്മണന്റെ അടുത്ത് വളരെ ദ്രവ്യം കൊടുത്ത് ബ്രഹമവിദ്യക്ക് യാചിച്ചപ്പോൾ ശൂദ്രനെന്നു പറഞ്ഞ് നിഷേധിച്ച രൈക്വൻ പിന്നെയും കൂടുതൽ ദ്രവ്യത്തെയും സുന്ദരിയായ ഒരുയുവതിയേയും കൂടി

കൊടുത്തപ്പോൾ സംപ്രീതനായി ശൂദ്രന് വേദം ഉപദേശിച്ചു എന്ന് ഖണ്ഡിതമായി പറഞ്ഞിരിക്കുന്നത് ചൂണ്ടിക്കാട്ടിക്കൊണ്ട് ഭാഷ്യകാരനായ ശ്രീശങ്കരൻ ആയതിന് മറയ്ക്കുന്നതിന് മനഃപൂർവ്വം പൂർവ്വപക്ഷം ചെയ്ത് നിഷേധിച്ച ശേഷം വേറെ പ്രകാരത്തിൽ സിദ്ധാന്തിച്ച് വളരെയൊക്കെ ബന്ധപ്പെട്ട് പരാക്രമങ്ങൾ കാണിച്ചിരിക്കുന്നു." എന്നുകൂടി സ്വാമികൾ ഉറച്ചു പറയുന്നുണ്ട്. (വേ നി. 144-145)

ഇതുപോലെ തന്നെ സ്ത്രീകൾക്ക് വേദപഠനം നിഷിദ്ധമാണെന്ന ശ്രീശങ്കരമതത്തെയും ചട്ടമ്പിസ്വാമികൾ വേദം കൊണ്ടുതന്നെ അരിഞ്ഞു വീഴ്ത്തുന്നുണ്ട്.

"ന സ്ത്രീ ശൂദ്രൗ വേദമധിയാതം" എന്ന വാക്യം പ്രണാമല്ല കേവലം സൂക്തം മാത്രമാണ്. ഇതിന്റെ അർത്ഥം എന്തെന്നാൽ സ്ത്രീകളും ശൂദ്രരും വേദം പഠിച്ചേകഴിയൂ എന്നില്ല. പഠനം നിഷിദ്ധമാണ് എന്നല്ല (വേ. നി. 158) *ബൃഹദാരണ്യകോപനിഷത്ത്* മൂന്നും ആറും ബ്രാഹ്മണത്തിൽ ഗാർഗി എന്ന സ്ത്രീവേദാദ്ധ്യായനം ചെയ്ത് യാജ്ഞവൽക്യനോട് വേദാർത്ഥങ്ങളെക്കുറിച്ച് സംവാദം നടത്തി എന്നു കാണുന്നു (പേജ് 160) അതേ ഖണ്ഡത്തിൽത്തന്നെ നാലാം അദ്ധ്യായത്തിൽ യാജ്ഞവൽക്യത്തിന്റെ ഭാര്യയാ മൈത്രേയിക്ക് അദ്ദേഹം തന്നെ ബ്രഹ്മവിദ്യ ഉപദേശിച്ചു കൊടുത്തതായി പറയുന്നു. ശതപഥബ്രാഹ്മണത്തിൽ മന്ത്രങ്ങളുടെ ഉച്ചാരണ രീതി വിവരിക്കുന്നിടത്ത് "അഷ്ടീവദഘ്നം ശൂദ്രസ്യ" എന്നു ശൂദ്രൻ എങ്ങനെ ഉച്ചരിക്കണമെന്നു പറയുന്നുണ്ട്. (വേ നി പേജ് 162)

പുരാണങ്ങളിൽ നിരവധി വേദോപനിഷത് വാക്യങ്ങൾ വരുന്നുണ്ട്. പുരാണങ്ങളുടെ രചയിതാക്കൾ പലരും ശൂദ്രരായിരുന്നല്ലോ. അവർ വേദം പഠിച്ചിരുന്നില്ലെങ്കിൽ ഇത് സാദ്ധ്യമാവുമായിരുന്നില്ലല്ലോ എന്ന് ചട്ടമ്പിസ്വാമികൾ ചൂണ്ടിക്കാട്ടുന്നുണ്ട്. "ജന്മനാ ജായതേ ശുദ്രഃ കർമ്മണാ ജായതേ ദ്വിജഃ" എന്ന വേദവാക്യം വ്യാഖ്യാനിച്ചുകൊണ്ട് ജനനാൽ എല്ലാവരും ശൂദ്രർ തന്നെ എന്നും പിന്നീട് അവരവർ അവലംബിക്കുന്ന കർമ്മങ്ങൾ അനുസരിച്ച് ബ്രാഹ്മണർ, ക്ഷത്രിയർ, വൈശ്യർ എന്നിങ്ങനെ തരംതിരിച്ചിട്ടുണ്ടായതാണെന്നും ശ്രീ ചട്ടമ്പിസ്വാമികൾ പറയുന്നുണ്ട്.

ചുരുക്കത്തിൽ ശ്രീശങ്കരന്റെ അദ്വൈതസിദ്ധാന്തങ്ങളെയും തത്ത്വനിർദ്ദേശങ്ങളും വേദോപനിഷത്തുക്കളുടെയും പ്രാമാണികത ഉറപ്പിക്കാൻ വേണ്ടി എന്നു വ്യാഖ്യാനിക്കപ്പെട്ടുവെങ്കിലും യഥാർത്ഥത്തിൽ അവയിൽ പലതും വേദസമ്മതങ്ങളായിരുന്നില്ല എന്നും സാമാന്യയുക്തിക്കും കാലത്തിലൂടെ മുന്നോട്ടുപോകുന്ന മനുഷ്യപ്രകൃതത്തിനും വിരുദ്ധങ്ങൾ തന്നെയായിരുന്നു എന്നും ശ്രീ ചട്ടമ്പിസ്വാമികൾ സ്ഥാപിക്കുന്നുണ്ട്.

ഇതു തിരിച്ചറിയാൻ കഴിയാത്തയാളായിരുന്നുവോ ശ്രീ ശങ്കരൻ? എങ്കിൽ എന്തുകൊണ്ട് ശ്രീ ശങ്കരന്റെ അദ്വൈതം ഇങ്ങനെ ജനവിരുദ്ധമായി? ഈ ചോദ്യത്തിന് സമാധാനം കണ്ടെത്തുവാൻ നാം ശ്രീശങ്കരന്റെ കാലത്തിലേക്കും ചരിത്രത്തിലേക്കും സൂക്ഷ്മമായി നോക്കേണ്ടിയിരിക്കുന്നു. ആത്യന്തികമായി ജീനിയസ്സുകൾ രൂപപ്പെടുന്നത് ചില ചരിത്ര സന്ദർഭ

ങ്ങളുടെ മർദ്ദവിശേഷത്തിൽ നിന്നാണ് നാം ഓർക്കുക.

ശ്രീശങ്കരൻ തത്ത്വങ്ങൾ ഉദ്ഘോഷിച്ചത് ബുദ്ധ-ജൈന മതങ്ങളുടെ ശക്തമായ സ്വാധീനം നിലനിന്ന കാലത്താണ്. ദക്ഷിണേന്ത്യയിൽ ബുദ്ധമതം സ്വാധീനം വ്യാപിച്ചുകഴിഞ്ഞിരുന്നു. ഉത്തരേന്ത്യയിലാകട്ടെ ബ്രാഹ്മണമതത്തിൽത്തന്നെ ശൈവഭക്തരായ അടിയാർമാരും, വൈഷ്ണവാരാധകരായ ആൾവാർമാരും ഭക്തിമാർഗ്ഗം പ്രചരിപ്പിക്കുമ്പോൾ തന്നെ തീവ്രമായ ആശയസംഘർഷങ്ങളിൽ ഏർപ്പെടുകയായിരുന്നു. ഹിന്ദുമതം എന്നു വിളിക്കപ്പെട്ട ഏകീകൃതമായ ഒരുമതം അന്നുണ്ടായിരുന്നില്ല. പ്രപഞ്ചം ഈശ്വര സൃഷ്ടി എന്നുവാദിക്കുന്ന സൃഷ്ടിവാദക്കാരും, പ്രപഞ്ചം അനന്തപരിണാമങ്ങളിലൂടെ രൂപപ്പെട്ടതെന്നുവാദിച്ച "പരിണാമ" വാദക്കാരും തമ്മിൽ രൂക്ഷസംവാദങ്ങൾ അരങ്ങേറുകയായിരുന്നു. പൂർവ്വ മീമാംസ ഉത്തരമീമാംസ, സാംഖ്യ, യോഗം, വൈശേഷികം എന്നിങ്ങനെ വിവിധ ചിന്താധാരകൾ അവയെ പിന്തുണയ്ക്കുന്ന വിവിധ വർഗ്ഗക്കാർ, ചാർവ്വാകൻ, കണാദൻ, എന്നിങ്ങനെ തികച്ചും ഭൗതികവാദപരമായി പ്രപഞ്ചത്തെ വ്യാഖ്യാനിച്ചവർ, അവരുടെ ചിന്താധാര പിന്തുടർന്നവർ, ബുദ്ധൻ, മഹാവീരൻ എന്നിവരുടെ ചാതുർവർണ്ണവിരുദ്ധവുമായ ആശയാവലികളുടെ അനുയായി വൃന്ദങ്ങൾ ഇങ്ങനെ അത്യന്തം സങ്കീർണ്ണവും കലുഷവും ആയ ചിന്തകളുടെയും ദർശനങ്ങളുടെയും അനുഷ്ഠാനങ്ങളുടെയും മുഖരമായ ആ ചരിത്ര സന്ദർഭത്തിന്റെ ഒരാവശ്യമെന്ന നിലയിലാണ് വേദങ്ങളുടെയും ഉപനിഷത്തുകളുടെയും അടിത്തറയിൽ അന്നു നിലനിന്നിരുന്ന വിവിധങ്ങളായ വിശ്വാസി സമൂഹങ്ങളെ ഹിന്ദുമതം എന്ന വിശാലമായ ഒരു ഐക്യരൂപത്തിൽ സമാഹരിച്ചു നിർത്താൻ ശ്രീശങ്കരൻ ആഗ്രഹിച്ചതും പരിശ്രമിച്ചതും. ഈ ചരിത്ര സമ്മർദ്ദത്തെ ഡോ. എസ് രാധാകൃഷ്ണൻ ഭാരതീയ ദർശനത്തിൽ ഇങ്ങനെ സംഗ്രഹിക്കുന്നുണ്ട്.

> ആ കാലം ഹിന്ദുജനതയുടെ ചരിത്രത്തിൽ ഒരു വിഷമഘട്ടം തന്നെയായിരുന്നു. ആ യുഗസന്ധിക്ക് പ്രതിഭാസമ്പന്നനായ ഒരു വ്യക്തി ആവശ്യമായിരുന്നു. അയാൾ ഭൂതകാലത്തോടുള്ളബന്ധം വിടാതെ തന്നെ പുതിയ ആശയങ്ങൾക്ക് വിധേയനാവാൻ സന്നദ്ധനാവേണ്ടിയിരുന്നു. അന്യോന്യം വഴക്കടിക്കുന്ന ഭിന്ന സമ്പ്രദായക്കാരെ യോജിപ്പിക്കാൻ സാധിക്കുന്നവനും ആകേണ്ടിയിരുന്നു. അങ്ങനെ ശ്രീശങ്കരൻ മതപരമായ ഐക്യത്തിന് പൊതുവിൽ ഒരു അനുഷ്ഠാനം ഉണ്ടാക്കിക്കൊണ്ട് തന്റെ അദ്വൈതവേദാന്തത്തെ ഘോഷിക്കുകയാണ് ഉണ്ടായത്. (*ഭാരതീയ ദർശനം.* 2 പേജ് 458)

ശങ്കരന്റെ അദ്വൈതംകൊണ്ട് ശ്രീബുദ്ധനെ വിഷ്ണുവിന്റെ അവതാരമാക്കുകയും തങ്ങളുടെ മേധാവിത്വത്തിന് ഇണങ്ങുംപടി ചാതുർവർണ്യത്തെ മിനുക്കി നിർത്തുകയും ചെയ്യാൻ ബ്രാഹ്മണമേധാവിത്വത്തിന് കഴിഞ്ഞത് മുൻ പറഞ്ഞ ലക്ഷ്യത്താൽ പ്രേരിതനായി താൻ ഒരു പക്ഷേ, കണ്ടറിഞ്ഞ വൈരുദ്ധ്യങ്ങൾക്ക് നേരെ പോലും ശ്രീശങ്കരൻ

കണ്ണടച്ചു കളഞ്ഞതു കൊണ്ടുതന്നെയല്ലേ?

ശ്രീശങ്കരന്റെ സിദ്ധാന്തങ്ങളെക്കുറിച്ചുള്ള ഈ അവലോകനത്തിന്റെ പശ്ചാത്തലത്തിൽ ശ്രീനാരായണന്റെ ചിന്തയും പ്രവർത്തനങ്ങളും പരിശോധിച്ചാൽ ഒരു വസ്തുത സുവ്യക്തമാവും. അദ്വൈതവേദാന്തചിന്തയെ കൂടുതൽ മാനവികമായി കൂടുതൽ ജനാധിപത്യപരമായി വ്യാഖ്യാനിക്കുകയും പ്രയോഗിക്കുകയും ആണ് ഗുരുദേവൻ ചെയ്തത്. ശ്രീനാരായണന്റെ അദ്വൈതം വിപ്ലവകരമായിരുന്നു. കീഴാള വർഗ്ഗവിമോചനത്തിന്റെ തത്ത്വവും പ്രയോഗവുമായിട്ടാണ് ശ്രീനാരായണചിന്ത ഫലത്തിൽ പ്രവർത്തിച്ചത്.

ദൈവദശകം, ആത്മോപദേശശതകം, അദ്വൈത ദീപിക, ദർശന ദീപിക, വേദാന്തസൂത്രം എന്നിങ്ങനെയുള്ള ദാർശനിക കൃതികളിലാണ് ഗുരുദേവൻ അദ്വൈതചിന്തയുടെ നേരിട്ടുള്ള ആഖ്യാനം നിർവ്വഹിക്കുന്നത്. അതാകട്ടെ വ്യത്യസ്ത രൂപഭാവങ്ങളിൽ കാണപ്പെടുന്ന പ്രാപഞ്ചികങ്ങളെല്ലാം തന്ന, ഏകമായ ചൈതന്യത്തിന്റെ അംശം തന്നെ എന്ന അടിസ്ഥാനദർശനം ഉദ്ഘോഷിക്കപ്പെടുന്നതുമാണ്. *ആത്മോപദേശ ശതകത്തിലെ* അവനവനെന്നറിയുന്നതെല്ലാം/അവനിയിലാദിമമായൊരാതമരൂപം/അവനവനാത്മസുഖത്തിനായ് ആചരിക്കുന്നവ/യപരനു സുഖത്തിനായ് വരേണം' എന്ന ആദിസ്ഥാനദർശനത്തിന്റെ ഗുരുചിന്തയുടെ വ്യതിരിക്തത വ്യക്തമാക്കുന്നുണ്ട്. മനുഷ്യജീവിതത്തിന്റെ ലക്ഷ്യം ബ്രഹ്മസാക്ഷാൽക്കാരമാണെന്ന, പരമാത്മകവിലയനമാണെന്ന ശങ്കരന്റെ കാഴ്ചയിൽനിന്നും വിപരീതമായ ദിശയിലേക്കാണ് ശ്രീനാരായണൻ നീങ്ങുന്നത് എന്ന് ഇവിടം മുതൽത്തന്നെ വ്യക്തമാണ്. മനുഷ്യകർമ്മങ്ങൾ അവന്റെ ബ്രഹ്മസാക്ഷാൽക്കാരത്തിന് ഉതകുന്നതായിരിക്കണമെന്നല്ല, മറിച്ച് തനിക്കു ചുറ്റുമുള്ള 'അപര'ത്തിന്റെ സൂത്രമറിഞ്ഞാകണം എന്നാണ് ഗുരു നിർദ്ദേശിക്കുന്നത്. ഗുരുവിന്റെ അദ്വൈതം ഘടാകാശം മഹാകാശത്തിൽ ലയിക്കൽ തന്നെയാണ് എന്നാൽ ഇവിടെ മഹാകാശം എന്ന വേദാന്തകല്പന 'അപരം' എന്ന ഭൗതികവും സാമൂഹ്യവുമായ പരികല്പനയായി വ്യാപ്തി നേടുകയാണ്. വ്യഷ്ടി, സമഷ്ടി എന്നീ ദ്വൈതങ്ങളുടെ ഏക അവസ്ഥയാണ് ശ്രീനാരായണന്റെ അദ്വൈതം. ദൈവദശകത്തിലെ ആദ്യശ്ലോകം, ദൈവമേ കാത്തുകൊൾകങ്ങ്/കൈവിടാതിങ്ങു ഞങ്ങളെ? എന്ന വരികളിലെ 'അങ്ങ്' 'ഇങ്ങ്' എന്നീ പദങ്ങളും 'ഞങ്ങൾ' എന്ന പദവും കൃത്യമായി ശ്രദ്ധിച്ചാൽ ഇതേ ആശയംതന്നെ ഊന്നുന്നതായി കാണാം. 'എന്നെ അങ്ങയിൽ വിലയിപ്പിക്കേണമേ' എന്നല്ല പ്രാർത്ഥന ഇങ്ങ്, ഇവിടെ, ഈ ഭൗതികലോകത്ത് ഞങ്ങളെ അങ്ങ് സംരക്ഷിക്കണം എന്നാണ്. ഞാൻ അല്ല ഞങ്ങൾ ആണ് രക്ഷപ്പെടേണ്ടവർ, നമുക്ക് ജാതിയില്ല എന്ന പേരിൽ 1916 ൽ ആലുവ അദ്വൈതാശ്രമത്തിൽനിന്ന് ശ്രീ നാരായണ ഗുരു പുറപ്പെടുവിച്ച സന്ദേശം ഒരു പ്രധാന ചരിത്രരേഖയായി നമ്മുടെ മുമ്പിലുണ്ട്. ആ സന്ദേശത്തിന്റെ ശതാബ്ദിയാണിപ്പോൾ. ഒരുജാതി ഒരു മതം ഒരു ദൈവം എന്ന് ആഹ്വാനം ചെയ്ത ശ്രീ നാരായണനെ ഈഴ ഗുരുവായി

കാണുകയും വ്യാഖ്യാനിക്കുകയും ചെയ്യുന്ന ഭ്രാന്തുകൂടി വന്നപ്പോളാണ് ഗുരുവിന് സത്യമായി തന്നെ നാം ജാതിമതങ്ങൾ വിട്ടിരിക്കുന്നു എന്ന് രേഖാമൂലം പ്രഖ്യാപിക്കേണ്ടി വന്നത്.

ആ നൂറു വർഷത്തെ ജീവിതത്തിനുശേഷം ഇന്ന് കേരളം മറ്റൊരു വിപത്തിലേക്ക് സഞ്ചരിച്ചുകൊണ്ടിരിക്കുകയാണ്. ശ്രീനാരായണ ചിന്തയ്ക്കും ശ്രീ നാരായണ ധർമ്മത്തിന് നേർവിപരീതങ്ങളായ ആശയാവലികളെ പ്രത്യയശാസ്ത്രമായി സ്വീകരിക്കുന്ന ശക്തികളുടെ കഴുകൻ ചിറകുകളുടെ കീഴിൽ ശ്രീനാരായണ ധർമ്മത്തെയും സത്യത്തെയും വിധേയപ്പെടുത്തി നിർത്താൻ അവയുടെ നേതൃത്വങ്ങൾ തന്നെ മുൻകൈയെടുക്കുന്ന അപകടകരമായ അവസ്ഥ ഉണ്ടാകുകയാണ്. ഇതിലടങ്ങിയ വൈരുദ്ധ്യങ്ങളെ ആദ്യം തിരിച്ചറിയേണ്ടത് ശ്രീനാരായണീയർ തന്നെയാണ്.

അരുവിപ്പുറത്ത് ഗുരുനടത്തിയ ശിവപ്രതിഷ്ഠയോടെയാണ് പത്തൊമ്പതാം നൂറ്റാണ്ടിന്റെ അവസാനം കേരളീയ നവോത്ഥാനം ആരംഭിക്കുന്നത്. ഈ പ്രതിഷ്ഠയിലൂടെ ഗുരു നല്കിയത് അന്നു നിലവിലിരുന്ന ബ്രാഹ്മണമേധാവിത്വത്തെ തകർക്കുക എന്ന സന്ദേശം തന്നെയാണ്. മനുഷ്യരിൽ ബഹുഭൂരിപക്ഷം വരുന്ന അവർണ്ണ വിഭാഗത്തെ മനുഷ്യരായി പോലും കണക്കാക്കാതെ ജാതി വ്യത്യാസത്തിന്റെ കന്മതിലുകൾ തീർത്ത് സ്വച്ഛന്ദമായ ഒരു സാമൂഹ്യ അധീശത്വവ്യവസ്ഥ കൈമാറിയിരുന്നു. ശക്തിയായിരുന്നു ബ്രാഹ്മണമേധാവിത്വം. അതിനെ വെല്ലുവിളിച്ചുകൊണ്ടല്ലാതെ അന്ന് സ്വാതന്ത്ര്യം നേടാൻ കഴിയുകയില്ല എന്നറിഞ്ഞ ശ്രീനാരായണ ഗുരു പ്രതീകാത്മകമായ ഒരു വിപ്ലവത്തിനാണ് പ്രാരംഭം കുറിച്ചത്.

അന്നത്തെ തിരുവിതാംകൂറിലെ ഭരണവ്യവസ്ഥ രാജാധികാരത്തിലും നാടുവാഴിത്തത്തിലും അടിസ്ഥാനം കുറിച്ചതായിരുന്നു. ക്ഷത്രിയനും ബ്രാഹ്മണനും അവകാശാധികാരങ്ങൾ കൈയാളുകയും ബഹുജനം അടിമത്വത്തിന്റെ അപമാനം പേറുകയും ചെയ്യുന്ന അവസ്ഥ. അവിടെ അടിമത്വത്തിൽനിന്നുള്ള വിമോചനത്തിന്റെ ആദ്യപടിയായിരുന്നു ബ്രാഹ്മണ്യത്തെ വെല്ലുവിളിക്കുക എന്നത്.

ബ്രാഹ്മണ്യത്തിന്റെ മേധാവിത്വം ജാതിവ്യവസ്ഥയിലാണ് ഉറപ്പിച്ചിരുന്നത്. അതുകൊണ്ടുതന്നെ ബ്രാഹ്മണ്യത്തെ വെല്ലുവിളിക്കുക എന്നതിനർത്ഥം ജാതിവ്യവസ്ഥകളുടെ യുക്തിയെ തകർക്കുക എന്നു തന്നെയായിരുന്നു. തിരുവിതാംകൂറിലെ നാടുവാഴി ജന്മിവ്യവസ്ഥയുടെ ധാർമ്മികത ജാതിയായിരുന്നു. മേൽക്കീഴ്ത്തട്ടുകളിലായി വിഭജിക്കപ്പെട്ട അയവറ്റ ജാതിഘടനയുടെ ചട്ടക്കൂട്ടിലാണ് മനുഷ്യൻ മനുഷ്യനെ തന്നെ അടിമകളായി നിർത്തി ചൂഷണം ചെയ്തുകൊണ്ടിരുന്നത്. ആ ചൂഷണ വ്യവസ്ഥയുടെ നട്ടെല്ലായിരുന്ന ബ്രാഹ്മണ്യത്തിനെതിരെയാണ് ശ്രീനാരായണ ചിന്തയുടെ ആയുധമുയർന്നത്. ഇതിന് മറ്റൊരു തലം കൂടി കാണേണ്ടതുണ്ട്.

തിരുവിതാംകൂറിലെ രാജഭരണം സ്വതന്ത്രമായ ഒരു ക്ഷത്രിയാധികാരം ആയിരുന്നില്ല. ബ്രിട്ടീഷ് റസിഡന്റിന്റെ മേല്ക്കോയ്മയ്ക്കുകീഴിൽ

റീജന്റെ ഭരണമായിരുന്നു അത്. അതുകൊണ്ടാണ് സ്വാതിതിരുനാൾ രാജാവ് താൻ തന്നെ കമ്പനിയുടെ അടിമയെന്ന് സ്വയം വിലപിച്ചത്. അതായത് ബ്രിട്ടീഷ് സാമ്രാജ്യത്വശക്തികളുടെ അധീശാധികാരത്തിന് കീഴ്പ്പെട്ടു നില്ക്കുന്ന ക്ഷത്രിയ-ബ്രാഹ്മണ അധികാരവ്യവസ്ഥയായിരുന്നു തിരുവിതാംകൂറിലേത്. ആ അധികാരവ്യവസ്ഥയുടെ ആശയമായ നേതൃത്വമായിരുന്നു ബ്രാഹ്മണ മേധാവിത്വത്തിന് ഉണ്ടായിരുന്നത്. ആ മേധാവിത്വത്തെ വെല്ലുവിളിക്കാനാണ് ശ്രീനാരായണ ഗുരു മുന്നിട്ടിറങ്ങിയത്. അതായത് ബ്രാഹ്മണ്യത്തിന്റെയും നാടുവാഴിത്തത്തിന്റെയും എന്നതുപോലെതന്നെ സാമ്രാജ്യത്വത്തിന്റെയും അധികാര പ്രയോഗത്തിനെതിരെ ഉയർന്ന അടിച്ചമർത്തപ്പെട്ടവന്റെ കലാപം തന്നെയായിരുന്നു അരുവിപ്പുറം പ്രതിഷ്ഠ. ഒരുപക്ഷേ, ശ്രീനാരായണ ഗുരുവിന്റെ ചിന്തയുടെ രാഷ്ട്രീയ ഉള്ളടക്കം നാടുവാഴി വിരുദ്ധവും സാമ്രാജ്യത്വ വിരുദ്ധവുമായ ജനകീയതയാണ്. ഈ ഭാവാംശത്തിന് ഇണങ്ങുന്ന രീതിയിൽ അദ്വൈതവേദാന്തത്തെ മനസ്സിലാക്കാനും പ്രയോഗിക്കാനും രാജാവിനു കഴിഞ്ഞതുകൊണ്ടാണ്, ശങ്കരാചാര്യരുടെ അദ്വൈതചിന്ത ബ്രാഹ്മണ മേധാവിത്വത്തെ കൊണ്ടാടുകയും അവർണ്ണർ വേദം പഠിപ്പിക്കുന്നത് പാപമാണെന്നു പ്രഖ്യാപിക്കുകയും ചെയ്തപ്പോൾ ശ്രീനാരായണന്റെ അദ്വൈത ചിന്ത വിദ്യകൊണ്ട് പ്രബുദ്ധരാകാനും സംഘടനകൊണ്ട് ശക്തരാകാനും അവർണ്ണജനതയെ ഉദ്ബോധിപ്പിച്ചത്. ഇങ്ങനെ അടിമുടി ബ്രാഹ്മണേധാവിത്വ വിരുദ്ധവും സാമ്രാജ്യത്വ വിരുദ്ധവുമായ ശ്രീനാരായണഗുരുവിന്റെ ധാർമ്മികതയെ ബ്രാഹ്മണാധിപത്യം തത്ത്വവല്ക്കരിക്കുകയും സാമ്രാജ്യത്വതാല്പര്യങ്ങൾ സംരക്ഷിക്കാൻ ആവേശപൂർവ്വം ഇടപെടുകയും ഒരു ഭരണകൂടത്തെ നയിക്കുന്ന സംഘപരിവാർ ശക്തികൾക്ക് തീറെഴുതിക്കൊടുക്കുന്നത് കേരളത്തിന്റെ മനഃസാക്ഷി അംഗീകരിക്കുന്ന കാര്യമല്ല.

അരുവിപ്പുറത്തെ പ്രതിഷ്ഠ കഴിഞ്ഞ് ഗുരു അവിടെ സ്വന്തം കൈയക്ഷരത്തിൽ ഒരുപലകയിൽ എഴുതിയ സൂക്തമാണ് 'ജാതിഭേദം മതദ്വേഷം ഏതുമില്ലാതെ സർവ്വരും സോദരത്വേന വാഴുന്ന മാതൃകാസ്ഥാനമാണിത്' എന്ന വരികൾ. ഒരുപക്ഷേ, പത്തൊമ്പതാം നൂറ്റാണ്ടിന്റെ അവസാനഘട്ടത്തിലെ ചരിത്ര സാഹചര്യത്തിൽ പുറപ്പെടുവിക്കാൻ കഴിയുമായിരുന്ന വിപ്ലവാംശത്തിന്റെ പരമാവധി ഉള്ളടങ്ങിയിരിക്കുന്ന ഒരു സന്ദേശമാണിത്. നാടുവാഴി-ജന്മിമേധാവിത്വ ഭരണ വ്യവസ്ഥയുടെ ധാർമ്മികത ജാതിഘടനയായിരുന്നു എന്നു മുൻപു പറഞ്ഞുവല്ലോ. എന്നാൽ ജാതി ഒരു ധാർമ്മികത വ്യവസ്ഥ മാത്രമായിരുന്നില്ല. അടിസ്ഥാനപരമായ ഉല്പാദന ബന്ധങ്ങളെപ്പോലും നിയന്ത്രിക്കുകയും നയിക്കുകയും ചെയ്തിരുന്ന വ്യവസ്ഥ കൂടിയായിരുന്നു ജാതി. ഓരോ ജാതിക്കും ഓരോ തൊഴിൽ. ഓരോ ജാതിക്കുള്ള മേൽക്കീഴ് വ്യവസ്ഥകൾ തൊഴിലിനു ബാധകമായിരുന്നു. തൊഴിലിനു മാത്രമല്ല കൂലിക്കും അവകാശങ്ങൾക്കും ചുമതലകൾക്കും അടിസ്ഥാനം ജാതി തന്നെയായിരുന്നു. ഒരുധാർമ്മികവ്യവസ്ഥയും സാമ്പത്തിക വ്യവസ്ഥയും മാത്രമായിരുന്നില്ല ഒരു നിയമവ്യവസ്ഥയും കൂടിയായിരുന്നു.

ഓരോ ജാതിക്കും ഓരോ നിയമങ്ങൾ. ഓരോ നിയമങ്ങൾക്കും കൃത്യവും കർക്കശവുമായ അതിരുകൾ. നിയമലംഘനങ്ങൾക്കുള്ള ശിക്ഷാവ്യവസ്ഥ കൾക്കുപോലും ജാതിഘടനയുടെ മേൽക്കീഴ്നിലകൾ കാത്തിരിക്കുകയാ യിരുന്നു. ഒരു സവർണ്ണവൻ ഒരു അവർണ്ണവനെ തല്ലിക്കൊന്നാൽ അയാൾക്ക് ഒരുതരം ശിക്ഷയുമില്ല. മറിച്ചായാൽ ശിക്ഷ ദണ്ഡനയും മര ണവും തന്നെ. തീണ്ടലിനു കാരണം അവർണ്ണനാണെങ്കിലും സവർണ്ണ നാണെങ്കിലും ശിക്ഷ അവർണ്ണനുമാത്രം. ഇങ്ങനെ സാമൂഹ്യ ജീവിത ത്തിന്റെ സാമ്പത്തിക-സാമൂഹ്യ സാംസ്കാരിക തലങ്ങളെയെല്ലാം നിർണ്ണ യിച്ചിരിക്കുന്നത് ജാതിയായിരുന്നു. അതായത് ജാതി എന്നത് ഒരേ സമയം അധികാരത്തിന്റെ പ്രതിബിംബമായിരുന്നു അത്. അധികാരത്തിന്റെ ഉപ കരണമായിരുന്നു. ജാതി ഒരു മർദ്ദനോപകരണം തന്നെയായിരുന്നു. ജാതി എന്നത് ഭരണകൂടം തന്നെയായിരുന്നു. ചരിത്രത്തിലെ മുൻഭാഗമായ ആ സന്ധിയിൽ നിന്നുകൊണ്ടാണ് ജാതിഭേദമില്ലാതെ മതദ്വേഷമില്ലാതെ സോദരത്വേന വാഴുന്ന ഒരു മാതൃകാ സ്ഥാനത്തെ ശ്രീനാരായണഗുരു സ്വപ്നം കാണുന്നത്. സൂക്തം ചമയുന്നത് മറ്റൊരു ഭാഷയിലേക്ക് ഈ സന്ദേശത്തെ മാറ്റിയെഴുതിയാൽ ആരും ആരാരുമേലും അവപിശാധികാരം പ്രയോഗിക്കാത്ത സ്വച്ഛന്ദമായ സ്വാതന്ത്ര്യത്തിന്റെയും സാമൂഹ്യ ഐക്യ ത്തിന്റെയും ഒരു രാഷ്ട്രീയ സന്ദേശം തന്നെയാണിത്. മറ്റുള്ളവരുടെ ശബ്ദം സംഗീതത്തെപ്പോലെ ആസ്വദിക്കാൻ ഇവിടെനിന്ന് ഏറെ ദൂരം പോകേ ണ്ടതില്ല എന്നു കൂടി നാമറിയണം.

ഗുരുവിന്റെ 'നമുക്ക് ജാതിയില്ല' എന്ന പ്രഖ്യാപനത്തെ അതിന്റെ രാഷ്ട്രീയവും ചരിത്രവസ്തുവുമായ സാംഗത്യത്തിൽ മനസ്സിലാക്കിയാൽ ഇന്നത്തെ ദേശകാല പരിസ്ഥിതിയിൽ ഏറ്റവും പ്രസക്തമായിരിക്കും അത്. ചരിത്രവും സംസ്കാരവും ഇന്ന് രണ്ടുരീതിയിൽ ഭരണകൂടത്തിൽ തന്നെ ബലാല്ക്കാരം ചെയ്യപ്പെടുകയാണ്. ബ്രാഹ്മണമേധാവിത്വത്തിന്റെ പ്രത്യ യശാസ്ത്രാധിനിവേശം ഇന്ത്യൻ സംസ്കാരത്തെ ഏകാത്മകമായി അവ തരിപ്പിച്ചുകൊണ്ടിരിക്കുന്നു. ഇന്ത്യയുടെ ബഹുസ്വരതയുടെയും ഉപസം സ്കൃതികളുടെയും തകർച്ചയാണ് അവരുടെ ലക്ഷ്യം. ഐതിഹ്യങ്ങളുടെ കല്പിതഭാവനകളെയും ചരിത്ര ശാസ്ത്രസത്യങ്ങളായി അവതരിപ്പിച്ചു കൊണ്ടിരിക്കുന്നു. മാനവന്റെ യുക്തിചിന്തയെയും സ്വാതന്ത്ര്യദാഹ ത്തെയും ചങ്ങലയ്ക്കിടുകയാണ് അവരുടെ ലക്ഷ്യം. ഇത് ഫാസിസ ത്തിന്റെ സാംസ്കാരിക ദൗത്യം തന്നെയാണ്. ആ സാംസ്കാരികാധിനി വേശത്തിന്റെ സഹചാരികൂടിയാണ്. ഈ അധിനിവേശത്തിന്റെ സ്വാത ന്ത്ര്യവിരുദ്ധതയുടെ സാമ്പത്തിക അടിമത്വത്തിന്റെ പ്രത്യയ ശാസ്ത്ര പ്രതി നിധികളുടെ മുമ്പിലാണ് ജന്മി നാടുവാഴി വിരുദ്ധവും സാമ്രാജ്യത്വ വിരു ദ്ധവും കീഴാള വർഗ്ഗ സംസ്കൃതിക്ക് അഭിമുഖമായി ശ്രീനാരായണ ധർമ്മ ത്തെയും സംഘത്തെയും അടിമപ്പെടുത്തുന്നതാണ്. 'അരുത് കാട്ടാളാ' (*മാനിഷാദ*) എന്ന് ഉച്ചത്തിൽ പറയേണ്ടിയിരിക്കുന്നു.

ഇരുട്ടുകൊണ്ട് വെളിച്ചത്തെ എഴുതുമ്പോൾ

ഇന്ത്യ എന്ന ആശയവും: ഇന്ത്യ എന്ന വികാരവും

വിഷ്ണു നാരായണൻ നമ്പൂതിരി 1979 ൽ പ്രസിദ്ധീകരിച്ച ഒരു കവിതാ സമാഹാരത്തിന് നല്കിയ പേര് *ഇന്ത്യ എന്ന വികാരം* എന്നാണ് ഇതിലെ ആദ്യത്തെ കവിത കാളിദാസനെ അഭിസംബോധന ചെയ്തു കൊണ്ടുള്ളതാണ്.

ഹേ/ കാളിദാസ മനീഷിൻ
ചെവി പാർത്തു ഞാനിതാ കേൾപ്പൂ/
സുഖാസുഖാതീതമാം കേവലശാന്തി തൻ വൈഖരി..
ചെന്നതു ചേരുന്നൊരന്ത്യ മൗനാംബുധി/
ഇന്ത്യയെന്നുള്ള വികാരപുണ്യസ്മൃതി/എന്നും
ഭാവിതൻ സൗരയൂഥത്തിൽ പറയരുതുന്നൊരീ
അൻപതുകോടി മനസ്സിന്റെയിച്ഛയെ
സർവ്വാർത്ഥസാധകമാം
വിനയത്തെ തന്റെ ഏറെ മൂടപ്പെടും കണ്ണുകൾ
തിരുമ്മി കണ്ടു കൊള്ളട്ടെ

എന്നും കൂടി കവി പറയുന്നുണ്ട്. മറ്റൊരു കവിതയിൽ ശിലാ ജാഡ്യം പിളർന്നെത്തും ഇന്ത്യയെന്ന വികാരത്തെ അദ്ദേഹം വീണ്ടും പാടിപ്പുകഴ്ത്തുന്നുണ്ട്. കരിഞ്ചിറകുകൾ വിരിച്ച്, ഊഴിയെ മറച്ച്, പുകക്കുഴലിന്റെ നിഴലിൽ നീങ്ങുന്ന ജഡങ്ങളിൽ പെരുങ്കഴുകന്മാർ മേഞ്ഞു നടക്കുന്ന പാശ്ചാത്യ സംസ്കൃതി തിമിർത്തലറവേ, ഉലകം വെല്ലുന്ന ഒരു മുളന്തണ്ടിന്റെ ശാന്തിഗീതം ഉള്ളിൽ അരുമയായ് കാത്തുവെച്ചുകൊണ്ടിരിക്കുന്ന തന്റെ നാടിനെ ഇന്ത്യ എന്ന വികാരത്തെ വേറൊരു കവിതയിലും വിഷ്ണു പരിചരിക്കുന്നുണ്ട്.

വിഷ്ണുവിന്റെ കവിതയെക്കുറിച്ചല്ല എഴുതിത്തുടങ്ങുന്നത്. ഇന്ത്യ

എന്ന ആശയത്തെയും വികാരത്തെയുംകുറിച്ചാണ്. ഭൂപരമായ ഒരു നിശ്ചിതാസ്തിത്വത്തിനപ്പുറം ഈ രാജ്യത്തു പിറന്നു പുലരുന്ന ഓരോ മനസ്സിലും ജ്വലിച്ചു നില്ക്കേണ്ട ഒരു വികാരമാണത് എന്നതിൽ ആർക്കും തർക്കമുണ്ടാവേണ്ടതില്ല. എന്നാൽ ഇത് ഈ ഇന്ത്യ എന്ന വികാരത്തെ വേറൊരു കവിതയിലും വിഷ്ണു പരിചരിക്കുന്നുണ്ട്.

വിഷ്ണുവിന്റെ കവിതയെക്കുറിച്ചല്ല എഴുതിത്തുടങ്ങുന്നത് ഇന്ത്യ എന്ന ആശയത്തെയും വികാരത്തെയുംകുറിച്ചാണ്. ഭൂപരമായ ഒരു നിശ്ചിതാസ്തിത്വത്തിനപ്പുറം ഈ രാജ്യത്തു പിറന്നു പുലരുന്ന ഓരോ മനസ്സിലും ജ്വലിച്ചു നില്ക്കേണ്ട ഒരു വികാരമാണത് എന്നതിൽ ആർക്കും തർക്കമുണ്ടാവേണ്ടതില്ല. എന്നാൽ ഇന്ന് ഈ ഇന്ത്യ എന്ന വികാരത്തെ ഇന്നത്തെ ഈ ഭാഷയിൽ അതിനെ ദേശസ്നേഹം പരാവർത്തനം ചെയ്യാം. അഞ്ചു വർഷം മാത്രം ഭരണാധികാരം ലഭിച്ച ഒരു ഭരണകൂടവുമായി സമീകരിക്കാനും ഭരണകൂടത്തോടുള്ള സ്നേഹം ദേശസ്നേഹമായും ഭരണകൂടത്തോടുള്ള ദ്വേഷം ദേശദ്വേഷമായും ഭരണകൂടവിധേയത്വം ദേശാഭിമാനത്തിന്റെ ലിമിറ്റഡ് പരീക്ഷണമായും ഒക്കെ വ്യാഖ്യാനിക്കപ്പെടുകയും കൊണ്ടാടപ്പെടുകയും ചെയ്യുമ്പോൾ നാം നിരവധി ചോദ്യങ്ങൾ ഉന്നയിക്കേണ്ടിയിരിക്കുന്നു. അഥവാ നിരവധി ചോദ്യങ്ങൾ സംയുക്തമായ ഉത്തരങ്ങൾ ആവശ്യപ്പെട്ടുകൊണ്ട് മുന്നിൽ നിരന്നെഴുന്നു വരുന്നു.

ഒരു ഭരണകൂടത്തോടുള്ള (state) ഇഷ്ടാനിഷ്ടങ്ങൾ ദേശത്തോടുള്ള അഥവാ രാഷ്ട്രത്തോടുള്ള ഇഷ്ടാനിഷ്ടങ്ങൾ എന്ന നിലയിൽ പരിഗണിക്കാമോ? ഭരണകൂടം സമം രാഷ്ട്രം എന്ന സമവാക്യം ജനാധിപത്യത്തിന്റേതോ ഏകാധിപത്യത്തിന്റേതോ? ദേശീയത എന്ന പരികല്പന ദേശത്തിലെ രാഷ്ട്രത്തിലെ എല്ലാവരെയും പൊതിഞ്ഞു നില്ക്കുമ്പോൾ അതിനെ അതിനിടയിൽ വ്യത്യസ്ത ജനവിഭാഗങ്ങളുടെ ഉപദേശീയതകളെ കണ്ടില്ലെന്നു നടിക്കുമോ? ഒരു രാഷ്ട്രസമൂഹത്തിന്റെ സ്വത്വ നിർണ്ണയത്തിൽ ഭൂമിശാസ്ത്രപരമെന്നതുപോലെ പാരമ്പര്യ സംസ്കൃതിയുടെയും വിശ്വാസ പ്രമാണങ്ങളുടെയും ആചാരാനുഷ്ഠാനങ്ങളുടെയും ഒക്കെ സ്വാധീനവും പ്രാധാന്യവും തിരിച്ചറിയപ്പെടാതെ പോകുമോ അഥവാ വംശീയവും മതപരവുമായ വിവിധ പാരമ്പര്യങ്ങളും ആചാരാനുഷ്ഠാനങ്ങളും ഒക്കെ സ്വാധീനവും പ്രാധാന്യവും തിരിച്ചറിയപ്പെടാതെ പോകാമോ? അഥവാ വംശീയവും മതപരവുമായ വിവിധ പാരമ്പര്യങ്ങളും ആചാരാനുഷ്ഠാനങ്ങളും തലമുറകളായി അനുസന്ധാനം ചെയ്തു പോരുന്ന ഒരു ജനതിയെ ഒരൊറ്റ മതത്തിന്റെയോ രാഷ്ട്രത്തിന്റെയോ തന്നെയോ സാങ്കല്പികമായ ഏകാത്മകതയിലേക്ക് സംശ്ലേഷിപ്പിക്കാൻ കഴിയുമോ? അഥവാ അതിനു ശ്രമിച്ചാൽ വൈവിദ്ധ്യങ്ങളും വൈജാത്യങ്ങളും കൂടുതൽ കൂടുതൽ മുനവെച്ച് സ്വയം സന്നിഹിതമാകുന്ന സാഹചര്യമല്ലേ ഉണ്ടാവുക? മതസ്വത്വബോധത്തെ ദേശീയസ്വത്വബോധത്തിലേക്ക് ലയിപ്പിച്ചു ചേർക്കേണ്ടതിന്റെ രീതിശാസ്ത്രം എങ്ങനെയൊക്കെയാണ് വികസിപ്പിച്ചെടുക്കേണ്ടത്?

കാളിദാസ കവിതയുടെ സാരസത്തയായി ഇന്ത്യയെന്നുള്ള വികാര പുണ്യസ്മൃതിയെ വായിച്ചെടുക്കുന്ന കവി കാളിദാസന്റെ കാലത്ത് ഇന്ന ത്തേതുപോലെ ഇന്ത്യയെന്ന ഭൂമിശാസ്ത്രപരമായ അസ്തിത്വം നിലനി ന്നിരുന്നു എന്നോ ജനമനസ്സിൽ ഏകാത്മകമായ ഒരു സ്വത്വബോധം വിള ഞ്ഞിരുന്നുവെന്നോ കരുതുന്നില്ല എന്നത് വ്യക്തം.

ഇന്ന് കാളിദാസനെ പഠിക്കാനൊരുങ്ങുന്ന ഒരാൾ കാലാകാലമായി ഇന്ത്യയുടേതെന്നു വ്യാഖ്യാനിക്കപ്പെട്ടു പോരുന്ന ഒരു മൂല്യസഞ്ചയത്തെ ആ കവിതയുടെ ഹൃദയസ്പന്ദമായി തിരിച്ചറിയുന്നുവെന്ന് മാത്രമാണ് കവി യഥാർത്ഥത്തിൽ പറയുന്നത്. കാരണം ഭൂപരമായി നോക്കിയാൽ ഒരൊറ്റ ഇന്ത്യയെയോ മതപരമായി നോക്കിയാൽ ഒരേതരം വിശ്വാസ സംഹിതയെയോ കാളിദാസകാലത്തെന്നല്ല അതിൽ പിന്നീടു വന്ന നിര വധി നൂറ്റാണ്ടുകളോളവും ഇവിടെ ഉണ്ടായിരുന്നില്ല എന്നത് ചരിത്രം വ്യക്ത മാക്കിത്തന്നിട്ടുണ്ട്. ഒരേ ഒരിന്ത്യ ഒരൊറ്റ ജനത എന്ന സങ്കല്പം തന്നെ രൂപപ്പെട്ടു വന്നത് കൊളോണിയൽ വിരുദ്ധ പ്രതികരണങ്ങളുടെയും പ്രക്ഷോഭങ്ങളുടെയും അഗ്നിയിൽ നിന്നാണെന്ന് ചരിത്രം സ്ഥാപിച്ചു കഴി ഞ്ഞതുമാണ്. അപ്പോൾ അതിപുരാതനമായ ഒരു 'ഭാരതവർഷം' എന്നതും അയ്യായിരം കൊല്ലം പഴക്കമുള്ള ഒരു ഹൈന്ദവ സമൂഹം എന്നതും ഇന്നത്തെ ഭരണകൂടവും അതിനെ ചലിപ്പിക്കുന്ന യാഥാസ്ഥിതികത്വവും പാടി പ്രചരിപ്പിക്കുന്ന ഒരു മിത്തു മാത്രമാണ്. അടുത്തയിടെ റൊമീല ഥാപ്പർ ചൂണ്ടിക്കാണിച്ച ഒരുദാഹരണം സ്വയം സംസാരിക്കുന്നതാണ്. ഗുജ റാത്തിലെ സോമനാഥ ക്ഷേത്രവും മറ്റും ഗസ്നിയുടെയും ഗോറിയുടെയും ആക്രമണത്തിന് വിധേയമായപ്പോൾ ദക്ഷിണേന്ത്യയിലെ ശക്തരും സുസ്ഥാപിതരുമായിരുന്ന ചോള രാജാക്കന്മാർ അതിനെ എതിർത്തില്ല, എന്നു മാത്രമല്ല തഞ്ചാവൂരിലെ ബൃഹദേശ്വരക്ഷേത്രം നിർമ്മിച്ച ആ രാജ വംശം ഗുജറാത്തിൽ നടന്ന ക്ഷേത്രാക്രമണം അന്നത്തെ വാർത്താവിത രണ നിലവെച്ചു നോക്കിയാൽ അറിഞ്ഞു തന്നെ കാണില്ല. അഥവാ അവർ അറിഞ്ഞിരുന്നുവെങ്കിൽക്കൂടി സോമനാഥ ക്ഷേത്രാരാധനയുടെ പക്ഷം ചേർന്ന് ഗസ്നിയെയോ ഗോറിയെയോ എതിർക്കേണ്ടത് തങ്ങളുടെ ഒരു ചുമതലയായി അവർക്ക് തോന്നിക്കൊള്ളണമെന്നില്ല. കാരണം ഗുജറാത്ത് ഭൂപരമായി തങ്ങളോട് ബന്ധപ്പെടുന്നതാണെന്നോ സോമനാഥാരാധകർ മതപരമായോ വിശ്വാസപരമായോ തങ്ങളോട് സമരോസമാനരോ ആണെന്നോ ചോളരാജാക്കന്മാർ കരുതാൻ ഒരടിസ്ഥാനവുമുണ്ടായിരു ന്നില്ല. ഭൂമിശാസ്ത്രപരമായി മാത്രമല്ല മതവിശ്വാസപരമായിപ്പോലും ഇരു വരും ഒരു ദേശത്തിന്റെയോ ഒരു മതത്തിന്റെയോ ഭാഗമാണെന്ന് അവർ ഒരിക്കലും ധരിച്ചിരുന്നില്ല. അതായത് ഏതാണ്ട് ആയിരം വർഷങ്ങൾക്കു മുൻപു പോലും ഭൂമിപരമോ ദേശീയമോ ആയി ഇന്ത്യ ഒരു ഒറ്റ ഘടകം ആയിരുന്നില്ല എന്ന ചരിത്ര സത്യമാണ് തെളിയുന്നത്.

2

ദേശീയപ്രസ്ഥാനമെന്ന് സാധാരണ വിശേഷിപ്പിക്കപ്പെടുന്നത് ഇന്ത്യൻ ജനത നടത്തിയ സാമ്രാജ്യ വിരുദ്ധ പോരാട്ടങ്ങളുടെ ആകത്തുകയാണ്. അതിനുമുൻപ് അങ്ങനെയൊരു സംജ്ഞ ഉപയോഗിക്കപ്പെട്ടിരുന്നില്ല. അതുതന്നെ വ്യക്തമാക്കുന്നത് ഇന്ത്യൻ ദേശീയത എന്നത് സാമ്രാജ്യത്വം എന്ന അപരത്തെ നേരിടാൻ വേണ്ടി രൂപപ്പെട്ട ഒരു ആത്മനിഷ്ഠ സങ്കല്പമായിരുന്നു എന്നാണ്. പിന്നീട് രാഷ്ട്രീയ സ്വാതന്ത്ര്യലബ്ധിയോടെയാണ് ഭൂപരമായ ഏകീകരണവും രാഷ്ട്രീയമായ ഏകതാബോധവും ചേർന്ന് ഇന്ത്യ എന്ന ആശയവും ഇന്ത്യ എന്ന വികാരവും ദൃഢപ്പെടുന്നത്. ഒരുപക്ഷേ, അപ്പോൾ മാത്രമാണ് 'ഭാരത് മാതാ കീ ജയ്' എന്ന മുദ്രാവാക്യത്തിന് ആത്മാവു ലഭിക്കുന്നതും.

ഇവിടെ നിന്നുകൊണ്ട് നാം ചില സമീപകാല സംഭവങ്ങളെ ഒന്നോർത്തു നോക്കുക; 'ഭാരത് മാതാ കീ ജയ്' എന്ന മുദ്രാവാക്യം ഏറ്റുവിളിക്കാൻ വിസമ്മതിച്ചതിന് മഹാരാഷ്ട്ര അസംബ്ലിയിലെ ഒരു എം എൽ എ സസ്പെന്റ് ചെയ്യപ്പെടുന്നു. ബ്രാഹ്മണിസത്തിൽനിന്നും ജാതിവിവേചനത്തിൽനിന്നും ദാരിദ്ര്യത്തിൽനിന്നും വിമോചനം വേണമെന്ന് മുദ്രാവാക്യം വിളിച്ച ജെ എൻ യുവിലെ കുട്ടികൾ ദേശദ്രോഹികൾ എന്ന് മുദ്രകുത്തപ്പെട്ട് ജയിലിൽ അടയ്ക്കപ്പെട്ടു. ജാതിവിവേചനത്തെ എതിർത്ത ഹൈദരാബാദ് യൂണിവേഴ്സിറ്റിയിലെ കുട്ടികൾ ആത്മഹത്യയിലേക്കും പൊലീസ് മർദ്ദനങ്ങളിലേക്കും വലിച്ചിഴയ്ക്കപ്പെടുന്നു. അംബേദ്കറുടെയും പെരിയാറിന്റെയും ജാതി വിരുദ്ധാശയങ്ങൾ ഉയർത്തിപ്പിടിച്ച ചെന്നൈ ഐ ഐ ടിയിലെ കുട്ടികളും ദേശ വിരുദ്ധർ എന്ന് ചാപ്പ കുത്തപ്പെടുന്നു. ദേശീയത സമം ഹിന്ദുമതം സമം ബ്രാഹ്മണിസം എന്ന സമവാക്യം ഉച്ചരിക്കപ്പെടുക മാത്രമല്ല ആഘോഷിക്കപ്പെടുകയും ചെയ്യുന്നു. ചുരുക്കത്തിൽ ഇന്ത്യ എന്ന ആശയത്തെയും ഇന്ത്യ എന്ന വികാരത്തെയും അന്ധകാരം കൊണ്ട് എഴുതാനുള്ള സംഘടിത ശ്രമങ്ങൾ അഞ്ചു വർഷം മാത്രം ഭരിക്കാൻ അവകാശം നേടിയ ഒരു ഭരണകൂടയന്ത്രം നടത്തിക്കൊണ്ടിരിക്കുന്നു. ഈ സന്ദർഭത്തിൽ നമുക്ക് ഭാരതമാതാവ്, ദേശീയത എന്നീ പരികല്പനകളെ തോടു പൊളിച്ച് കാമ്പ് എന്തെന്ന് കാണേണ്ടിയിരിക്കുന്നു.

പ്രശസ്ത ചരിത്രാദ്ധ്യാപകനായ പ്രൊഫസർ ഇർഫാൻ ഹബീബ് കഴിഞ്ഞ ദിവസം ഡൽഹിയിൽ നടത്തിയ ബിപിൻ ചന്ദ്ര സ്മരണ പ്രഭാഷണത്തിൽ 'ഭാരത മാതാ' എന്ന ആശയം യൂറോപ്യൻ ഇറക്കുമതിയാണെന്നു പറഞ്ഞിരിക്കുന്നു. പുരാതന ഭാരതത്തിലോ മദ്ധ്യകാല ഭാരതത്തിലോ ഭാരതമാതാവ് എന്ന സങ്കല്പം ഇല്ല. Fatherland/motherland എന്ന സങ്കല്പം യൂറോപ്യൻ രാജ്യങ്ങളിൽ ദേശീയതയുടെ ഉത്ഭവത്തോടെയാണുണ്ടായത്. എന്നാണ് പ്രൊഫസർ ഇർഫാൻ ഹബീബ് ചൂണ്ടിക്കാണിക്കുന്നത്. ചരിത്രപരമായി അതിനെ കണക്കാക്കാമെന്നു തോന്നുന്നു. (ജർമ്മനിയെ ജർമ്മൻ ജനതയുടെ മാതാവെന്നു വിശേഷിപ്പിച്ചു കൊണ്ടാണ് ഹിറ്റ്ലർ തന്റെ ഫാസിസത്തിന് ജനമനസ്സിൽ സ്ഥാനം

കണ്ടെത്തിയത് എന്ന് *മെയിൻ കാംഫിൽ* ഒട്ടുവളരെ ഉദാഹരണങ്ങൾ ഉണ്ട് എന്നുകൂടി ഓർമ്മിക്കുക) എന്നാൽ ഭാരതമാതാവ് എന്ന പരികല്പന യുടെ യഥാർത്ഥ വിവക്ഷ എന്തെന്നു മനസ്സിലാക്കാൻ നമുക്കു ഒരുപക്ഷേ, നെഹ്റുവിനെ സമീപിക്കാവുന്നതാണ്. *ഇന്ത്യയെ കണ്ടെത്തലിൽ* നെഹ്റു ഇങ്ങനെ എഴുതുന്നു:

'ഭാരത് മാതാ കി ജയ്' എന്ന മുദ്രാവാക്യം മുഴക്കിക്കൊണ്ട് അവർ എനിക്കുചുറ്റും കൂടി ഞാൻ ചോദിച്ചു ആരാണ് ഈ ഭാരതമാതാവ്? അവർ അല്പനേരം മൗനം പൂണ്ടുനിന്നു. പിന്നെ ഒരുവൻ പറഞ്ഞു 'ഈ മണ്ണ് ഈ ഭൂമി.' തീർച്ചയായും ഈ മണ്ണ് മലയും നദികളും വനങ്ങളും എല്ലാം ഭാരതമാതാവു തന്നെ. എന്നാൽ അതിലധികം ഭാരതമാതാവ് എന്നത് ഇവിടത്തെ കോടാനുകോടി ജനങ്ങളാണ് വ്യത്യസ്ത ജാതിയിലും മത ത്തിലും പെട്ടവർ. വ്യത്യസ്ത ഭാഷ സംസാരിക്കുന്നവരും ആചാരാനു ഷ്ഠാനങ്ങൾ പിന്തുടരുകയും ചെയ്യുന്ന മനുഷ്യർ. ഭാരതമാതാവിന്റെ വിജയം എന്നത് ഈ മുഴുവൻ മനുഷ്യരുടെയും പുരോഗതിയും വിജയ വുമാണ്. (*ഇന്ത്യയെ കണ്ടെത്തൽ* പേജ് 60)

നെഹ്റു എന്ന ലിബറൽ ജനാധിപത്യവാദി ഈ മുദ്രാവാക്യത്തെ വ്യാഖ്യാനിക്കുന്ന വിധം ഒരു ജനാധിപത്യ ഭരണകൂടം സ്വീകരിക്കേണ്ട അടിസ്ഥാനപരമായ ഒരു തിരിച്ചറിവാകുന്നു. ഇന്ത്യയുടെ വൈവിദ്ധ്യവും ആ വൈവിദ്ധ്യങ്ങളെ ഐക്യപ്പെടുത്താനുതകുന്ന പ്രായോഗികതയും ആ വ്യാഖ്യാനത്തിലുണ്ട്. പതിനേഴു വർഷക്കാലം ഭരണകൂടത്തെ നയിച്ച പ്പോഴും നെഹ്റു ഈ അടിസ്ഥാന ദർശനത്തിൽ വളരെയൊന്നും വള ച്ചൊടിക്കലുകൾ നടത്തിയില്ല എന്നതും ഓർമ്മിക്കാവുന്നതാണ്.

എന്നാൽ ഇന്നത്തെ ഇന്ത്യൻ ഭരണകൂടം ഈ മുദ്രാവാക്യത്തെ വ്യാഖ്യാനിക്കുന്നത് അത്യന്തം ലളിതമായ ഒരു സമവാക്യത്തിലൂടെയാണ് എന്നത് നമ്മെ പേടിപ്പെടുത്താൻ പോന്ന വസ്തുതതയാണ്. ഒരു ലിബ റൽ ജനാധിപത്യം ദേശീയതയെ വ്യാഖ്യാനിക്കുന്നതും ഫാസിസ്റ്റ് രാഷ്ട്രീയം ദേശീയതയെ വ്യാഖ്യാനിക്കുന്നതും തികച്ചും വിരുദ്ധമായ രീതി യിൽ ആണ്. ഇതു വ്യക്തമാവാൻ ഫാസിസത്തിന്റെ ദേശീയതാ വ്യാഖ്യാ നത്തെ കുറച്ചുകൂടി അടുത്തുനിന്നു കാണാം ലിബറൽ ജനാധിപത്യ ത്തിന്റെ ദേശീയതാവ്യാഖ്യാനം നെഹ്റുവിന്റെ കാഴ്ചപ്പാടിലും നാനാത്വ ത്തിൽ ഏകത്വം എന്നു വിവരിക്കപ്പെട്ട നെഹ്റുവിയൻ ദർശനത്തിലും വ്യക്ത മാണല്ലോ.

3

യൂറോപ്യൻ ഫാസിസത്തിന്റെ പരമാചാര്യയായ ബെനിറ്റോ മുസ്സോ ളിനി 1935 ൽ *എൻസൈക്ലോപീഡിയ ഇറ്റാലിയാനയിൽ* പ്രസിദ്ധപ്പെടു ത്തിയ പ്രബന്ധമാണ് *The Doctrine of Fascism* പിന്നീട് ലോകചരിത്ര ത്തിലുണ്ടായ എല്ലാ ഫാസിസ്റ്റു ഭരണാധികാരികൾക്കും മാർഗ്ഗദർശനം

നല്കിയ ഒരു അടിസ്ഥാന രേഖയാണ് ഈ പ്രബന്ധം. ഇതിൽ ഫാസിസത്തിന്റെ അഞ്ച് അടിസ്ഥാന പ്രമാണങ്ങൾ മുസ്സോളിനി വ്യക്തമാക്കിയിരിക്കുന്നു.

അവ ഏതാണ്ട് ഇങ്ങനെയാണ്.

1. വ്യക്തിയുടെ അവകാശങ്ങൾക്കും സ്വാതന്ത്ര്യത്തിനും മുകളിലാണ് ഭരണകൂടത്തിന്റെ താല്പര്യം.

2. രാഷ്ട്രം (nation) എന്നതിനേക്കാൾ പ്രാഥമികമാണ് ഭരണകൂടം. (state) ജനാധിപത്യം, തുല്യത എന്നിവ തള്ളിക്കളയേണ്ട ആശയങ്ങളാണ്.

3. ഭരണകൂടം മതനിരപേക്ഷമായിരിക്കേണ്ടതില്ല.

4. ഭരണകൂടം സാർവ്വമൂല്യങ്ങളുടെയും ആധാരമാണ്. ഭരണകൂടം എന്നത് രാഷ്ട്രത്തിന്റെ മനഃസാക്ഷി തന്നെയാണ്.

ഭരണകൂടത്തിനു പുറത്ത് മാനവികമോ സാമൂഹ്യമോ ആയ ഒരു മൂല്യങ്ങളും നിലനില്ക്കുന്നില്ല എന്നും ഭരണകൂടം എന്നത് എല്ലാ മൂല്യങ്ങളുടെയും ഇരിപ്പിടമാകുന്നു എന്നും മുസ്സോളിനി വിശദീകരിക്കുന്നുണ്ട്. സാമൂഹ്യസാമ്പത്തിക രംഗങ്ങളിൽ ലിബറൽ കാഴ്ചപ്പാടുകൾ സ്വീകാര്യമല്ല. ഇത് ഫാസിസത്തിന്റെ വിപ്ലവമൂല്യമാണെന്നുവരെ മുസ്സോളിനി പ്രസ്താവിക്കുന്നുണ്ട്. അതുപോലെതന്നെ സമാധാനം എന്നത് ഫാസിസത്തിന്റെ ലക്ഷ്യമല്ല. അതിന്റെ സാദ്ധ്യതയിലോ പ്രസക്തിയിലോ ഫാസിസം വിശ്വസിക്കുന്നില്ല. മനുഷ്യന്റെ ഊർജ്ജം അതിന്റെ ഏറ്റവും ഉയർന്ന തലത്തിലെത്തുന്നത് ശത്രുവിനെ നേരിടുമ്പോഴാണെന്നും അതുകൊണ്ട് യുദ്ധവും സംഘർഷവും നിലനിർത്തേണ്ടത് അത്യന്താപേക്ഷിതമാണെന്നും മുസ്സോളിനി പറയുന്നു. ഭരണകൂടം മൂല്യങ്ങൾ നിശ്ചയിക്കുന്നു പ്രചരിപ്പിക്കുന്നു. ആ മൂല്യങ്ങൾ സ്വീകരിക്കുക മാത്രമേ പൗരസമൂഹം ചെയ്യേണ്ടതുള്ളൂ. ഭരണകൂടം നിർദ്ദേശിക്കാത്ത ഒന്നിലും പൗരൻ അനുഷ്ഠിക്കേണ്ടതില്ല. അതായത് പൗരന്റെ ഇച്ഛ നിർണ്ണയിക്കേണ്ടത് ഭരണകൂടം മാത്രമാണ്. അങ്ങനെയൊരു ഭരണകൂടത്തിന് വിധേയപ്പെടുന്നതിലൂടെ മാത്രമേ പൗരന് തന്റെ സ്വാതന്ത്ര്യം സാക്ഷാൽക്കരിക്കാൻ കഴിയൂ.

'ഒരു ഭരണകൂടം കേന്ദ്രീകൃതമായിരിക്കണം ഏതാനും നല്ല മനുഷ്യരുടെ ഇച്ഛയായിരിക്കണം ഭരണകൂടത്തെ നയിക്കേണ്ടത്. ചിലപ്പോൾ ഒരൊറ്റയാളുടെ ഇച്ഛ മാത്രവുമാകാം. ചുരുക്കത്തിൽ ജനാധിപത്യത്തിന്റെ പൗരന്റെ അടിമത്തം ഫാസിസത്തിൽ പൗരന്റെ സ്വാതന്ത്ര്യമാകുന്നു. ജനാധിപത്യത്തിലെ വ്യക്തി സ്വാതന്ത്ര്യം ഫാസിസത്തിലെ ഭരണകൂട വിധേയത്വം മാത്രമാകുന്നു. ജനാധിപത്യത്തിലെ മതനിരപേക്ഷത ഫാസിസത്തിൽ ഭരണകൂടത്തിന്റെ ആജ്ഞാനുവർത്തനം മാത്രമാകുന്നു.

ഇതാണ് ഫാസിസമെങ്കിൽ ഇന്നത്തെ ഇന്ത്യൻ ഭരണകൂടത്തിന് ഇതിൽ നിന്നെന്ത് അകലമുണ്ട് എന്നു നാം പരിശോധിക്കുക തന്നെ വേണ്ടിവരും. ഭരണകൂടം പറയുന്നു ഹൈന്ദവ സംസ്കൃതിയാണ് ഇന്ത്യൻ ദേശീയത എന്ന്. ഭരണകൂടം പറയുന്നു ഭാരത് മാതാവ് എന്നത് ഏകാത്മകമായ സത്തയാണെന്ന്. അതുകൊണ്ട് വ്യത്യസ്തമായ ഏതു ചിന്തയും

ഏതു സ്വരവും ഏതു നേട്ടവും ഭരണകൂടം പറയുന്ന ദേശീയതയ്ക്ക് എതിരാവുന്നു. ദേശദ്രോഹമാവുന്നു. അങ്ങനെ വ്യക്തിസ്വാതന്ത്ര്യവും ജനാധിപത്യവും മതനിരപേക്ഷതയും ദേശവിരുദ്ധമാവുന്നു. ഇന്ത്യൻ ജനസമൂഹം അഗാധമായ ഈ വിപര്യയത്തിന്റെ വക്കിലെത്തി നില്ക്കുമ്പോൾ ഇന്ത്യയെന്ന ആശയവും ഇന്ത്യയെന്ന വികാരവും വലിയ വലിയ ഭീഷണികൾക്കു മുമ്പിലാണെന്നത് നമ്മെ അസ്വസ്ഥരാക്കുന്നില്ലേ?

4

ഇങ്ങനെ ഭീഷണാവസ്ഥയിൽനിന്നുകൊണ്ട് ദേശീയതയെ നാം എങ്ങനെ വായിച്ചെടുക്കണം എന്നത് ചിന്താർഹമാണ്.

ഇന്ത്യയിൽ ദേശീയത ഏറ്റവും സമുജ്ജ്വലമായി നിന്ന കൊളോണിയൽ വിരുദ്ധസമരങ്ങളുടെ കാലത്താണ് nationalism is a disease എന്ന് രവീന്ദ്രനാഥ ടാഗോർ പറഞ്ഞത്. അമിതാവേശഭരിതമായ ദേശീയതയ്ക്കെതിരെ സാർവ്വദേശീയത ഉയർത്തിപ്പിടിക്കുകയാണ് ടാഗോർ ചെയ്തത്. വിശ്വഭാരതിയുടെ അടയാളവാക്യമായി അദ്ദേഹം സ്വീകരിച്ച വാക്യം- യത്ര വിശ്വം ഭവത്യേക നീഡം - ലോകമാകെ ഒരു കിളിക്കൂട്ടിൽ സംഗമിക്കട്ടെ എന്നതായിരുന്നു. ദേശീയത ഒരു മഹത് ബോധമാണെന്നതിൽ തർക്കമില്ല പക്ഷേ, ദേശീയത പ്രവർത്തനക്ഷമമാവേണ്ടത് സാർവ്വദേശീയത എന്ന ഫ്രെയിമിനകത്താണ് എന്നാണ് ടാഗോറിന്റെ ഉറച്ച ദർശനം. സാർവ്വദേശീയതയുടെ പശ്ചാത്തലത്തിലെ ദേശീയതയെ മിഴിവുറ്റതാക്കാൻ പറ്റുകയുള്ളൂ. എവിടെ മനുഷ്യനു ചങ്ങല കൈകളിൽ അവിടെൻ കൈകൾ നൊന്തിടുന്നു' എന്നു പാടിയ കവി ഇത്തരം ദേശീയബോധത്തിന്റെ വക്താവാണ്. മനുഷ്യൻ എന്ന വികാരത്തിന്റെയും ഭൂമിശാസ്ത്രപരമായ ഒരു അർത്ഥനിർണ്ണയം മാത്രമാണ് ഇന്ത്യ എന്ന ആശയവും ഇന്ത്യ എന്ന വികാരവും എന്ന് നാം ആവർത്തിച്ചുറപ്പിക്കേണ്ടതുണ്ട്. ഇന്നത്തെ ഒരിന്ത്യക്കാരൻ അവന്റെ ചിന്തയിലും വികാരത്തിലും സാമൂഹ്യജീവിതത്തിലും ഒരു സാർവ്വദേശീയ മനുഷ്യൻ ആണ്. അഥവാ ആവേണ്ടതുണ്ട്. ദേശീയതയെ അതിസങ്കുചിതമായി ആഘോഷിച്ചുകൊണ്ട് ഫാസിസത്തിന് നടപ്പാത ഒരുക്കുന്ന വിരൽസന്ധിയിൽ നാം അറിയുക ദേശീയത ഒരു വെളിച്ചമാണ്. ആ വെളിച്ചത്തിൽ നാം വായിക്കേണ്ടത് യഥാർത്ഥത്തിൽ സാർവ്വദേശീയതയെയാകുന്നു.

പഴയ ഭൂമി പുതിയ ആകാശം
ദളിത് ജീവിതവും എഴുത്തും

കീഴാള ജീവിതത്തെ അടയാളപ്പെടുത്താൻ വേണ്ടി ദളിത് എന്ന വാക്ക് 1954 മുതൽ മറാത്തിഭാഷയിലാണ് ഉപയോഗിച്ചു തുടങ്ങിയത്. അംബേദ്ക്കർ പതിവായി ഉപയോഗിച്ചുകൊണ്ടിരുന്ന untouchables എന്ന സംജ്ഞ അങ്ങനെ പരിഷ്കരിക്കപ്പെട്ടുവെന്നു മാത്രമല്ല കുറഞ്ഞതു കേരളത്തിലെങ്കിലും ഈ വിഭാഗം അസ്പൃശ്യതയിൽനിന്നു വിമുക്തമാവാനും തുടങ്ങിയിരുന്നു അക്കാലത്ത്.

ഇന്ന് ഇന്ത്യയിലെ മാറിയ രാഷ്ട്രീയ കാലാവസ്ഥയിൽ ദളിത് വിഷയങ്ങളേറെ ചർച്ച ചെയ്യപ്പെടുന്നുണ്ട്. ഭരണത്തിലേറിയ സംഘപരിവാര ശക്തികൾ തന്നെ, അവരുയർത്തിപ്പിടിക്കുന്ന 'ഹിന്ദുത്വ'ത്തിന്റെ ഏറ്റവും സമർത്ഥനായ വിമർശകനായിരുന്ന അംബേദ്ക്കറെ തങ്ങളുടെ കുടക്കീഴിലേക്ക് സ്വാഗതം ചെയ്യാനൊരുങ്ങുന്നു. അംബേദ്ക്കറേക്കാൾ അംബേദ്ക്കറിസ്റ്റുകളിൽ കണ്ണുവെച്ചുകൊണ്ടാണ് അങ്ങനെയൊരു നീക്കം എന്നത് സുവ്യക്തവുമാണല്ലോ.

ഇങ്ങനെയൊരു ചരിത്രസന്ധിയിൽ നിന്നുകൊണ്ട് നാം ചിലത് ഓർമ്മിക്കുക തന്നെ വേണം. രാഷ്ട്രീയ സ്വാതന്ത്ര്യത്തിന്റെയും പൂർണ്ണസ്വരാജിന്റെയും അറുപത്തേഴു സംവത്സരങ്ങളും പിന്നിടുമ്പോഴും ദളിത് വിഭാഗങ്ങൾക്ക് പൂർണ്ണമായ ജനാധിപത്യാവകാശങ്ങൾ അനുഭവിക്കാൻ കഴിയുന്ന ഏക ഇന്ത്യൻ സംസ്ഥാനം കേരളമായിരിക്കുന്നു എന്നത് കൂടുതൽ ചർച്ചകൾക്കു വിധേയമാകേണ്ടതാണ്.

2015 മാർച്ചിൽ *ഫ്രണ്ട് ലൈൻ* എന്ന പ്രസിദ്ധീകരണം ഉത്തർപ്രദേശ്, ബീഹാർ, മദ്ധ്യപ്രദേശ്, ആന്ധ്ര, കർണ്ണാടക, ഹരിയാന, തമിഴ്നാട് തുടങ്ങിയ സംസ്ഥാനങ്ങളിൽ നടത്തിയ ഒരന്വേഷണത്തിന്റെ ഫലങ്ങൾ ആ മാസികയുടെ 2015 മെയ് ലക്കത്തിൽ പ്രസിദ്ധപ്പെടുത്തിയിട്ടുണ്ട്.

ദളിത് സാഹിത്യത്തെക്കുറിച്ചുള്ള ഏത് ചിന്തയുടെയും പശ്ചാത്തല

മായിരിക്കേണ്ട ആ ഭൗതികയാഥാർത്ഥ്യങ്ങളിൽ ചിലതിലൂടെ നമുക്കൊന്നുകടന്നുപോകാം.

ഉത്തർപ്രദേശിലെ മീററ്റിന്നടുത്തുള്ള രസന ഗ്രാമം. അവിടത്തെ ദളിതർക്ക് പൊതുവഴിയിലൂടെ നടന്നുപോവാൻ അനുവാദം കിട്ടിയത് രണ്ടായിരമാണ്ടു മാത്രമാണ്. 2010 ഓടുകൂടിയാണ് വിരലിലെണ്ണാവുന്ന ദളിത് കുടുംബങ്ങൾക്കെങ്കിലും ഒരു തുണ്ടു ഭൂമി സ്വന്തമായി കിട്ടിയത്. മുൻപും അവർക്കു പട്ടയ കടലാസുകൾ നല്കിയിരുന്നു. കടലാസ് ദളിതന്റെ കൈയിലും ഭൂമി ജന്മിയുടെ കൈയിലുമായിരുന്നു എന്നു മാത്രം. ജലന്ദർ ജില്ലയിലെ സർപതി ഗ്രാമത്തിൽ 2015 ഫെബ്രുവരിയിൽ ഒരു സവർണ്ണൻ വിവാഹസദ്യയിൽ കയറിയിരുന്ന് ഭക്ഷണം കഴിച്ചു എന്ന കുറ്റത്തിന് മേൽജാതിക്കാർ ദളിതന്റെ മൂക്കു ചെത്തിക്കളഞ്ഞു. അവിടെത്തന്നെ ജനസംഖ്യയിൽ പകുതിയും ദളിതരായിരുന്നിട്ടുകൂടി ഒരു പൊലീസും കേസെടുത്തില്ല. ആരും കുറ്റക്കാരായതുമില്ല.

ദളിതനായ ജിതിൻ റാം മാഞ്ചി ബീഹാറിൽ മുഖ്യമന്ത്രിയായ ശേഷം 2014 ൽ മാത്രമാണ് അദ്ദേഹത്തിന്റെ സ്വന്തം ഗ്രാമമായ ഗയ ജില്ലയിലെ മകാർ ഗ്രാമത്തിൽ വൈദ്യുതി എത്തിയത്. ഇന്നും അവിടെ ദളിതന് ഭൂമിയിന്മേൽ അവകാശമില്ല.

യു പിയിലെ ദളിത് വിഭാഗമായ 'വാല്മീകി' സമുദായത്തിൽപ്പെട്ട ഗോമതി വാല്മീകി പത്രലേഖകനോടു പറയുന്നു:

''ദിവസവും ഞാൻ ഇരുപതു വീടുകളിലെ കക്കൂസുകൾ കൈകൊണ്ടു വൃത്തിയാക്കുന്നു. മനുഷ്യവിസർജ്ജ്യം കൊട്ടയിൽ കോരിമാറ്റുന്നു. മഴക്കാലത്ത് അതു ചുമന്നുകൊണ്ട് പോകുമ്പോൾ എന്റെ മുഖത്തും ദേഹത്തും അത് ഒലിച്ചിറങ്ങും. ജോലി കഴിഞ്ഞാൽ ഭക്ഷണം കഴിക്കാൻ പോലും തോന്നുകയില്ല.'' (നമ്മുടെ തകഴി ആലപ്പുഴപട്ടണത്തിലെ തോട്ടിയുടെ മകനെപ്പറ്റി നോവലെഴുതിയത് 1940 കളിലാണല്ലോ)

മറ്റു പല ഉത്തരേന്ത്യൻ സംസ്ഥാനങ്ങളിലും എന്ന പോലെത്തന്നെ യു പിയിൽ പൊതുജനവിതരണ സമ്പ്രദായത്തിൽനിന്ന് ദളിതർക്ക് വെള്ളമെടുത്തുകൂടാ. മേൽജാതിക്കാരുള്ളപ്പോൾ പൊതുകച്ചവടസ്ഥാപനങ്ങളിൽനിന്ന് സാധനങ്ങൾ വാങ്ങിച്ചുകൂടാ. പൊതു ഉത്സവാഘോഷങ്ങളിൽ പങ്കെടുത്തുകൂടാ.

മദ്ധ്യപ്രദേശിൽ തോട്ടിപ്പണിക്കാരെ പുനരധിവസിപ്പിക്കാനുള്ള നിയമം പാസാക്കി. ഉള്ളതിന്റെ പത്തു ശതമാനംപേർ പോലും സർക്കാരിന്റെ ലിസ്റ്റിൽ പെട്ടിട്ടില്ല. 2012 ൽ തോട്ടിപ്പണി അവസാനിപ്പിക്കുക എന്ന മുദ്രാവാക്യവുമായി പതിനായിരം സ്ത്രീകളും അമ്പതിനായിരം പുരുഷന്മാരുമടങ്ങിയ തോട്ടിപ്പണിക്കാർ ഭോപ്പാലിൽനിന്ന് ഡൽഹിയിലേക്ക് മാർച്ച് നടത്തി. 2012 നവംബർ 30 ന് ആയിരക്കണക്കിനു തോട്ടിസ്ത്രീകൾ വിസർജ്ജ്യം കോരുന്ന കൊട്ടകൾ കൂട്ടമായ് തീയിട്ടുകൊണ്ട് പ്രതിഷേധ സമരം നടത്തി. സ്ഥിതി ഇന്നും പഴയ പോലെ തുടരുന്നുവത്രെ.

ആന്ധ്രയിൽ മുനിസിപ്പൽ തൂപ്പുകാരെല്ലാം തന്നെ ദളിതരാണ്. മുപ്പത്തഞ്ചു വർഷം സർവ്വീസുള്ളവർക്കുപോലും പ്രതിമാസ ശമ്പളം മൂവായിരത്തിൽ താഴെയാണ്. ശ്രീകാകുളം, വിശാഖപട്ടണം, വിജയനഗരം,

ഗുണ്ടൂർ, ഗോദാവരി ജില്ലകളിലെല്ലാം സ്ഥിതി ഇതുതന്നെ. മേൽജാതിക്കാരിലുള്ളതുപോലെ തന്നെ ദളിതർക്കിടയിലും തൊട്ടുകൂടായ്മയും അയിത്തവും ഇന്നും നിലനില്ക്കുന്നു.

കർണ്ണാടകയിലെ തുംകൂർ ജില്ലയിലെ 'ചിക്കനായകഹള്ളി' എന്ന താലൂക്ക് ആസ്ഥാനത്തെ പാർപ്പിടങ്ങൾ കണ്ടാൽ ദളിതരുടെ അവസ്ഥ വ്യക്തമാകും. പട്ടണത്തിലെ പ്രധാന റസിഡൻഷ്യൽ ഏരിയകളെല്ലാം ലിംഗായത്ത്, കുറുബൻ എന്നീ മേൽജാതിക്കാരുടേതാണ്. പട്ടണത്തിന്റെ അവസാന അതിരിൽ പൊതുശ്മശാനത്തിനു ചുറ്റുമായാണ് ദളിത് ആവാസസ്ഥാനങ്ങൾ. മഡികരുടെയും ദക്കലിംഗകളുടെയും ചെറ്റപ്പുരകൾ. ഇവരിൽ ദക്കലിംഗർ കീഴാളരിൽ ഏറ്റവും കീഴാളരാണ്. മഡികരുടെ വീട്ടുമുറ്റത്തുപോലും കടക്കാൻ അവർക്കനുവാദമില്ല.

ഹരിയാനയിൽ മെട്രോ പോളിസായ ദില്ലിയോട് ഏറ്റവും അടുത്ത് കിടക്കുന്ന സംസ്ഥാനം - ജനസംഖ്യയിൽ 20% ദളിതരാണ്. ഏറിയ പങ്കും കാർഷികത്തൊഴിലാളികൾ. അവർക്കു സ്വന്തമായി ഭൂമിയില്ല. ജമീന്ദാരുടെ അടിമപ്പണിക്കാരാണ്. വെറും 3% ദളിതർക്കു മാത്രമാണ് പത്താം ക്ലാസിനു മുകളിൽ വിദ്യാഭ്യാസം നേടാനായത്. ദളിതരിൽ വിവിധ ഉപജാതികൾ തമ്മിൽ സംഘർഷത്തിന്റെ അന്തരീക്ഷം സ്ഥിരമായി നിലനിർത്തുകയെന്നതാണ് ജന്മിമാർ അവലംബിക്കുന്ന തന്ത്രം. ഒരു വിളക്കാലത്ത് കേവലം പതിനഞ്ചു ദിവസത്തെ പാടത്തു പണി. 'മിനിമം കൂലി' എന്ന് അവർ കേട്ടിട്ടു പോലുമില്ല. പൊതുകിണറിൽനിന്ന് കുടിവെള്ളമെടുത്താൽ ശിക്ഷ മർദ്ദനമോ, വീടു തീവെപ്പോ, മരണം തന്നെയോ ആകാം. ഹിസ്സാർ ജില്ലയിലെ ദൗലത്ത് പൂർ ഗ്രാമത്തിൽ മേൽജാതിക്കാരന്റെ പാത്രത്തിൽ നിന്ന് വെള്ളം കുടിച്ചു എന്ന കുറ്റത്തിന് ഒരു ദളിതന്റെ കൈ വെട്ടി മാറ്റപ്പെട്ടു. കേസുണ്ടായില്ല. SC & ST Prevention of Atrocities Act നിലവിലുണ്ട്. മേൽജാതിക്കാരൻ പ്രതിയാവുന്ന ഒരു കേസിലും ഈ നിയമത്തിന്റെ വകുപ്പുകൾ ഉപയോഗപ്പെടുന്നില്ല. തൊഴിലുറപ്പു പദ്ധതിയിൽപ്പോലും ദളിതർക്ക് കൂലി പകുതിയിൽ താഴെയാണ്.

തമിഴ്നാട്ടിൽ കൃഷ്ണഗിരി ജില്ലയിൽ വീരാച്ചികുപ്പം പഞ്ചായത്തിൽ മാർച്ച് 2 ന് ഒരു ദളിതന്റെ മുഖത്ത് മേൽജാതിക്കാരൻ മൂത്രമൊഴിക്കുന്നു. അവനെക്കൊണ്ട് നിർബ്ബന്ധമായി മൂത്രം കുടിപ്പിക്കുന്നു. പൊലീസ് കേസെടുത്തു. പക്ഷേ, പ്രത്യേക നിയമത്തിലെ ഒരു വകുപ്പും ചുമത്തിയില്ല. പത്തു ദിവസത്തെ ആശുപത്രി വാസത്തിനുശേഷം മടങ്ങിവന്ന ദളിത് യുവാവ് കണ്ടത് മേൽജാതിക്കാർ തല്ലിത്തകർത്ത് തീവെച്ച തന്റെ വീടിന്റെ അവശിഷ്ടങ്ങളാണ്. തിരുച്ചിറപ്പള്ളിക്കടുത്ത് 'തിണ്ണിയം' ഗ്രാമത്തിലെ മേൽജാതിക്കാർ രണ്ടു യുവാക്കളെ മലം തീറ്റിച്ചത് 2002 ലാണ്. അടുത്ത ദിവസങ്ങളിലാണ് വണ്ണിയൻ സമുദായത്തിൽപ്പെട്ട യുവതിയെ സ്നേഹിച്ച ദളിതൻ ക്രൂരമായി ആക്രമിക്കപ്പെടുകയും കൊല്ലപ്പെടുകയും ചെയ്തത്. മേൽജാതിക്കാരുടെ വീടുകൾക്കു സമീപം കൂടി ദളിതൻ വഴിനടക്കാതിരിക്കാൻ കെട്ടിയ 'അയിത്ത മതിൽ' പൊളിക്കാൻ സി പി ഐ (എം)ന്റെ നേതൃത്വത്തിൽ ശ്രമം നടന്നത് ഈ അടുത്ത നാളുകളിലാണ്.

മഹാരാഷ്ട്രയിൽ മാത്രം 2001 നും 2012 നുമിടയിൽ 3210 ദളിത് ആക്ര

മണക്കേസുകളുണ്ടായി. ഉത്തർപ്രദേശിൽ 26378 ഉം തമിഴ്നാട്ടിൽ 10845 ഉം കേസുകളാണ് ഇക്കാലയളവിൽ ഉണ്ടായതായി നാഷണൽ ക്രൈം റിക്കോർഡ്സ് ബ്യൂറോ കണക്കാക്കിയിട്ടുള്ളത്.

മഹാരാഷ്ട്രയിലെ ഷിർദ്ദിയിൽ മെയ് 16 നുണ്ടായ സാഗർ ഷെജ്ഖാൻ എന്ന ദളിത് യുവാവിന്റെ കൊലപാതകം ഒട്ടു വളരെ പ്രക്ഷോഭങ്ങൾക്കിട നല്കി. അംബേദ്ക്കറെക്കുറിച്ചുള്ള ഒരു ഗാനത്തിന്റെ ഈരടി മൊബൈൽ ഫോണിൽ റിങ് ടോണായി ഉപയോഗിച്ച കുറ്റത്തിനാണ് മറാത്ത വിഭാഗത്തിൽപ്പെട്ട അക്രമികൾ ദളിത് യുവാവിനെ മദ്യക്കുപ്പികൊണ്ട് അടിച്ചവശനാക്കിയ ശേഷം കുറ്റിക്കാട്ടിലേക്ക് കൊണ്ടുപോയി ബൈക്ക് ഓടിച്ചു കയറ്റി കൊലപ്പെടുത്തിയത്. 2014 ൽ മാത്രം ഏഴു ദളിതരാണ് ഇവിടെ മേൽജാതിക്കാരുടെ ആക്രമണത്തിൽ കൊല്ലപ്പെട്ടത്. എല്ലാത്തിലും പ്രതികൾ സവർണ്ണർ. പൊലീസ് സംരക്ഷണവും അവർക്കു തന്നെ. 2014 ഏപ്രിൽ 3 ന് മനോജ് കസബ് എന്ന ദളിതൻ പഞ്ചായത്തിലേക്ക് സംവരണം മൂലം തിരഞ്ഞെടുക്കപ്പെട്ടതിൽ കുപിതനായ ഗനേഷ് ചവാൻ എന്ന പഞ്ചായത്ത് പ്രസിഡന്റ് ദളിതനെ കുത്തിക്കൊന്നുകൊണ്ട് ആ ഭീഷണി അവസാനിപ്പിച്ചു. ഏപ്രിൽ 25 ന് ഉമേഷ് അഗാലെ എന്ന ദളിത് യുവാവിനെ സവർണ്ണപെൺകുട്ടിയോട് ചിരിച്ചു വർത്തമാനം പറഞ്ഞ കുറ്റത്തിനാണ് കൊന്നു കിണറ്റിലിട്ടത്. ഔറംഗബാദ് ജില്ലയിൽ ഏപ്രിൽ 28 ന് നിതിൻ ആഗേ എന്ന ഹൈസ്കൂൾ വിദ്യാർത്ഥിക്ക് ഒരു മറാത്ത പെൺകുട്ടിയെ സ്നേഹിക്കുന്നു എന്ന ആരോപണത്തിൽ ജീവൻ നഷ്ടപ്പെട്ടു. മെയ് 26 ന് സഞ്ജയ് ഖൊബ്രഗഡെ എന്ന ഒരു ദളിതനെ തന്റെ ഭൂമി കൈയേറിയ സവർണ്ണനോട് സമാധാനം ചോദിച്ചതിന് തീ കൊളുത്തിക്കൊന്നു. ഇതേ കാരണത്തിന് 2014 ഒക്ടോബറിൽ 21 ന് ഒരു കുടുംബത്തിലെ ഒരു സ്ത്രീയുൾപ്പെടെ മൂന്നുപേരെ ജന്മി ഗുണ്ടകൾ അടിച്ചുകൊന്ന് വെട്ടിനുറുക്കി വയലിൽ വിതറി. ദളിത് എഴുത്തുകാരനും ആക്ടിവിസ്റ്റുമായ ആനന്ദ് തെൽത്തുംബ്ഡേ പറയുന്നു. മഹാരാഷ്ട്ര ഒരു നല്ല സംസ്ഥാനമെന്ന മുഖംമൂടി അണിഞ്ഞുകൊണ്ട് ഒരു കൊലക്കളമായി മാറിക്കൊണ്ടിരിക്കുന്നു. ഹിന്ദുത്വ സംഘടനകളുടെ ആത്മീയ പിതാക്കൾ ജനിച്ച സ്ഥലമാണ് മഹാരാഷ്ട്ര. ജ്യോതിബാഫുലേയും അംബേദ്ക്കറുമടക്കം നവോത്ഥാനത്തിന്റെ ദീപശിഖ കൊളുത്തിയവരും അവിടെ ജനിച്ചവർ തന്നെ. പക്ഷേ, ഈ പുരോഗമന സംസ്കൃതിയെ സാമ്പത്തിക നിയമപരിഷ്കാരങ്ങളുടെ നിലയിലേക്കു വളർത്തിയെടുക്കാൻ കഴിഞ്ഞ രാഷ്ട്രീയ പ്രസ്ഥാനങ്ങളുടെ അഭാവം കാലത്തെ പുറകോട്ടു നയിക്കാൻ പിന്തിരിപ്പന്മാർക്കു ശക്തി നല്കുന്നു എന്നു വേണം മനസ്സിലാക്കാൻ. ഇന്ത്യയിലെ വിവിധ സംസ്ഥാനങ്ങളിലെ ദളിത് ജീവിതാവസ്ഥകളുടെ സമകാലിക ചിത്രങ്ങളാണിതെല്ലാം. പ്രശസ്ത പത്രപ്രവർത്തകനും Rural investigative Reporting ന് നിരവധി അന്തർദ്ദേശീയ പുരസ്കാരങ്ങൾ നേടിയയാളുമായ പി സായ്നാഥിന്റെ *Everybody loves a good draught' - stories from india's poorest districts* എന്ന പുസ്തകം വായിച്ചിട്ടുള്ളവർ ഇതു പോലുള്ള നിരവധി ചിത്രങ്ങൾ ഓർക്കുന്നുണ്ടാവാം. അക്ഷരം നിഷേധിക്കപ്പെട്ട, അന്തസ്സു നിഷേധിക്കപ്പെടുന്ന ദളിതരുടെയും ആദിവാസി ജനതയുടെയും

വക്കിൽ രക്തം പൊടിയുന്ന നിരവധി സമകാലിക ചിത്രങ്ങൾ സായ്നാഥ് ആ പുസ്തകത്തിൽ നിരത്തി വെച്ചിട്ടുണ്ട്. ഇവിടെ വെച്ച് ദളിത് സ്വത്വത്തെ ഉയർത്തിപ്പിടിക്കുന്ന കേരളത്തിലെ സംഘടനകളോട് ചില ചോദ്യങ്ങൾ ആരുടെ മനസ്സിലുമുയരാം. കഴിഞ്ഞ അര നൂറ്റാണ്ടിനുള്ളിൽ കേരള ത്തിൽനിന്ന് ഇത്തരമൊരു ചിത്രം എന്തുകൊണ്ടുണ്ടാകുന്നില്ല?

ഏതാണ്ടു സമഗ്രമായ ഭൂപരിഷ്കരണങ്ങളും പൊതുവിദ്യാഭ്യാസ ശൃംഖലയും പകുതി വഴിക്കെങ്കിലും സഞ്ചരിച്ച അധികാരവികേന്ദ്രീകര ണവും എണ്ണമറ്റ അവകാശസമരങ്ങളും അവയിലൂടെ സംഭവിച്ച എത്രയോ ബലിതർപ്പണങ്ങളും ചരിത്രം ചൂണ്ടിക്കാട്ടുന്ന കാരണങ്ങൾ ഇവ തന്നെ യാണ്. ഇതു തിരിച്ചറിയാനായാൽ 1936 ൽ എഴുതിയ അംബേദ്ക്കറുടെ *Annihilation of cast* എങ്ങനെ വായിച്ചെടുക്കണമെന്ന്, 1940 കളിൽ ഗോൾവാൾക്കർ എഴുതിയ *വിചാരധാര* എങ്ങനെ വായിക്കണമെന്ന് നാല്പ തുകളുടെ അവസാനം തന്നെ ഇ എം എസ് എഴുതിയ *കേരളം മലയാളി കളുടെ മാതൃഭൂമി* എങ്ങനെ വായിച്ചെടുക്കണമെന്ന് ഒരു ശരാശരി മല യാളിക്ക് മനസ്സിലാവാതിരിക്കില്ല. ആ മനസ്സിലാക്കലിന്റെ ചൂടു കൊണ്ടേ പുതിയ കൊളോണിയൽ ഘടനയുടെ സാമ്പത്തിക രാഷ്ട്രീയത്തെ സ്വത്വ രാഷ്ട്രീയത്തിൽ കുറച്ച് അംബേദ്ക്കറേയും ചേർത്ത് പരിഹരിക്കാമെന്ന മൗലികവാദചിന്തയുടെ നീർക്കുമിളകൾ ഉടയുകയുള്ളൂ.

ദളിതരുടെ സാഹിത്യം അങ്ങനെയൊന്നുണ്ടോ എന്ന് അത്ഭുതം കൂറേണ്ടതില്ല. മലയാള സാഹിത്യം, കന്നഡ സാഹിത്യം എന്നൊക്കെപ്പറ യുന്നതുപോലെ ഒരുസൂചകപദം എന്ന നിലയ്ക്കെടുക്കുക. അവരുടെ ഈ ജീവിതാവസ്ഥകളിൽ ഉയർന്നുവരുന്നതാണ്. 'ജീവിതത്തിന്റെ കടലേ ഞങ്ങൾക്ക് കവിതയ്ക്ക് മഷിപ്പാത്രം,' എന്നു വൈലോപ്പിള്ളി പറഞ്ഞത് തന്നെ. ഇവിടെ മഷിപ്പാത്രം പോലുമല്ല. ദളിത് എഴുത്തിന്റെ ധമനി തന്നെ യാണ് ദളിത് ജീവിതാവസ്ഥകൾ. ഈ വെളിച്ചത്തിൽ ചില ഇന്ത്യൻ ഭാഷ കളിലെ ഏതാനും ദളിത് കവിതകൾ നമുക്ക് പരിചയപ്പെടാം. പരിഭാഷ ഇംഗ്ലീഷിൽ നിന്ന്

മറാത്തി
ഹേ!! മഹാകവേ!
ദയ പവ്വാർ

ഹേ!! മഹാകവേ
രാമരാജ്യത്തെ
അങ്ങു
പാടിപ്പുകഴ്ത്തുമ്പോൾ
അവിടെയും അപമാനവികതയുടെ
മഞ്ഞുമലകൾ ഉയർന്നുവരുകയായിരുന്നു.

ഹേ!! മഹാകവേ
അപ്പോൾ ഞങ്ങളെങ്ങനെയാണ്
അങ്ങയെ മഹാകവി എന്ന് വിളിക്കുക?

മുറിവേറ്റ ക്രൗഞ്ചപ്പക്ഷികളുടെ
പിടച്ചിൽ കണ്ടു
മനമുരുകി കവിത കുറിച്ച
അന്ത്യജനായ കവി
തന്റെ ചോരയിൽ ശംബൂകൻ!*
ശിരസ്സറക്കപ്പെട്ടപ്പോൾ
എന്തുകൊണ്ടു ക്ഷോഭം കൊണ്ട് ജ്വലിച്ചില്ല
ഈ അനീതിയെക്കുറിച്ച്
അന്യായത്തെക്കുറിച്ച്
ഒരു വരിയെങ്കിലും എഴുതിയിരുന്നുവെങ്കിൽ
അങ്ങയുടെ നാമം ഞങ്ങൾ
ഹൃദയത്തിൽ കോറിയിടുമായിരുന്നു

ഗുജറാത്തി
മരക്കൊമ്പിൽ തൂങ്ങി
കിസാൻ സോസ

മരക്കൊമ്പിൽ തൂങ്ങി
ഒരു തകർന്ന ശിരസ്സ്
പൊളിഞ്ഞ തലയോട്
ഒരു യൗവനാകാശത്തിന്റെ വിലാപം
ഓ! പ്രിയ മഹർഷി

കൊട്ടാരങ്ങളുടെ
അംബരം ചുംബിക്കുന്ന കുംഭഗോപുരങ്ങൾ
ചുവരുകളിൽ
കോറി വരഞ്ഞ കവിതകൾ
മണിയറകളിൽ
ആളിക്കത്തുന്ന കാമമോഹങ്ങൾ
സ്തനങ്ങളെ പോലെ മൃദുല ശയ്യകൾ
രണ്ടു നിഴലുകൾ ഇണ ചേരുന്നു
ദിനംതോറും മൈഥുനങ്ങളുടെ ആലസ്യം
പക്ഷേ,
മുറ്റത്ത് ഒരുചെറുപുഴ ഇഴയുന്നു
ആകാശത്തിന്റെ നേർക്ക് നോക്കാൻ
ശിരസ്സുയർത്താൻ ശ്രമിച്ചു കൊണ്ട്
ഭയത്തിന്റെ സേനാവ്യൂഹം
അതിന്മേൽ ചാടി വീഴുന്നു
ഒരിക്കൽ

* രാമായണത്തിലെ ശംബൂക മഹർഷി

ഒറ്റക്കാലിൽ നിന്ന് കൊണ്ട്
ആകാശത്തിനു നേർക്ക് നോക്കാൻ
അത് ഉശിരു കാട്ടി
ഠാ! പഴുത്ത മാങ്ങ പോലെ
ശിരസ്സ് ചതഞ്ഞരഞ്ഞു
ജീർണ്ണിച്ച പഴുത്തിലകളുമായി
ഒരു മുതുക്കൻ മരം
ആ ക്രൂരകൃത്യം കണ്ടു ഓടിനടന്നു
കരഞ്ഞു
ഇവിടെ വെളുപ്പ്
ഇപ്പോഴും ശരിതന്നെയോ?
ഒരു ജീവനറ്റ ശിരസ്സ്
മരക്കൊമ്പിൽ തൂങ്ങിയാടുന്നു
മരക്കൊമ്പിൽ മുളച്ചുവന്ന
ഒരു തള്ളവിരൽ
ഒരു മഹർഷി കടിച്ചെടുക്കുന്നു*
പക്ഷേ,
ആ വിരൽ ഇന്നുമെന്നെ
തിരിഞ്ഞു കടിക്കുന്നു
പെൻഡുലം പോലെ
ശിരസ്സ് തൂങ്ങിയാടുന്നു
ആവനാഴിയിൽ
ശരങ്ങൾ തിങ്ങി വിങ്ങുന്നു
മരക്കൊമ്പിൽ ഒരു ശിരസ്സ്
തൂങ്ങിയാടുന്നു

തെലുഗു
എന്നെ കാത്തിരിക്കുക
ശിവസാഗർ

എന്നെ കാത്തിരിക്കുക
ഞാൻ വീണ്ടും വരും
ഒരിക്കൽകൂടി നിന്നെ കാണാൻ
തൂക്കിലേറ്റപ്പെട്ട ഗാനത്തിൽനിന്ന്
ചങ്ങലയ്ക്കിട്ട ജലപാതത്തിൽനിന്ന്
മുറിഞ്ഞ വഴികളിൽനിന്ന്
ഞാൻ പിന്നെയുമുയർന്നുവരും
ഒരിക്കൽ കൂടി നിന്നെ കാണാൻ
എന്നെ കാത്തിരിക്കുക
ഉയർത്തെഴുന്നേല്ക്കുന്ന

---

* ഏകലവ്യനെ ഓർമ്മിക്കുക

മണൽത്തരികളിൽ നിന്ന്
ആദ്യത്തെ മഞ്ഞുതുള്ളിയിൽ നിന്ന്
അരികുകളിൽ ചോര പുരണ്ട
പുല്ലാങ്കുഴലിൽ നിന്ന്
തിരുനെറ്റിയിൽ ഉഴവുചാലുകൾ വീണ
വയൽത്തടങ്ങളിൽ നിന്ന്
കാറ്റുകളുടെ ചൂളം വിളിയിൽനിന്ന്
സൂര്യന്റെ തുറിച്ചുനോട്ടത്തിൽ നിന്ന്
മണ്ണിന്റെ ഗന്ധത്തിൽനിന്ന്
താഴേക്ക്....

നീ എന്നെ കാത്തിരിക്കുക
എന്നെ തിരഞ്ഞുകൊണ്ടേയിരിക്കുക
കാലിക്കുമ്പിളിലെ പൊടിയിൽനിന്ന്
കടലിന്റെ ഗർജ്ജനം
ആകാശത്തെ തേടുന്നതുപോലെ
മൈലാഞ്ചി ഉള്ളംകൈ
ചുവപ്പിക്കും പോലെ
നക്ഷത്ര വെളിച്ചം പൊഴിക്കുന്ന നിശ്ശബ്ദ
സംഗീതം പോലെ
തീരം വിടുന്ന കപ്പൽ പോലെ
ഉയരും ഞാൻ വീണ്ടും
നിന്നെ കാണാൻ ഞാൻ വീണ്ടും വരും
എന്നെ പ്രതീക്ഷിച്ചിരിക്കുക.

പക്ഷികൾ സംഗീതം കൊണ്ട്
ചിറകുകൾ അലങ്കരിക്കുമ്പോൾ
ഹേമന്തത്തിൽ നിലംപതിച്ച മരങ്ങൾ
ജീവിതരഹസ്യം തുറന്നുകാട്ടുംപോലെ
അമ്മയുടെ മുലപ്പാൽ
എന്നിലേക്കൊഴുകുമ്പോൾ
എല്ലാവരും എന്നെ മറന്നു കഴിയുമ്പോൾ
ഞാൻ പിന്നെയുമുയർന്നു വരും
നിന്നെ ഒരിക്കൽ കൂടി കാണാൻ ഞാൻ വരും
എന്നെ ഉറ്റുനോക്കിയിരിക്കുക

ഭൂമി ആകാശത്തെ സ്പർശിക്കുന്നിടത്ത്
പൂക്കൾ മണ്ണിൽ ചിതറി വീഴുന്നിടത്ത്
തെരുവ് വിളക്കുകൾ കെട്ടി
തൂങ്ങിച്ചത്തയിടങ്ങളിൽ

കണ്ണീർത്തുള്ളികൾ
കാട്ടുപൂക്കളായ് വിരിയുന്ന ഭൂഗർഭങ്ങളിൽ

നീ എന്നെ തിരയുക
എന്നെ കാത്തിരിക്കുക
ഞാൻ വീണ്ടും വരും

ഗോദാവരി വ്യോമനീലത്തിന്
അഭിവാദ്യമരുളുന്നിടത്ത്
കറുത്ത നുണകളുടെ കൊടും കാടുകൾ
വെട്ടിത്തെളിക്കുന്നിടത്ത്
അദമ്യമായ ഇച്ഛകൾ
ചുവന്ന കൊടിയായ്
ഇളകി പറക്കുന്നിടത്ത്
നീ എന്നെ തിരയുക
ഞാൻ വീണ്ടും വരും.
ഞാൻ മണ്ണുകപ്പി എന്ന നുണക്കഥ
നീ തള്ളിക്കളയുക
കൗടില്യന്മാരുടെ ഓർമ്മപ്പെരുന്നാളുകൾ
തിരസ്കരിക്കുക
നീ നിന്റെ സംഗീതം
തെരുവ് തോറും പാടുക
എനിക്ക് മരണമില്ല
ഒരു കയറിനും എന്നെ കെട്ടി തൂക്കാൻ
കഴിയില്ല.

അഭിമാനം നിറഞ്ഞ നിന്റെ കണ്ണീരിൽനിന്ന്
ഞാൻ ഉയർന്നു വരും
സൂര്യ ഹൃദയത്തിൽനിന്ന് ഞാൻ
ഉയർന്നുവരും
ഈ പുല്ലാങ്കുഴലിന്റെ ജീവശ്വാസം ഞാൻ
ഉണർത്തിയെടുക്കും
ഇരമ്പുന്ന കടലുകൾക്ക് ഞാൻ
ഹസ്തദാനം ചെയ്യും
ആകാശ ഗോപുരങ്ങൾക്ക് മേലെ
ഞാൻ പറക്കും
നീ എന്നെ കാത്തിരിക്കുക
ഞാൻ വീണ്ടും വരും.
എന്റെ പേര് മൃത്യുഞ്ജയൻ
മൃതികളെ കീഴടക്കുന്നവൻ
ഞാൻ വരും നിന്നെ കാണാൻ

തമിഴ്
ഇല്ലാത്തവ
യാദൻ ആദി

എന്റെ വാക്കുകളിൽ ഉത്തേജകമായ
ഒന്നും തിരയേണ്ട
പകുതി കരിഞ്ഞ എല്ലിൻ തുണ്ടുകളുടെ ചാരം
അവയിൽ ചിതറിക്കിടക്കുന്നു
എന്നോ മൃതിയടഞ്ഞ
അല്ലെങ്കിൽ കാണാതായ
പൂർവ്വികരുടെ പുകയുന്ന പ്രേതങ്ങൾ
എന്റെ വിരിലിലൂറുന്നത് ചോരയാണ്
ഇറച്ചിക്കടയിലെ ദുർഗ്ഗന്ധം
ഈ വരികളിൽ നിങ്ങൾക്കറിയാം.
ചേറും ചളിയും കൊണ്ട് പടുത്ത
എന്റെയീ വീട്
ഒരിക്കലും
ഇത്തിരിപ്പൂമണം അതിൽ വീഴുന്നില്ല
ഇളയച്ഛൻ മുനിരത്നത്തിന്റെ
ശാപവാക്കുകൾ മാത്രം.

എല്ലുകൾ പൊടിഞ്ഞ് ആകെ തകർന്നു
മൂക്കറ്റം മോന്തി
അദ്ദേഹം വീട്ടിലെത്തുമ്പോൾ
എന്റെ വാക്കുകളുടെ ആട്ടിൻപറ്റം
ഈ വിഴുപ്പുകെട്ടുകളാണ് പേറുന്നത്.
ഞങ്ങളുടെ പാട്ടുകളും ചിത്രങ്ങളും
വേദനകളുടെ മോങ്ങലിൽ
അലിഞ്ഞു പോകുന്നു
ഒരിക്കലും വീണ്ടെടുക്കാ
നാവാത്ത വിധം
ഞങ്ങളുടെ വിളക്കിൽനിന്ന്
എഴുന്നുവരുന്ന വെളിച്ചം
ഭയങ്കരമായ അഗ്നിയിൽ
കഴുത്തു ഞെരിക്കപ്പെട്ട് ഒടുങ്ങുന്നു
എന്റെ പിതൃക്കൾക്ക് ദാഹം
തീർക്കാൻ കൊടുത്ത
ആ ചാണകപ്പാലുതന്നെയാണ്
ഞാൻ കവിതയായി ഛർദ്ദിക്കുന്നത്

ചാണകപ്പാല് : മുൻകാലത്ത് ഉയർന്നജാതിക്കാർ ദളിതരെ ഒരു ശിക്ഷ എന്ന നിലയിൽ ചാണകം കലക്കിയ വെള്ളം കുടിപ്പിച്ചിരുന്നു.

വരൂ! ഇന്ത്യയുടെ വ്രണങ്ങൾ കാണൂ

അരുന്ധതിറോയിയുടെ പുതിയ നോവൽ

രണ്ടായിരത്തിയഞ്ചിൽ നവയാന പ്രസിദ്ധീകരണങ്ങളുടെ പബ്ലിഷറായ എസ് ആനന്ദമയി നടത്തിയ ഒരു അഭിമുഖത്തിൽ, *ഗോഡ് ഓഫ് സ്മോൾ തിങ്സിനു*ശേഷം എന്തുകൊണ്ട് രാഷ്ട്രീയലേഖനങ്ങൾ മാത്രമെഴുതുന്നു. നോവലെഴുതുന്നില്ല എന്ന ചോദ്യത്തിന് അരുന്ധതിറോയ് ഇങ്ങനെ മറുപടി പറയുന്നുണ്ട് - എല്ലാ എഴുത്തും രാഷ്ട്രീയമാണ്. പ്രത്യേകിച്ചും വിധ്വംസിക്കലാണ്.

ഈ പ്രസ്താവനയെ പൂർണ്ണമായും അനുസരിക്കുന്നതാണ് ഇപ്പോൾ പുറത്തിറങ്ങിയ അരുന്ധതിയുടെ രണ്ടാം നോവൽ *Ministry of utmost Happiness (പരമാനന്ദത്തിന്റെ കാര്യസ്ഥന്മാർ)*

നോവലിന്റെ ആദ്യപകുതി ഡൽഹി കേന്ദ്രീകരിച്ചാണ്. ജുമാമസ്ജിദും ജന്തർമന്ദിറും ആരാധനകളും പ്രക്ഷോഭങ്ങളും 69 ശതമാനം അന്തരീക്ഷ മലിനീകരണം സൃഷ്ടിക്കുന്ന വാഹനപ്പെരുപ്പവും ഒക്കെ നിറഞ്ഞ ഡൽഹി. ആൺകുട്ടിയായി ജനിച്ച് പെൺകുട്ടിയായി മാറിയ അൻജും ഹിജഡകളുടെയൊപ്പം കുറച്ചുനാൾ കഴിഞ്ഞു. അവിടെനിന്നു പുറത്തായി അടുത്തുള്ള ശ്മശാനത്തിൽ താമസമാക്കി. ചുടലപ്പറമ്പിൽ ഷെഡ്ഡുവെച്ചു കെട്ടി അതിന് പറുദീസ - ജന്നത്ത് എന്ന പേരിട്ട് അതൊരു ഗസ്റ്റ്ഹൗസാക്കി. പിന്നീട് ദളിതരും വേട്ടയാടപ്പെട്ട മുസ്ലീങ്ങളും ആട്ടിയകറ്റപ്പെട്ട ഹിജഡകൾക്കും ആ പറുദീസ അഭയകേന്ദ്രമായി. അനാഥരായി നഗരത്തെരുവിൽ നിന്നു കിട്ടിയ രണ്ടുപെൺകുഞ്ഞുങ്ങളെയും അൻജും അവിടെയാണ് പരിപാലിച്ചു വളർത്തിയത്. ആ പറുദീസയിലേക്ക് ദയാചന്ദ് എന്ന ദളിതൻ സദ്ദാംഹുസ്സൈൻ എന്ന പേരുമാറി താമസിക്കാനെത്തി. ഇതിനിടയിൽ ഡൽഹിയിൽ കലാപങ്ങളും പ്രക്ഷോഭങ്ങളും മുറയ്ക്ക് നടന്നുകൊണ്ടിരുന്നു. അണ്ണാഹസാരേയും കെജ്രിവാളും സിഖ് കൂട്ടക്കൊലയും എൽ കെ അദ്വാനിയും ബാബറി മസ്ജിദ് തകർക്കലും, പാർലി

മെന്റ് ആക്രമണവും മറ്റു ഭീകര പ്രവർത്തനങ്ങളുമൊക്ക ആഖ്യാനപാഠത്തിന്റെ അവശായി വരുന്നുണ്ട്. അൻജും മറ്റു ചിലരുമൊത്ത് ഗുജറാത്ത് സന്ദർശിക്കുകയും കലാപത്തിൽ കൂട്ടത്തിൽപ്പോയ ഒരാൾ കൊല്ലപ്പെടുകയും ചെയ്യുന്നുണ്ട്.

നോവലിന്റെ രണ്ടാംപകുതി കാശ്മീർ കേന്ദ്രീകരിച്ചാണ്. കാശ്മീരിനെ കേന്ദ്രമാക്കി അരുന്ധതി മുമ്പെഴുതിയ ചില ലേഖനങ്ങളിലെ വസ്തുക്കളും വാദങ്ങളുമൊക്കെ ചിത്രങ്ങളായി അനുഭവങ്ങളായി നോവലിന്റെ ഭാഗമാക്കുന്നുണ്ട്. കാശ്മീർ കേന്ദ്രമായ ആഖ്യാനം മുന്നോട്ടു പോകുന്നത് തിലോത്തമയെയും അവളുടെ കാമുകനായ സർക്കാരിന്റെ കണ്ണിൽ ഭീകരവാദിയായ മൂസ്സയെയും കേന്ദ്രീകരിച്ചാണ്. ഉറുദു എഴുത്തുകാരനും പത്രാധിപരുമായ പി ജി റസൂലുമായി 2006 ൽ നടത്തിയ ഒരഭിമുഖത്തിൽ, കാശ്മീരിനെക്കുറിച്ച് ഗ്രന്ഥരചന നടത്താൻ ഉദ്ദേശമുണ്ടോ എന്ന ചോദ്യത്തിന് അരുന്ധതി പറയുന്ന മറുപടി ഇങ്ങനെ:

> കാശ്മീരിനെ ഒരു വിഷയമായല്ല ഞാൻ കാണുന്നത്. അത് അതിലുപരിയാണ്. ഒരു എഴുത്തുകാരിയെ സംബന്ധിച്ചിടത്തോളം അധികാരം, അധികാരരാഹിത്യം, ക്രൂരത, ധീരത, മനുഷ്യാവസ്ഥയുടെ ദുഃഖം എന്നിവയെക്കുറിച്ച് ഉൾക്കാഴ്ച നല്കുന്ന ഒരിടമാണത്. കാശ്മീരിനെക്കുറിച്ച് ഒരു ഗ്രന്ഥം രചിക്കാൻ ഞാൻ ആഗ്രഹിക്കുന്നില്ല. പകരം ഞാനെഴുതുന്ന എല്ലാ ഗ്രന്ഥത്തിലും കാശ്മീർ ഉണ്ടാകണം എന്നാണെന്റെ പ്രതീക്ഷ. (Shape of the Beast)

മനുഷ്യാവസ്ഥയുടെ ദുഃഖത്തെക്കുറിച്ച് കാശ്മീരിൽനിന്ന് അരുന്ധതി നേടിയ ഉൾക്കാഴ്ച ഭാവബദ്ധമായി ഈ നോവലിൽ പകർന്നുവെച്ചിട്ടുണ്ട് എന്നു കാണാവുന്നതാണ്. മൂവായിരമോ നാലായിരമോ വരുന്ന പ്രക്ഷോഭകാരികളെ (അഥവാ ഭീകരരെ) നേരിടാൻ ഇരുപത്തിനാല് മണിക്കൂറും കാശ്മീരിൽ കാവൽ നില്ക്കുന്ന ഏഴുലക്ഷം ഇന്ത്യൻ പട്ടാളക്കാരുടെ സാന്നിദ്ധ്യം അവിടെ സൃഷ്ടിക്കുന്ന പ്രശ്നങ്ങളേത്, പരിഹരിക്കുന്ന പ്രശ്നങ്ങളേത് എന്ന് മുൻപറഞ്ഞ ലേഖനങ്ങളും, ഇപ്പോൾ ഈ നോവലും വായിച്ചു കഴിഞ്ഞാലും നമുക്ക് സംശയിക്കേണ്ടിവരും. എന്തായാലും കാമുകനെ കാണാൻ കാശ്മീരിലേക്കു പോകുന്ന തിലോത്തമ ശ്മശാനത്തിലെ അൻജുമിന്റെ പറുദീസയിലേക്കുതന്നെ മടങ്ങി വരുകയാണ്. എന്നാൽ അരുന്ധതിയുടെ ഈ രണ്ടാം നോവലിൽ പ്രധാന കഥാപാത്രം ഇപ്പറഞ്ഞവരൊന്നുമല്ല. കേന്ദ്രകഥാപാത്രം ഒരു സ്ഥലകാല സംയുക്തമാണ്. ഒരു സ്ഥലരാശിയിൽ ഒരു കാലഘട്ടം പ്രവർത്തിക്കുന്നത്, ഒരു കാലത്തിൽ ഒരു സ്ഥലം ഇടപെടുന്നത്. സ്ഥലം ഇന്ത്യ എന്ന രാഷ്ട്രവും കാലം നാം കടന്നുപോകുന്ന രണ്ടു മൂന്നു ദശകങ്ങളും, കാലത്തിലെ സ്ഥലവും, സ്ഥലത്തിലെ കാലവും. അതാണ് ഈ നോവലിന്റെ കേന്ദ്രകഥാപാത്രം നോവലിന്റെ പ്രമേയമാകട്ടെ ഇന്ത്യയുടെ ചോരയൊലിക്കുന്ന വ്രണങ്ങളും. ഈ നോവൽ നിങ്ങളോട് പറയുന്ന ഒരു കാര്യം ഇതാണ് - വരൂ, ഇന്ത്യയുടെ ഈ വ്രണങ്ങൾ കാണൂ.

അൻജും താമസിക്കുന്ന ശ്മശാനം സമകാല ഇന്ത്യ തന്നെയാണ്. ശ്മശാനമാണെങ്കിലും അവിടെ പറുദീസ എന്നു പേരിട്ട് അതിഥി മന്ദിരമുണ്ടാക്കുകയും അവിടെ ഹിജഡകളുൾപ്പെടെ ആർത്തരും അവശരും അഭയമണയുകയും ചെയ്യുന്നു. ഈ ആഖ്യാനഘടനയ്ക്ക് നിന്നുചിരിക്കാത്ത ഒരു പ്രതീകഭംഗി വന്നു പെടുന്നുണ്ട്.

നോവലിന്റെ പേരിൽത്തന്നെ സൂചിപ്പിക്കുന്ന പരമാനന്ദം- (Utmost happiners) ചുടലപ്പറമ്പിലേ സാക്ഷാൽക്കരിക്കാൻ കഴിയൂ എന്ന് അരുന്ധതി ഉന്നയിക്കുന്നുണ്ടോ? അങ്ങനെ വായിച്ചെടുക്കേണ്ടതില്ല. പീഡിതരായവർ കൂടിച്ചേർന്ന് ചുടലപ്പറമ്പിനെപ്പോലും പറുദീസയാക്കി മാറ്റിക്കൊണ്ട് ജീവിതത്തിന്റെ വിജീഗിഷുത്വം സ്ഥാപിച്ചെടുക്കുകയാണ് ചെയ്യുന്നത്.

Algebra of Infinite Justice എന്ന പുസ്തകത്തിൽ അരുന്ധതി ഇങ്ങനെ പറയുന്നുണ്ട്-

"സംഘപരിവാറിന്റെ ഹിന്ദുത്വാശയങ്ങളുടെ ധാരയിൽ ചേർന്നു നില്ക്കാത്ത ഞങ്ങളെ പോലുള്ള നിരവധി പേർ ഒരു ശ്മശാനത്തിലേക്ക് തള്ളി മാറ്റപ്പെടുകയാണ്." അതുകൊണ്ടാവാം നോവലിൽ ഹിജഡകളും ദളിതരും, മാവോയിസ്റ്റുകളും, സൂഫികളും, അനാഥരും മൃഗങ്ങളും മൃഗസ്നേഹികളും ഒക്കെ അൻജുമിന്റെ ഗസ്റ്റ് ഹൗസിൽ ഒരു കമ്യൂണിലെന്നപോലെ ഒത്തുകൂടി ജീവിച്ചുപോകുന്നത്.

വ്രണങ്ങളുടെ ചിത്രശാല

സദ്ദാംഹുസൈൻ എന്ന പേരു സ്വീകരിച്ച ദയാചന്ദ് എന്ന ദളിതൻ ഒരു വ്രണം തുറന്നുകാണിക്കുന്നു.

ഞങ്ങൾ ചത്തമൃഗത്തിന്റെ ശവം ടെമ്പോയിൽ കയറ്റി. ദുലീന പൊലീസ് സ്റ്റേഷനുമുമ്പിൽ നിർത്തി, അവിടെ മാമൂൽപ്പണം നല്കേണ്ടതുണ്ട്. പതിവിൽനിന്നു വ്യത്യസ്തമായി അന്ന് 'ഷെറാവത്ത്' എന്ന പൊലീസുദ്യോഗസ്ഥൻ മൂന്നിരട്ടിപണം ആവശ്യപ്പെട്ടു. ദയാചന്ദിന്റെ പിതാവ് കൊടുക്കാൻ കൂട്ടാക്കിയില്ല. പൊലീസുകാരൻ കുപിതനായി. രണ്ടുമണിക്കൂറോളം തർക്കിച്ചും, വാദിച്ചും നിന്നു. പുറത്ത് ദസറയുടെ ആഘോഷങ്ങൾ നടക്കുകയായിരുന്നു. പൊലീസിൽനിന്നും വിവരം കിട്ടിയിട്ടാണെന്ന് തോന്നി, പെട്ടെന്ന് ടെമ്പോയ്ക്കു ചുറ്റും ആളുകൾ തടിച്ചുകൂടി. അവർ വാളും, വടിയും. ത്രിശൂലങ്ങളുമായി ആക്രോശിച്ച് 'ഗോമാതാവിനെ കൊന്നവനെ' പുറത്തിറക്കി, ചിലർ ജയ് ശ്രീരാമ, വന്ദേമാതരം എന്നിങ്ങനെ ഉച്ചത്തിൽ വിളിച്ചു. തുടർന്ന് അവർ എന്റെ പിതാവിനെ ആക്രമിക്കാൻ തുടങ്ങി. ആക്രോശങ്ങളും അട്ടഹാസങ്ങളും മുഴങ്ങി. ഒരു സംഘം പിതാവിനെ ഇരുമ്പുവടി കൊണ്ടടിച്ചു. അദ്ദേഹം ചോരപൊഴിച്ചുകൊണ്ടു നിലത്തുവീണു. ആൾക്കൂട്ടം അദ്ദേഹത്തെ ചവിട്ടിമേഞ്ഞു, പിതാവ് നിശ്ചലനായി. ചോര തെരുവിലേക്കൊഴുകി. ആ ചോരച്ചാലിൽ കാൽപാദങ്ങൾ മുക്കി ഗോരക്ഷകർ ഒന്നൊന്നായി കടന്നു പോയി... പിന്നീടാണ് ദയാചന്ദ് സദ്ദാംഹുസൈൻ എന്ന പേരു മാറ്റുകയും കൂലിപ്പണിക്കാരനായി മാറുകയും ചെയ്യുന്നത്.

കാശ്മീർ എന്നതും ഒരു വ്രണം തന്നെയാകുന്നു. കാശ്മീരിൽ മകനെ, ഭർത്താവിനെ. സഹോദരനെ കാണാതായ നിരവധി അമ്മമാർ ചേർന്ന് ഒരു സംഘടനയുണ്ടാക്കി. അവർ സർക്കാറിനു മുന്നിൽ പ്രതിഷേധിച്ചു. അവർ പിടിച്ചിരുന്ന ബാനറിൽ ഇങ്ങനെ എഴുതിയിരുന്നു.

കാശ്മീരിന്റെ കഥ
മരിച്ചവർ 68000
കാണാതായവർ 10000

Is this Demo crazy or Devon crazy? എന്ന വാക്യമാണ് അരുന്ധതി തുടർന്നെഴുതുന്നത്.

ഇന്ദിരാഗാന്ധി വധിക്കപ്പെട്ടതിന്റെ പിറ്റേന്ന് ഡൽഹിയിലെ തെരുവ്:..... “നഗരത്തിലെ സിഖ് കോളനിക്ക് തീ പിടിച്ചു. കറുത്ത പുക ആകാശത്തു പരന്ന് ഇരുട്ടുണ്ടാക്കി. ആയിരക്കണക്കിനു സിഖുകാർ കൊല്ലപ്പെട്ടു. ബസിന്റെ സൈഡ് സീറ്റിലിരുന്നു ഞാൻ കണ്ടു. ഒരാൾക്കൂട്ടം ഒരു സിഖു വൃദ്ധനെ പിടിച്ചുവലിച്ച് അയാളുടെ ടർബൺ അഴിച്ചെടുക്കുന്നു. അയാളുടെ താടി രോമങ്ങൾ ബലമായി വലിച്ചെടുത്തു. കത്തിച്ച ഒറു ടയർ കത്തിപ്പടർന്നു. ഒപ്പം നിന്നിടത്തുതന്നെ ആ സിഖുകാരനും കത്തിക്കരിഞ്ഞു വീണു.

കാശ്മീരിൽ ഇന്ത്യൻ പട്ടാളത്തിന്റെ മേജറായിരുന്നു അമ്രിക് സിങ്ങിന്റെ അനുഭവം ഇനിയുമൊരു വ്രണം തന്നെയാണ്. നിരവധി കാശ്മീരികളെ ഭീകരരെന്നു മുദ്രകുത്തി പീഡിപ്പിക്കുകയും കൊല്ലുകയും ചെയ്തയാളാണ് അമ്രിക്സിങ്. അയാളുടെ ഭാര്യ ലവ്‌ലീൻ അമ്രിക്കിനെക്കുറിച്ചു പറയുന്നു- 1995 ൽ ജഖീബ്ഖാദി എന്ന മനുഷ്യാവകാശ പ്രവർത്തകനായ അഭിഭാഷകൻ കൊല്ലപ്പെട്ടു. കുറ്റം അമ്രിക്സിങ്ങിൽ വന്നു. സുഹൃത്തായ ഒരു പത്രപ്രവർത്തകയിൽനിന്ന് അമ്രിക്കിന്റെ നിരപരാധിത്തം അറിഞ്ഞ ശേഷം അത് പൊലീസിനോട് പറയാൻ ഞങ്ങൾ സ്റ്റേഷനിൽ പ്പോയി. ഞങ്ങൾ പറഞ്ഞതൊന്നും പൊലീസ് വിശ്വസിച്ചില്ല. ‘എനിക്കു നിങ്ങളെ വേണമെങ്കിൽ ഇപ്പോൾ ഇവിടെവെച്ച് കത്തിച്ചു ചാമ്പലാക്കാം.’ ഇൻസ്പെക്ടർ പറഞ്ഞു... ഒരു ദിവസം പൊലീസ് സംഘം ഞാൻ താമസിച്ച ഫ്ളാറ്റിലേക്കു വന്നു. എന്നെ മുടിപിടിച്ചു വലിച്ച് താഴത്തെ നിലയിലേക്കു കൊണ്ടുവന്നു. കഠിനമായി മർദ്ദിച്ചു. മകനെയും ക്രൂരമായി തല്ലി. വലിയൊരു റബ്ബർക്കട്ട കൊണ്ട് എന്റെ തലയ്ക്കടിച്ചു. “നിന്നെ ഞങ്ങൾ ശേഷിക്കുന്ന ജീവിതം ഭ്രാന്തിയാക്കും. നിന്റെ കെട്ടിയോനാണ് ഞങ്ങളുടെ നേതാവിനെ കൊന്നത്.” അവർ ഉച്ചത്തിൽ ആക്രോശിച്ചു. അവർ എന്റെ ശരീരം വേണ്ടുംപോലെ ഉപയോഗിച്ചു. പുറത്തിറങ്ങിയിട്ടും ഒരു ഡോക്ടറും ഞങ്ങളെ ചികിത്സിക്കാൻ തയ്യാറായില്ല...

ഞങ്ങൾ കാശ്മീരിലെ ജോലി വേണ്ടെന്നുവെച്ചു. ക്യാനഡയിൽ പോയി. അവിടെ തങ്ങാൻ അനുവാദം കിട്ടിയില്ല. 2005 ൽ ഞങ്ങൾ സിയാറ്റിലിലേക്കുപോയി. മേജറായിരുന്ന അമ്രിക് ഒരു ട്രക്ക് ഡ്രൈവറായി ജോലി നേടി. അമ്രിക് ഇവിടെയുണ്ടെന്ന് ഭീകരർ പറഞ്ഞു. അവർ വീട് നിരീക്ഷിക്കാൻ തുടങ്ങി. ഞങ്ങൾക്ക് പുറത്തിറങ്ങാൻ പോലുമായില്ല.

“അമ്മേ എന്നാണു നമുക്ക് സ്വസ്ഥമായി ജീവിക്കാനാകുക” എന്റെ മകൾ ചോദിച്ചു.

“അതു നമ്മുടെ നിയന്ത്രണത്തിലല്ല” എന്നേ എനിക്കു പറയാൻ കഴിഞ്ഞുള്ളൂ. അമ്രിക് വളരെ അസ്വസ്ഥനായി... രണ്ടുമാസങ്ങൾക്കുശേഷം അമ്രിക്സിങ് കുടുംബത്തെ മുഴുവൻ വെടിവെച്ചു കൊന്നശേഷം സ്വയം വെടിയുതിർത്തു മരിച്ചു.

കാശ്മീരിൽ സേവനം ചെയ്യുന്ന ഇന്ത്യൻ പട്ടാളക്കാരനെക്കുറിച്ച് ഐജാസ് പറയുന്നു.

“ഭീകരർക്ക് ആർമിതന്നെയാണ് ആയുധങ്ങൾ വില്ക്കുന്നത്. ഒരു വെടിയുണ്ടയ്ക്ക് ഇരുപതു രൂപ. ഭീകരാവസ്ഥ അവസാനിക്കരുതെന്ന് ആർമി ആഗ്രഹിക്കുന്നു. കാശ്മീരിലെ യുവാക്കളുടെ ശവങ്ങൾകൊണ്ട് എല്ലാവരും പണമുണ്ടാക്കുകയാണ്. ഭൂരിപക്ഷം ഗ്രനേഡ് സ്ഫോടനങ്ങളും കൊലകളും പട്ടാളക്കാർ തന്നെ സൃഷ്ടിക്കുന്നു.”

ജെ പറയുന്ന ഒരു കഥ: രാത്രി 11.30 മണിക്ക് ഗ്രാമത്തിൽ ഒരു കൊല നടന്നു എന്നു ടെലിഫോൺ സന്ദേശം വന്നു. എസ് പി യോടൊപ്പം പോയി. കറുത്തനായ ഒരു മനുഷ്യന്റെ ശവം മഞ്ഞുപാളികളിൽ ചോരയൊലിച്ചു കിടക്കുന്നു. നാട്ടുകാർക്ക് ആരാണെന്നൊന്നുമറിയില്ല. ഉത്തരവാദിത്വം ആരും ഏറ്റെടുത്തില്ല. ഒടുവിൽ പൊലീസ് സൂപ്രണ്ടും പട്ടാളകമാന്ററും ചേർന്ന് അത് ഒരു ഏറ്റുമുട്ടൽ കൊലപാതകമാക്കി. മാധ്യമങ്ങളിൽ വാർത്ത വന്നു. എസ് പിക്കും കമാൻഡർക്കും ബഹുമതി പത്രങ്ങൾകിട്ടി. സമ്മാനത്തുക അവർ പങ്കിട്ടെടുത്തു. ഭീകരരെ ഇല്ലായ്മ ചെയ്യുന്നതിന്റെ ഒരു മാതൃക.

ഡൽഹിയിലോ കാശ്മീരിലോ മാത്രമല്ല വ്രണങ്ങൾ പഴുത്തു നാറുന്നത്.

എസ് മുരുകേശൻ എന്ന തമിഴ് യുവാവ് പട്ടാളത്തിലെ ശിപായിയായിരുന്നു. ഏറ്റുമുട്ടലിൽ മരിച്ച അയാളുടെ സ്മരണയ്ക്ക് ഗ്രാമത്തിൽ സൈന്യം അയാളുടെ സിമന്റുപ്രതിമ സ്ഥാപിച്ചു. ഉയർന്ന ജാതിക്കാർ മുറുമുറുത്തു, ഗ്രാമത്തിനു നടുവിൽ ദളിതന്റെ പ്രതിമയോ? ഏതാനും ദിവസങ്ങൾക്കുള്ളിൽ പ്രതിമ അല്പാല്പമായി തകർക്കപ്പെട്ടു. സവർണ്ണരുടെ കൺമുമ്പിൽ ഒരു ദളിതന്റെ പ്രതിമ തലയുയർത്തി നിന്നുകൂടാ.... ഇത് തമിഴ് നാടാണ്...

അൻജുമിനു തെരുവിൽനിന്നു കിട്ടിയ അനാഥബാലിക യഥാർത്ഥത്തിൽ മാവോയിസ്റ്റ് എന്നു അടയാളപ്പെടുത്തിയ ഒരു സ്ത്രീയുടെ മകളാണ്.

ബസ്തറിൽ നിന്നു പൊലീസ് പിടിയിലായ രേവതി നിരവധി ദിവസം കാട്ടിനുള്ളിലെ പൊലീസ് ഷെൽട്ടറിൽ ഭീകരതയും ബലാൽസംഗങ്ങളും സഹിച്ചു കഴിഞ്ഞു. മൂന്നുമാസത്തിനു ശേഷമാണ് അവൾക്ക് എണീറ്റു നില്ക്കാനായത്. അവളുടെ ശരീരം ഇനി ഞങ്ങൾക്ക് ഉപയോഗത്തിനു പറ്റില്ല എന്നു മനസ്സിലാക്കിയ പൊലീസ് അവളെ രക്ഷപ്പെടാൻ അനുവദിച്ചു.

നോവലിൽ ചിത്രീകരിക്കപ്പെടുന്ന ഒരു പ്രധാന സ്ഥലരാശിയാണ് ഡൽഹിയിലെ ജന്തർ മന്ദിർ. ഒരുപക്ഷേ, വിവിധതരം പോരാളികളുടെ പ്രവർത്തനസ്ഥലം. ജന്തർ മന്ദിറും യഥാർത്ഥത്തിൽ ഇന്ത്യൻ രാഷ്ട്രീയ ശരീരത്തിലെ വ്രണങ്ങളുടെ ഒരു പ്രദർശനശാലതന്നെയാണ്. ഭോപ്പാലിലെ വിഷവാതകക്കൊലയുടെ ബാക്കി പത്രങ്ങളായ ഇരകൾ, മണിപ്പൂരിലെ അഫ്സ്ഫയ്ക്കെതിരേ പട പൊരുതുന്നവർ, നർമ്മദപോലുള്ള അണക്കെട്ടുകൾ മൂലം വേരറ്റുപോകേണ്ടിവന്ന ജീവിതങ്ങളുടെ പ്രതിഷേധങ്ങൾ, തിബറ്റൻലാമകളുടെ പ്രക്ഷോഭങ്ങൾ, മക്കൾ നഷ്ടപ്പെട്ട കാശ്മീരി അമ്മമാർ, തൊഴിൽ നഷ്ടപ്പെട്ട നഗരത്തിലെ ശുചീകരണത്തൊഴിലാളികൾ, ദണ്ഡകാരണ്യങ്ങളിൽ നിന്നും ബസ്തറിൽ നിന്നുമൊക്കെ വരുന്ന മാവോവാദികളെന്നു മുദ്രയടിക്കപ്പെട്ടവർ - ഇങ്ങനെ സദാ മുഖരിതമായിരിക്കുന്ന ഇന്ത്യൻ യാഥാർത്ഥ്യത്തിന്റെ പ്രവർത്തനസ്ഥലിയാണ് ജന്തർമന്ദിർ. ഇതുമൊത്തത്തിൽ പ്രകടിപ്പിക്കുന്നത് നീതിയുടെയും ജനാധിപത്യത്തിന്റെയും മേൽ വീണിരിക്കുന്ന മുറിവുകളെതന്നെയാണ്. അരുന്ധതിയുടെ അസ്സൽ പ്രമേയം ഈ വ്രണങ്ങൾ തന്നെയാകുന്നു.

അരുന്ധതിയുടെ ഈ രണ്ടാം നോവലിന് ആദ്യകൃതിയിൽ നിന്ന് പ്രധാന രണ്ടു വ്യത്യസ്തതകളുണ്ട്. *ഗോഡ് ഓഫ് സ്മോൾ തിങ്സ്* പ്രധാനമായും ഒരു കുടുംബ കഥയായിരുന്നു. അതുകൊണ്ട് തന്നെ പരമ്പരാഗതമായ നോവൽ സ്വരൂപം നമ്മുടെ നോവൽ സ്വരൂപത്തെക്കുറിച്ചുള്ള ധാരണ വലിയൊരു പരിധിവരെ യൂറോസെൻട്രിക്കാണ് - അവിടെ സ്വീകരിക്കപ്പെട്ടു. എന്നാൽ ഈ നോവലിൽ അരുന്ധതി നോവൽ ശില്പത്തിൽ ഒരുപരീക്ഷണം തന്നെ നടത്തുന്നു. "എല്ലാ എഴുത്തുകാരും എങ്ങനെ തങ്ങളെഴുതണമെന്ന നിയമങ്ങൾ തള്ളിക്കളയേണ്ടതാണ്. *Ministry of Utmost Happiness* ഒരു പരീക്ഷണമാണ്." എന്ന് അരുന്ധതി തുറന്നു തന്നെ പറഞ്ഞിട്ടുണ്ട്. ലേഖനം, കവിത, ക്വിസ്, കടങ്കഥ, ചോദ്യോത്തരം, കത്തുകൾ, ബാനർ, നോട്ടീസ് - ഇങ്ങനെ വിവിധങ്ങളായ പ്രകാശനോപാധികൾ ഇവിടെ നോവൽ ശില്പത്തിന്റെ അവയവങ്ങളായി സ്വീകരിക്കപ്പെട്ടിട്ടുണ്ട്. ഇത് ചില വായനക്കാർക്കെങ്കിലും അയഞ്ഞ ഘടനയായോ ശില്പഭംഗമായോ അനുഭവപ്പെടാനിടയുണ്ട്. എന്നാൽ അൻജുമിന്റേയോ സൈനബിന്റെയോ സദ്ദാമിന്റെയോ തിലോത്തമയുടെയോ അനുഭവവൃത്തത്തിന്റെ പരസ്പരബന്ധിതമായ ആഖ്യാന പാഠമായി നോവൽ സ്വരൂപത്തെ കാണുമ്പോഴാണ് ഈ പ്രശ്നം ഉയർന്നുവരുന്നത്. ഈ നോവലിലെ പ്രധാന കഥാപാത്രം സമകാല ഇന്ത്യ എന്ന സ്ഥലകാല സംയുക്തമാണെന്നും ഇന്ത്യയുടെ തുറന്ന വ്രണങ്ങളാണെന്നും കാണുക. അപ്പോൾ ഈ കുത്തിനിറയ്ക്കൽ, അഥവാ ഡോക്യുഫിക്ഷൻ സമീപനം ശില്പഭംഗമല്ല, യാഥാർത്ഥ്യത്തിന്റെ അസ്സൽ മുഖങ്ങൾ തുറന്നു കാട്ടാനുള്ള ഒരു രീതി ശാസ്ത്രമാണെന്ന് സത്യദർശനത്തിന്റെ ശില്പകർമ്മമാണെന്ന് വ്യക്തമാകും. അഥവാ നോവൽ ശില്പത്തെക്കുറിക്കുന്ന അയവറ്റ ഘടന പറഞ്ഞുതന്ന ജെയിംസ് ജോയ്സ് മാർഡൽ പ്രൂസ്റ്റും ഇവിടെ നമ്മുടെ മലയാളത്തിൽ കോവിലൻവരെയുള്ളവർ തകർത്തുകളഞ്ഞിട്ടുണ്ടല്ലോ.

ഗോഡ് ഓഫ് സ്മോൾ തിങ്സിൽ നിന്നുള്ള മറ്റൊരു വ്യത്യാസം ഈ നോവലിലെ ഭാഷയാണ്. ആദ്യ നോവലിന്റെ ഒരു സവിശേഷതയായിരുന്നു. അപ്പോൾ ചുട്ടെടുത്ത ഭാഷ. Oven Fresh language. ഒരു പോസ്റ്റ് കൊളോണിയലായ അഥവാ വർണാക്കുലേറ്റ് ചെയ്ത ഇംഗ്ലീഷായിരുന്നു *ഗോഡ് ഓഫ് സ്മോൾ തിങ്സിന്റെ* വലിയൊരു ആകർഷണ ഘടകം. I saw a trying not to cry Amma എന്നതൊക്കെ ഓർമ്മിക്കുക) എന്നാൽ ഈ നോവലിൽ ഭാഷയുടെ ആ പുന്നെൽ മണം ആവാഹിക്കാൻ അരുന്ധതി ശ്രമിക്കുന്നതേയില്ല.

'ഒരെഴുത്തുകാരൻ/ഒരെഴുത്തുകാരി തന്റെ ജീവിതം മുഴുവൻ ഭാഷയുടെ ഹൃദയമറിയാൻ പര്യവേക്ഷണം നടത്തുന്നു. ഭാഷയും ചിന്തയും തമ്മിലുള്ള അകലം ഇല്ലാതാക്കാൻ അല്ലെങ്കിൽ പരമാവധി കാണിച്ചു കൊണ്ടുവരാൻ. "എന്റെ ചിന്തകളെ പൊതിഞ്ഞു നില്ക്കുന്ന ചർമ്മമാണ് എന്റെ ഭാഷ..." (The Algebra of Infinite Justice)

ഇങ്ങനെ ഭാഷയെ കാണുന്ന എഴുത്തുകാരി ഈ രണ്ടാം നോവലിൽ ഫീച്ചറെഴുത്തിന്റെ ഭാഷ സ്വീകരിച്ചത് യാദൃച്ഛികമാവാനിടയില്ല. *ഗോഡ് ഓഫ് സ്മോൾ തിങ്സിന്റെ* വിഷയത്തിൽ നിന്നു വളരെ മാറി നില്ക്കുന്ന ഒരു വിഷയമാണ് ഈ നോവലിൽ വരുന്നത്.

വൈയക്തികതയുടെയോ കുടുംബ ജീവിതത്തിന്റെയോ വൈകാരിക തലങ്ങളിൽ നിന്നും മാറി ഒരു രാഷ്ട്രത്തിന്റെ ആത്മാവും അതിന്റെ മുറിവുകളുമാണ് ഇവിടെ ആവിഷ്കരിക്കപ്പെടുന്നത്. വിപുലമായ രാഷ്ട്രീയനുഭവങ്ങളുടെ ഉഷ്ണ മേഖലയാണത്. അവിടെ ഭാഷയും വികാരവും തമ്മിൽ ഭാഷയും ചിന്തയും തമ്മിൽ ചമല്ക്കാരങ്ങളുടെ അകലം വേണ്ടതില്ലെന്ന് എഴുത്തുകാരി അറിഞ്ഞുകൊണ്ടെടുത്ത തീരുമാനമാകാം.

ഈ നോവലിന്റെ അവസാന ഖണ്ഡികയിൽ അരുന്ധതി അവതരിപ്പിക്കുന്ന ധ്വനിഭംഗിയുള്ള ഒരു ബിംബമുണ്ട്. കുഞ്ഞു ജെബീനെ ഒരു തെരുവുവിളക്കിനടിയിൽ മൂത്രമൊഴിക്കാനിരുത്തി പിന്നെ അവളെ എടുത്തുയർത്തി ഉമ്മവെച്ച് വീട്ടിലേക്ക് നടന്നു. എല്ലാവരും ഉറക്കമായി. തെരുവുവിളക്കുകളണഞ്ഞു. എങ്ങും ഇരുട്ടായി. തെരുവിൽ മണ്ണിലും ചളിയിലും ഒരു ചാണകവണ്ട് മാത്രം ഉറങ്ങാതിരുന്നു. അത് ജോലി ചെയ്യുകയായിരുന്നു. ആകാശമെങ്ങാൻ ഇടിഞ്ഞുവീണാൽ ഈ ലോകത്തെ രക്ഷിക്കാൻ വേണ്ടി കാലുകൾ മേല്പോട്ടുയർത്തി അത് മലർന്നു കിടന്നു. എങ്കിലും ആ പ്രാണിക്കുപോലും അറിയാമായിരുന്നു എല്ലാം ഒടുക്കം നേരെയാകും. അതേ എല്ലാം നേരെയാകേണ്ടിയിരിക്കുന്നു എന്തുകൊണ്ടെന്നാൽ ഉദയാ ജെബീനെന്ന ഈ കൊച്ചു സുന്ദരി ഈ ലോകത്തു വന്നിരിക്കുന്നു.

അരുന്ധതി ഒരു എഴുത്തുകാരിയായിരിക്കുന്നതിന്റെ സാധൂകരണം കൂടി ഇവിടെയുണ്ട് എന്നു കരുതാം.

ഫാസിസത്തിന്റെ മനഃശാസ്ത്രം

ഇരുപതോളം പുസ്തകങ്ങളെഴുതിയ ആസ്ട്രിയൻ മനഃശാസ്ത്രവിദഗ്ദ്ധനായ വിൽഹെം റീച്ചിന്റെ ഏറ്റവും പ്രധാന കൃതിയാണ് *The Mass Psychology of Fascism.*

1930 കളിൽ വളർന്നു വികസിച്ച ഹിറ്റ്ലറുടെ ഫാസിസവും അതിനു മാതൃകയായിരുന്ന ഇറ്റലിയിലെ മുസ്സോളിനിയുടെ ഇറ്റാലിയൻ ഫാസിസവും വിശകലനം ചെയ്തതു കൊണ്ട് ഫാസിസത്തിന്റെ സാമൂഹ്യ മനഃശാസ്ത്രം തുറന്നുകാട്ടാനുള്ള ശ്രമമാണ് ഈ ഗ്രന്ഥത്തിന്റെ ഉള്ളടക്കം. റീച്ച് പ്രാഥമികമായി ഒരു മനഃശാസ്ത്രജ്ഞനാകയാൽ ഫാസിസത്തെ സാദ്ധ്യമായിത്തീർക്കുന്ന ജനമനഃശാസ്ത്രമാണ് അദ്ദേഹം പ്രധാനമായും പഠനവിധേയമാക്കുന്നത്. സമൂഹത്തിന്റെ സാമ്പത്തിക ജീവിതവും സാംസ്കാരികജീവിതവും ഈ പഠനത്തിൽ പശ്ചാത്തലത്തിലാണ് വിശകലനം ചെയ്യപ്പെടുന്നത്.

ഭരണകൂടത്തിന്റെ ആശീർവാദത്തോടെ തന്നെ ഇന്ത്യൻ ഫാസിസം പത്തി വിടർത്താൻ തുടങ്ങുന്ന വർത്തമാനാവസ്ഥയിൽ റീച്ചിന്റെ ആശയങ്ങൾ ഫാസിസത്തെകൂടുതൽ ആഴത്തിൽ മനസ്സിലാക്കുവാൻ സഹായകമാവും. ഫാസിസത്തിനെതിരായ പ്രതിരോധ സമരത്തിൽ ഈ ധാരണകൾ വഴികാട്ടിയാവുമെന്നും കരുതാം.

ഫ്രോയിഡിയൻ മനഃശാസ്ത്രത്തെ പിൻപറ്റിക്കൊണ്ട് റീച്ച് മനുഷ്യമനസ്സിന്റെ മൂന്നു തലങ്ങൾ അടിസ്ഥാനപരമായി സ്വീകരിക്കുന്നുണ്ട്. ഉപരിതലം (Surface Level), ദ്വിതീയ തല ചോദനകൾ (Secondary Drives), ഏറ്റവും അഗാധതയിൽ കുടികൊള്ളുന്ന ജൈവസത്ത (Biological Core) എന്നിവയാണത്. കലയും ശാസ്ത്രവും ഉല്പാദിപ്പിക്കുന്ന സർഗ്ഗാത്മകതയുടെ ഇരിപ്പിടം ഈ ജൈവസത്തയുടെ തലമാണെന്നാണ് റീച്ചിന്റെ

നിഗമനം. വ്യക്തി മനസ്സിന് ഇങ്ങനെ മൂന്നു തലങ്ങളുടെ വിഭജനം നല്കുന്ന റീച്ച് സമാനമായ മൂന്നു തലങ്ങൾ സമൂഹമനസ്സിന് നല്കുന്നുണ്ട്. സാമൂഹ്യശാസ്ത്രപരമായ വിഭജനത്തിൽ അടിസ്ഥാനവർഗ്ഗം, മദ്ധ്യവർഗ്ഗം, ഉപരിവർഗ്ഗം എന്നിങ്ങനെ സാധാരണ സോഷ്യോളജിസ്റ്റുകൾ സ്വീകരിച്ചുകാണുന്ന വിഭജനം തന്നെ റീച്ചും സ്വീകരിച്ചു കാണുന്നു. സാമൂഹ്യ ശാസ്ത്രപരമായ ഈ മൂന്നു തലങ്ങളും സാമൂഹ്യ മനശ്ശാസ്ത്ര പരമായി ആദ്യം പറഞ്ഞ തലങ്ങളും തമ്മിലുള്ള സമാന്തര വിശകലന ത്തിലൂടെയാണ് ഫാസിസത്തിന്റെ ഉരുവപ്പെടലിലും വളർച്ചയിലുമാണ് മനഃശാസ്ത്ര സവിശേഷതകൾ റീച്ച് വ്യക്തമാക്കുന്നത്.

ഫാസിസത്തിന്റെ മനോഭാവം രൂപപ്പെടുന്നത് ഉപരിതലത്തിലോ അഗാധതയിലോ അല്ല, ദ്വിതീയ ചോദനകൾ എന്നുപേരിട്ട ഇടത്തട്ടിലാണെന്ന് റീച്ച് അഭിപ്രായപ്പെടുന്നു. വ്യക്തി മനസ്സിന്റെ ഈ ഇടത്തട്ട് സാമൂഹ്യശാസ്ത്രതലത്തിലേക്ക് നീട്ടിയാൽ ഇടത്തട്ടുകാർ അഥവാ മദ്ധ്യവർഗ്ഗം എന്നാകുന്നു. അതായത് ഫാസിസ്റ്റു മനോഭാവം രൂപപ്പെടുന്നതും വളരുന്നതും ഏറ്റവുമധികം സ്വീകരിക്കപ്പെടുന്നതും മദ്ധ്യവർഗ്ഗമനസ്സുകളിലാണെന്നു സാരം. സമൂഹ മനസ്സിന്റെ മദ്ധ്യതലത്തിന്റെ രാഷ്ട്രീയപ്രകാശനമാണ് ഫാസിസം. ഫാസിസം പ്രത്യക്ഷപ്പെടുന്ന ഇടങ്ങളിലെല്ലാം അത് ബഹുജനങ്ങളുടെ ആവശ്യമായിട്ടും ഇംഗിതമായിട്ടുമാണ് അവതരിക്കുക. വിപ്ലവകരമായ ബാഹ്യഭാവത്തിനുള്ളിൽ പ്രതിലോമകരമായ ഉള്ളടക്കം ഒളിപ്പിച്ചുവെച്ചുകൊണ്ടാണ് അത് രംഗപ്രവേശനം ചെയ്യുക. ശരാശരി മനുഷ്യന്റെ ലോവർ മിഡിൽ ക്ലാസ്, അപ്പർ മിഡിൽക്ലാസ് അയുക്തിക പ്രതികരണങ്ങളുടെ ആകത്തുകയായിട്ടാണ് കറകളഞ്ഞ ഫാസിസം അതിന്റെ പ്രവർത്തനം തുടങ്ങുന്നത്. മറ്റൊരു പദാവലി ഉപയോഗിച്ചു പറഞ്ഞാൽ ഫാസിസം എന്നത് ഏതെങ്കിലുമൊരു രാഷ്ട്രീയ പാർട്ടിയുടെയോ ഭരണകൂടത്തിന്റേയോ മാത്രം ചിന്താപരമോ പ്രയോഗപരമോ ആയ മുന്നേറ്റമല്ല. അത് മനുഷ്യനും അധികാരവും തമ്മിലും സമൂഹവും സ്വാതന്ത്ര്യവും തമ്മിലും ചിന്തയും മാനവികതയും തമ്മിലും, ദേശീയതയും സാർവ്വലൗകികതയും തമ്മിലും യഥാർത്ഥത്തിലുള്ള ആദാനപ്രദാനങ്ങളെ ബലമായി മുറിച്ചുമാറ്റിക്കൊണ്ട് ഇവയോരോന്നിനെയും പരസ്പരം പോരാടിക്കുന്ന വിപരീതങ്ങളാക്കി മാറ്റുന്നു. ഇങ്ങനെയുള്ള വിപരീതങ്ങളെ വിതയ്ക്കാനും കൊയ്യാനും ഏറ്റവും അനുയോജ്യമായ മണ്ണാണ് മദ്ധ്യവർഗ്ഗമനസ്സ് എന്നതാണ് റീച്ചിന്റെ ഏറ്റവും പ്രധാന വാദം. മദ്ധ്യവർഗ്ഗമനസ്സ് രൂപപ്പെടുന്നതിന്റെ സാമൂഹ്യശാസ്ത്രപരമായ സവിശേഷതകൾ ഈ വിളവെടുപ്പു പ്രക്രിയയെ ത്വരിതപ്പെടുത്തുന്നതായും റീച്ച് വിശകലനങ്ങളിലൂടെ സ്ഥാപിച്ചെടുക്കുന്നുണ്ട്.

ഫാസിസത്തിന്റെ ക്ലാസിക്കൽ ഉദാഹരണമായ അഡോൾഫ് ഹിറ്റ്ലർ സ്വയം ഒരു മദ്ധ്യവർഗ്ഗസർക്കാർ ജീവനക്കാരന്റെ കുടുംബത്തിൽ ജനിച്ചയാളായിരുന്നു. മദ്ധ്യവർഗ്ഗത്തിന്റെ വിധേയത്വവും പ്രതിഷേധവും കൂടിച്ചേർന്ന മാനവികഘടനയായിരുന്നു ഹിറ്റ്ലറിന്റേതും എന്നതിന്

*മെയിൻകാംഫിൽ*നിന്ന് നിരവധി ഉദാഹരണങ്ങൾ നിർത്താൻ കഴിയും. (പിതാവിനോട് പ്രതിഷേധവും മാതാവിനോട് തീവ്രമായ വിധേയത്വവും ഹിറ്റ്ലർ പുലർത്തിയിരുന്നു) ഹിറ്റ്ലറുടെ രാഷ്ട്രീയ ചിന്ത രൂപപ്പെടുത്തുന്നതിൽ അയാളുടെ മദ്ധ്യവർഗ്ഗമനസ്സ് എങ്ങനെ പ്രവർത്തിച്ചു എന്ന് *മെയിൻ കാംഫി*ലെ നിരവധി ഭാഗങ്ങൾ ഉദാഹരിച്ചുകൊണ്ട് വ്യക്തമാക്കുന്നതുപോലെതന്നെ ജർമ്മൻ മദ്ധ്യവർഗ്ഗസമൂഹം എങ്ങനെ ആ ചിന്തകളുമായി താദാത്മ്യപ്പെട്ടു എന്ന് 1930 കൾ മുതൽ 1945 വരെയുള്ള ജർമ്മൻ രാഷ്ട്രീയ ചരിത്രത്തിൽ നിന്ന് നിരവധി സന്ദർഭങ്ങൾ ഉദാഹരിച്ചുകൊണ്ട് റീച്ച് വ്യക്തമാക്കുന്നുണ്ട്.

ജർമ്മൻ ഫാസിസത്തിന്റെ അവലംബം മദ്ധ്യവർഗ്ഗമായിരുന്നു എന്നു മാത്രമല്ല. അത് മദ്ധ്യവർഗ്ഗത്തിന്റെ പ്രതിഷേധിക്കുന്ന ഉണർച്ച (Rebellion) ആയാണ് തുടങ്ങുന്നതുതന്നെ. നാസിപാർട്ടിയുടെ അധികാരാരോഹണം മുതൽ തന്നെ മദ്ധ്യവർഗ്ഗത്തിന്റെ പിന്തുണ കിട്ടുന്നതിനുവേണ്ടി ഹിറ്റ്ലർ വൻകിട വ്യവസായികൾക്കെതിരായ നിലപാട് തുടക്കത്തിൽ സ്വീകരിച്ചു. പിന്തുണ നേടിയതോടെ ഇതേ വൻകിടക്കാരുമായി ഇണങ്ങിപ്പോകാനും ക്രമേണ അവരുടെ താല്പര്യങ്ങൾക്കനുസരിച്ച് ഭരണകൂടം ചലിപ്പിക്കാനും ഹിറ്റ്ലർ ശ്രമിച്ചു. ജനസമ്മതി നിർമ്മിച്ചെടുക്കുന്നതിന് സ്വീകരിക്കുന്ന ഈ ഇരട്ടത്താപ്പ് (dichotomy) ഇന്ത്യൻ സാഹചര്യത്തിൽ സംഘപരിവാർ സ്വീകരിച്ച രീതി തന്നെയാണ്. പിന്നാക്കം സമുദായക്കാരനായ മോഡിയെ നേതാവായി ഉയർത്തിക്കാട്ടുകയും വിദേശങ്ങളിൽ അടിഞ്ഞുകൂടിയിട്ടുള്ള ഇന്ത്യൻ കള്ളപ്പണം തിരിച്ചുപിടിക്കാൻ പോകുന്നു എന്ന വാഗ്ദാനവുമൊക്കെ മദ്ധ്യവർഗ്ഗ മനസ്സിലെ പ്രതിഷേധാംശങ്ങളെ മുതലെടുക്കാൻ വേണ്ടിതന്നെയായിരുന്നു. 2014 ലെ പൊതുതിരഞ്ഞെടുപ്പുഘട്ടത്തിലെ ശരാശരി ഇന്ത്യൻ മനസ്സിന്റെ വ്യാകുലതയും മടുപ്പും കൃത്യമായി അഭിസംബോധന ചെയ്യാൻ ഈ തന്ത്രത്തിനു കഴിഞ്ഞു. ഒരു നിയന്ത്രണങ്ങളുമില്ലാത്ത കോർപ്പറേറ്റ് അനുകൂലനയങ്ങളും കുപ്രസിദ്ധങ്ങളായ അഴിമതി അനുഭവങ്ങളും ചേർന്ന് വടക്കേയിന്ത്യൻ മദ്ധ്യവർഗ്ഗമനസ്സ് പ്രതിഷേധവും വ്യാകുലതയും കൊണ്ട് നിറഞ്ഞുനിന്ന ഒരവസ്ഥയിൽ ഫാസിസം വർണ്ണക്കടലാസിൽ പൊതിഞ്ഞ് നീട്ടിയപ്പോൾ അവർ അതിനെ കൈ നീട്ടി സ്വീകരിച്ചു.

ചാഞ്ചാട്ടം (Ambivalance)

മദ്ധ്യവർഗ്ഗമനസ്സിന്റെ സ്വഭാവം ഈ പ്രതിഷേധം മാത്രമല്ല. അതിന്റെ വിപരീതമായ വിധേയത്വവും അനായാസവും സ്വാംശീകരിക്കാൻ അതിനു കഴിയും. യഥാർത്ഥത്തിൽ അത് വിധേയത്വത്തിനും പ്രതിഷേധത്തിനുമിടയിൽ സ്ഥിരമായി ചാഞ്ചാടിക്കൊണ്ടിരിക്കുന്ന ഒന്നാണ്. ഈ ചാഞ്ചാട്ടത്തെയാണ് മുൻപറഞ്ഞ ഫാസിസത്തിന്റെ ഇരട്ടത്താപ്പ് (dichotomy) അഭിസംബോധന ചെയ്യുന്നത്. ഫാസിസത്തിന്റെ ഇരട്ടത്താപ്പ് എന്തുകൊണ്ട്

പ്രവർത്തനക്ഷമമാകുന്നു? കാരണം കൃത്യമായ അർത്ഥത്തിൽ രാഷ്ട്രീയ വല്ക്കരിക്കപ്പെടാത്ത മദ്ധ്യവർഗ്ഗം അഥവാ വർഗ്ഗവല്ക്കരിക്കപ്പെടാത്ത സമൂഹം മൂലധനതാല്പര്യത്തിനും തൊഴിലാളി താല്പര്യത്തിനുമിടയിൽ ചാഞ്ചാടിക്കൊണ്ടിരിക്കും.

ഇന്ത്യൻ സാഹചര്യത്തിൽ ഇതു തന്നെയാണ് കാണാൻ കഴിയുക. യഥാർത്ഥത്തിൽ സവർണ്ണാധിപത്യ പ്രത്യയശാസ്ത്രത്തിന്റെ വാഹകരായ സംഘപരിവാർ, ചാഞ്ചാടുന്ന ഈ മദ്ധ്യവർഗ്ഗത്തെ ലക്ഷ്യം വെച്ചുകൊണ്ടാണ് OBC യിൽപ്പെടുന്ന ഒരു ചായക്കാരനെ നേതാവായി ഉയർത്തിക്കാട്ടിയത്. OBC, ചായക്കാരൻ എന്നീ രണ്ടുവ്യക്തി പ്രത്യേകതകൾ തിരഞ്ഞെടുപ്പ് പ്രചാരണത്തിലെ പ്രധാന അംശങ്ങളായി വികസിപ്പിച്ചതും മദ്ധ്യവർഗ്ഗ മനസ്സിന്റെ ഈ ambivalence നെ ഉപയോഗപ്രദമാക്കാൻ തന്നെയാണ്. എന്നാൽ ഈ മദ്ധ്യവർഗ്ഗ അഭിനിവേശം തികച്ചും താല്ക്കാലികം മാത്രമാണ് എന്നത് ഒരു സാമൂഹ്യശാസ്ത്രയാഥാർത്ഥ്യമാണ്. ഇറ്റലിയിലെയും ജർമ്മനിയിലേതുമെന്നപോലെതന്നെ ഇന്ത്യയിലേതും ഏറ്റവുമടുത്ത സംഭവവികാസങ്ങൾ അതു സൂചിപ്പിക്കുന്നുണ്ട്.

ഈ ambivalence മറ്റൊരു രാഷ്ട്രീയ ധർമ്മം കൂടി നിർവ്വഹിക്കുന്നുണ്ടെന്നത് റീച്ച് ചൂണ്ടിക്കാണിക്കുന്നുണ്ട്. സാമ്പത്തികാവസ്ഥയുടെ പ്രതിസന്ധികൾ ഒരു രാഷ്ട്രീയ മുന്നേറ്റമായും തുടർന്ന് ഒരു സാമൂഹ്യവിപ്ലവമായും വികസിക്കുന്നതിൽനിന്ന് തടഞ്ഞുനിർത്തുന്നു എന്നതാണ് ആ ധർമ്മം. 1930 കളിൽ യൂറോപ്പിലുണ്ടായ അതിതീവ്രമായ സാമ്പത്തിക പ്രതിസന്ധി അതാവശ്യപ്പെടുന്ന രാഷ്ട്രീയ മുന്നേറ്റങ്ങളിലേക്കും തുടർന്ന് സാമൂഹ്യ വിപ്ലവങ്ങളിലേക്കും വികസിക്കാതെ ഫാസിസത്തിലേക്കും പിന്നീട് സോഷ്യൽ ഡെമോക്രസിയിലേക്കുമൊക്കെ ചിതറിത്തെറിച്ചു പോവാൻ ഒരുകാരണം ഇതുതന്നെയാണെന്ന് റീച്ച് ഊന്നിപ്പറയുന്നുണ്ട്. ചുരുക്കത്തിൽ ഹിറ്റ്ലറുടെ പ്രതിലോമ ചിന്ത മാത്രമല്ല ജർമ്മൻ ഫാസിസത്തെ സാദ്ധ്യമാക്കിയത്. നിലനിന്നിരുന്ന രാഷ്ട്രീയവല്ക്കരിക്കപ്പെടാത്ത ജർമ്മൻ മദ്ധ്യവർഗ്ഗത്തിന്റെ സാമൂഹ്യ താല്പര്യങ്ങൾ കൂടിയാണ് എന്നർത്ഥം.

ഇന്ത്യൻ അനുഭവവും ഇതിനു സമാന്തരമാണ്. OBC ഐഡന്റിറ്റിയും വികസനസ്വപ്നങ്ങളും ഉപയോഗിച്ചുകൊണ്ട് യഥാർത്ഥത്തിൽ ഇന്ത്യൻ ഫാസിസം നേടാനാഗ്രഹിച്ചത് അധികാരം മാത്രമാണ്. ആ അധികാരം പിന്നീട് ഉപയോഗിക്കപ്പെട്ടത് സവർണ്ണമേധാവിത്വം സ്ഥാപിച്ചെടുക്കാനും കോർപ്പറേറ്റ് ആധിപത്യം ബലപ്പെടുത്താനും മാത്രമാണ് ഡൽഹി യൂണിവേഴ്സിറ്റിയിലെ സോഷ്യോളജി പ്രൊഫസർ ഡോ. സതീശ് ദേശ്പാണ്ഡെ അടുത്തിടെ വ്യക്തമാക്കിയ ചില കണക്കുകൾ ഓർമ്മിക്കാവുന്നതാണ്. (ഹിന്ദു നവം. 6)

ഇന്ത്യൻ ജനതയുടെ 42% വരുന്ന വിഭാഗമാണ് OBC. ആന്തരികമായ നിരവധി വൈവിദ്ധ്യങ്ങളും വൈരുദ്ധ്യങ്ങളും നിറഞ്ഞതാണെങ്കിലും ഇന്ത്യൻ സാമൂഹ്യ രാഷ്ട്രീയ ഘടനയിലെ ഏറ്റവും വലിയ ഗ്രൂപ്പാണിത്.

അഖിലേന്ത്യാ തലത്തിൽ ഏതാണ്ട് അൻപതു കോടിയിലേറെ വരുന്ന വിഭാഗം. ഈ മദ്ധ്യവർഗ്ഗത്തെ പ്രചോദിപ്പിക്കുകയും ആവേശഭരിതമാക്കുകയും ചെയ്യാനാണ് RSS മോദിയെ തീരുമാനിച്ചത്. ഇവരുടെ മാനസിക നില കൃത്യമായി മനസ്സിലാക്കിക്കൊണ്ടാണ് മോദി തിരഞ്ഞെടുപ്പുഘട്ടത്തിൽ കോർപ്പറേറ്റ് വിരുദ്ധവും കള്ളപ്പണവിരുദ്ധവും വികസനപ്രധാനവുമായ അജണ്ട മുന്നോട്ടുവച്ചത്. തിരഞ്ഞെടുപ്പിനു ശേഷമാകട്ടെ മദ്ധ്യവർഗ്ഗത്തെ പ്രചോദിപ്പിച്ചുകൊണ്ട് നേടിയ വിജയം കൊണ്ട് പാർലിമെന്റിൽ കൂടുതൽ സവർണ്ണ പ്രാതിനിധ്യം ഉണ്ടാക്കിയെടുക്കുകയാണ് സംഘ പരിവാർ ചെയ്തതെന്ന വസ്തുത വേണ്ടത്ര ശ്രദ്ധിക്കപ്പെടാതെ പോവുകയും ചെയ്തു. 2014 ലെ പാർലമെന്റിൽ OBC പ്രാതിനിദ്ധ്യം മുമ്പുണ്ടായിരുന്ന 26% ത്തിൽ നിന്നു 20% ആയി കുറയുകയും സവർണ്ണ വിഭാഗത്തിന്റേത് 34% ത്തിൽ നിന്ന് 45% ശതമാനമായി ഉയരുകയാണുണ്ടായതെന്ന് സതീശ് ദേശ്പാണ്ഡെ എടുത്തു കാണിക്കുന്നുമുണ്ട്.

ഫാസിസത്തിന് ഒരു ബഹുജനപ്രസ്ഥാനം എന്ന മുഖം മൂടി നല്കുന്നത് മുൻപറഞ്ഞ മദ്ധ്യവർഗ്ഗ പിന്തുണയാണ്. സവർണ്ണ പ്രത്യയശാസ്ത്രത്തെ സ്വീകരണക്ഷമമാക്കുന്നതിന് വേണ്ടിയാണ് മോദി എന്ന മദ്ധ്യവർഗ്ഗ പ്രതീകം പ്രയോജനപ്പെട്ടത്.

ഈ വസ്തുതയ്ക്ക് കേരളത്തിന്റെ സാമൂഹ്യ രാഷ്ട്രീയ കാലാവസ്ഥയിൽ പ്രത്യേക പ്രാധാന്യമുണ്ട്. ഈ പ്രാധാന്യമാകട്ടെ സമീപകാലത്ത് സംഘപരിവാരങ്ങൾക്ക് കേരളത്തിൽ നേടാൻ കഴിയുന്ന സ്വാധീനശക്തിയോട് ബന്ധപ്പെട്ടതുമാണ്.

ഇതര സംസ്ഥാനങ്ങളിൽനിന്ന് വ്യത്യസ്തമായി വിദ്യാഭ്യാസത്തിലും ആരോഗ്യരക്ഷയിലും അടിസ്ഥാനസൗകര്യ വിപുലനത്തിലും എല്ലാം വളരെ മുന്നേറിയ സംസ്ഥാനമാണ് കേരളം. പ്രവാസികളുടെ സാമ്പത്തിക സ്വാധീനം, ഇടവിട്ടു വരുന്ന ഇടതുപക്ഷ ഭരണ സ്വാധീനം ഇങ്ങനെ പല ഘടകങ്ങളും ചേർന്ന് രൂപപ്പെടുത്തിയ 'കേരള മോഡൽ' വികസനത്തിന്റെ ഏറ്റവും പ്രധാന പ്രത്യക്ഷം കേരളം ആകമാനാവസ്ഥയിൽ മദ്ധ്യവർഗ്ഗ ജീവിതശൈലിയിലും മനോഘടനയും പുലർത്തുന്നു എന്നതാണ്. നാല്പതുകളിൽ തുടങ്ങിയ തൊഴിലാളിവർഗ്ഗരൂപീകരണം എഴുപതുകൾക്ക് ശേഷം കഠിനമായ പ്രതിസന്ധി നേരിടുന്നുണ്ട്. അന്നത്തെ തൊഴിലാളി വർഗ്ഗത്തിന്റെ അനന്തരതലമുറ സാങ്കേതിക വിദ്യാഭ്യാസവും ആഗോളീകൃത മനസ്സും നേടിയ ഒരുപുതിയ സംവർഗ്ഗമായി കഴിഞ്ഞു. അതുകൊണ്ടുതന്നെ അവരുടെ വർഗ്ഗബോധത്തിന്റെ അടവുകൾ കൃത്യമായി ഇനിയും പഠിക്കപ്പെട്ടിട്ടില്ല. ഈ അനിർവ്വചനീയമായ മദ്ധ്യവർഗ്ഗ സമൂഹ മനഃശാസ്ത്രത്തിലാണ് ഫാസിസത്തിന്റെ പ്രത്യയശാസ്ത്രം ഏറ്റവും ആയാസരഹിതമായി പ്രവേശിക്കുക. അതുകൊണ്ട് മോദിയെ മുൻനിർത്തിയതിലൂടെ വടക്കേ ഇന്ത്യയിൽ എന്തു നേടാനാണോ സംഘപരിവാർ ലക്ഷ്യം വെക്കുന്നത്. അതിനവർക്കുള്ള ഏക തടസ്സം ദുർബ്ബലമായി കൊണ്ടിരിക്കുന്നതെങ്കിലും പ്രതിരോധ ശേഷി മുഴുവൻ നഷ്ടപ്പെട്ടിട്ടില്ലാത്ത

കേരളത്തിന്റെ ഇടതുപക്ഷ മനസ്സാണ്.

കേരള വികസനത്തെ സംബന്ധിക്കുന്ന പല ആധികാരിക ഗവേഷണ പഠനങ്ങളും എടുത്തു കാട്ടുന്ന ഒരു പ്രധാന വസ്തുത സമീപകാലത്തെ കേരളത്തിന്റെ സാമ്പത്തിക വികസനം അങ്ങനെയൊന്ന് സംഭവിക്കുന്നുവെങ്കിൽ - കൂടുതലും ഉല്പാദന മേഖലയെ ആശ്രയിച്ചല്ല, സേവന മേഖലയെ ആശ്രയിക്കുന്നു എന്നാണ്. സേവന മേഖലയിൽ ഊന്നുന്ന ഒരു സാമ്പത്തിക വ്യവസ്ഥ അനിവാര്യമായും ഒരു മദ്ധ്യവർഗ്ഗാധിപത്യ രൂപീകരണത്തിലേക്ക് നീങ്ങുക തന്നെ ചെയ്യും. ശാസ്ത്രീയമായ ഒരു cause - effect ബന്ധമാണിത്.

ഈ മദ്ധ്യവർഗ്ഗ മനഃശാസ്ത്രത്തോട് ചങ്ങാത്തം സ്ഥാപിക്കാനുള്ള ഇച്ഛയുടെ മൂർത്ത രൂപമാണ് സംഘ പരിവാരത്തിന്റെ SNDP ബന്ധം. SNDP കൃത്യമായും കേരളീയ മദ്ധ്യവർഗ്ഗ മനസ്സിന്റെ തികവുറ്റ പ്രതിനിധിയാണ്. സാമൂഹ്യ ശ്രേണിയിലും സാമ്പത്തിക ശ്രേണിയിലും ഒരുപക്ഷേ, സാംസ്കാരിക ശ്രേണിയിലും കൂടി SNDP മദ്ധ്യവർഗ്ഗത്തിന്റെ പ്രതിനിധാനമാണ്. ഒരു ചരിത്രഘട്ടത്തിൽ വിപ്ലവ ശക്തികളോട് ചേർന്നു നില്ക്കാൻ ഒരു മടിയും കാട്ടാത്ത വിഭാഗമായിരുന്നു അടിസ്ഥാനവർഗ്ഗത്തോടൊപ്പം മദ്ധ്യവർഗ്ഗവും. എന്നാൽ ഭൂപരിഷ്കരണവും പ്രധാന ഉല്പാദനോപാധിയായ കൃഷിഭൂമിയുടെ വികേന്ദ്രീകരണവും പൂർണ്ണഘട്ടത്തിലെത്തിയതോടെ കേരളീയ സമൂഹത്തിൽ വർഗ്ഗസമരത്തിന്റെ സാന്നിദ്ധ്യം ക്രമേണ കുറഞ്ഞു വരുകയും വർഗ്ഗ രാഷ്ട്രീയത്തിന്റെ ഊർജ്ജം അദൃശ്യമായി മാറുകയും ചെയ്തു. ഈ സങ്കീർണ്ണാവസ്ഥ കേരളത്തിലെ അടിസ്ഥാനവർഗ്ഗത്തെ മാത്രമല്ല മദ്ധ്യവർഗ്ഗത്തെ കൂടി ജാതി സ്വത്വങ്ങളിലേക്കും പൊള്ളയായ ചില പാരമ്പര്യാഭിമാനങ്ങളിലേക്കും അഭയമണയാൻ സാഹചര്യമൊരുക്കിയിട്ടുണ്ട്. അതുകൊണ്ട് കർക്കശമെന്നതു പോകട്ടെ, സാമാന്യമായ വർഗ്ഗബോധം പോലും നഷ്ടപ്പെട്ടു കഴിഞ്ഞ വെറും കക്ഷി രാഷ്ട്രീയബോധത്തിലേക്ക് ഈ വിഭാഗങ്ങൾ വളരെ വേഗം സഞ്ചരിച്ചുകൊണ്ടിരിക്കുകയാണ്. യഥാർത്ഥത്തിൽ പലതലങ്ങളിലായി നടക്കേണ്ട വർഗ്ഗസമരത്തിന്റെ അസാന്നിദ്ധ്യമാണു ഈയവസ്ഥ സൃഷ്ടിച്ചത്. അതെന്തായാലും ഈ അവസ്ഥ ഫാസിസത്തിനു അനുകൂലമായ ഒരു ആൾക്കൂട്ട മനഃശാസ്ത്രത്തിന് ജന്മം നല്കുന്നുണ്ടെന്നു നാം തിരിച്ചറിയണം. ഈ ആൾക്കൂട്ട മനഃശാസ്ത്രത്തിൽ കടന്നുകയറി പ്രവർത്തിക്കുകയാണ് സവർണ്ണ ഫാസിസ്റ്റ് പ്രത്യയശാസ്ത്രത്തിന്റെ കേരള അജണ്ട. അതിന് അവർക്ക് കിട്ടാവുന്ന നല്ലൊരായുധമാണ് മദ്ധ്യവർഗ്ഗ ആൾക്കൂട്ട മനഃശാസ്ത്രത്തിന്റെ ലക്ഷണ യുക്ത പ്രാതിനിദ്ധ്യമായ SNDP.

താദാത്മ്യത്തിന്റെ രീതിശാസ്ത്രം

മദ്ധ്യവർഗ്ഗത്തിൽ എല്ലായ്പ്പോഴും അധികാരവർഗ്ഗവുമായി താദാത്മ്യപ്പെടാനുള്ള ഇച്ഛ പ്രവർത്തിക്കുന്നുണ്ടാവും. അവർക്ക് താഴെയുള്ള അടി

സ്ഥാന വർഗ്ഗത്തെ നിയന്ത്രിക്കുന്നതിലൂടെ അധികാരപ്രയോഗത്തിന്റെ സംതൃപ്തിയും മുകളിലുള്ള സവർണ്ണാധിപത്യത്തെ പിൻപറ്റുന്നതിലൂടെ വിധേയത്വത്തിന്റെ സംതൃപ്തിയും അവർ നേടുന്നു. ഇവിടെ മാന്യത, ചുമതലാബോധം, എന്നീ ദ്വന്ദ്വങ്ങളാണ് പ്രവർത്തിക്കുന്നത്. യഥാർത്ഥത്തിൽ വിരുദ്ധങ്ങളായ ഈ ഭാവങ്ങൾ പ്രച്ഛന്നമായി തുലനം ചെയ്യപ്പെടുന്നു. കീഴെയുള്ളവരിൽനിന്ന് മാന്യത അഥവാ ആദരവു നേടുന്ന ഈ മദ്ധ്യവർഗ്ഗ മനഃശാസ്ത്രം ഭരണകൂടാധികാരത്തോടുള്ള വിധേയത്വത്തെ ചുമതലാബോധം എന്ന ആവരണം പുതപ്പിച്ചു സ്വീകരിക്കുന്നു. അതോടെ വൈരുദ്ധ്യങ്ങൾ താല്ക്കാലികമായി മാത്രം സമരസപ്പെടുന്നു.

പ്രതിബിംബങ്ങളുടെ വശ്യത

മദ്ധ്യവർഗ്ഗ കുടുംബ വ്യവസ്ഥ പൊതുവെ പിതൃദായക്രമത്തിൽ അധിഷ്ഠിതമായതുകൊണ്ട് കുടുംബവ്യവസ്ഥയിൽനിന്ന് രൂപപ്പെടുന്ന പിതൃബിംബ സ്വാധീനം ഈ വിഭാഗത്തെ മാനസികമായി ഭരണകൂടം എന്ന അധികാരപ്രയോഗം നടത്തുന്ന പ്രതിബിംബത്തെ സ്വീകരിക്കാൻ സജ്ജമാക്കുന്നു. ഭരണകൂടം ഫാസിസ്റ്റ് അധികാരപ്രയോഗത്തിൽ ഊന്നുമ്പോഴാകട്ടെ മദ്ധ്യവർഗ്ഗം അവരുടെ ഉള്ളിൽ തന്നെ പ്രവർത്തിച്ചുകൊണ്ടിരിക്കുന്ന പിതൃബിംബത്തോട് താദാത്മ്യപ്പെടുകയാണ് ചെയ്യുന്നത്. അതുകൊണ്ട് ഏതുതരം അമിതാധികാരങ്ങളോടും നിഗൂഢമായ ഒരു വശ്യത മദ്ധ്യവർഗ്ഗ മനസ്സുകൾക്കുണ്ടാകുന്നു. കേരളം പോലുള്ള പുരുഷാധിപത്യ പ്രവണമായ ഒരു സമൂഹഘടനയിൽ ഫാസിസത്തിന്റെ ഏകപക്ഷീയ അധികാര പ്രയോഗത്തിന്റെ മനഃശാസ്ത്രത്തിന് അനായാസമായി പ്രവർത്തിക്കാൻ കഴിയുന്നു. പുരുഷാധിപത്യ മനഃശാസ്ത്രത്തിൽ നിന്ന് ഫാസിസ്റ്റ് മനഃശാസ്ത്രത്തിലേക്കുള്ള അകലം വളരെ കുറവാണ്.

ഈ വസ്തുതയുടെ എതിർ ധ്രുവമാണ് ഇന്ത്യൻ ഫാസിസ്റ്റുകൾ ഉയർത്തിപ്പിടിക്കുന്ന ദേശീയ മാതൃബിംബം എന്ന ഘടന. ഒരു പുരുഷാധിപത്യ സമൂഹത്തിൽ സ്ത്രീക്കു നേരെ ഉയരുന്ന എല്ലാ വിവേചനങ്ങളുടെയും നിരോധനങ്ങളുടെയും വേര് ലൈംഗിക നിയന്ത്രണത്തിലും അധികാരനിയന്ത്രണത്തിലും തന്നെ നിലകൊള്ളുന്നു. സ്ത്രീ എന്നത് പുരുഷനാൽ വശീകരിക്കപ്പെടേണ്ടതും ആസ്വദിക്കപ്പെടേണ്ടതും സംരക്ഷിക്കപ്പെടേണ്ടതുമായി മാറുന്നു. ദേശീയതയെ ഒരു ഏകാത്മകമായി കാണുകയും സ്ത്രീയോട് മാതൃബിംബത്തോട് സമീകരിക്കുകയും ചെയ്യുമ്പോൾ 'ഭാരത മാതാ കീ ജയ്' എന്നാണല്ലോ മുദ്രാവാക്യം. ദേശം മാതാവും രാഷ്ട്രം കുടുംബവുമായി മാറുന്നു. അപ്പോൾ 'പൗരൻ എന്നത് 'പുരുഷന്' എന്നതിനോട് സമീകരിക്കപ്പെടുകയും ദേശത്തിന്റെ സംരക്ഷണത്തിന്റെ ചുമതല പുരുഷൻ എന്നതും ആയിത്തീരുകയും ചെയ്യുന്നു. അടിസ്ഥാനപരമായി ഇതൊരു ഫാസിസ്റ്റ് ദർശനമാണ്. സ്ത്രീ എന്നത് പുരുഷന് തുല്യമായ ഒരു ജൈവഘടനയായി ഒരു ഫാസിസ്റ്റ് സംഘടനയും കണ്ടിട്ടില്ല. ആരാധന എന്ന പ്രച്ഛന്നതയിലൂടെ അധികാര പ്രയോഗത്തിനുള്ള ഒരു

സബ്ജക്ട് തന്നെയാണ്. ഫാസിസ്റ്റുകാർക്ക് സ്ത്രീ ഫാസിസത്തിന്റെ ഈയൊരു സവിശേഷത മദ്ധ്യവർഗ്ഗത്തിന്റെ പുരുഷാധികാര കുടുംബ വ്യവസ്ഥയുടെ ഉല്പന്നമായ പിതാവിന് അധികാരവും മാതാവിന് ആരാധനയും എന്ന വിപരീതദ്വന്ദ്വങ്ങളെ സമരസപ്പെടുത്തുന്നതുകൊണ്ട് അവിടെ ഫാസിസം സ്വീകാര്യത നേടുന്നു. 1933 ലെ മാതൃദിനാചരണത്തിൽ ഹിറ്റ്ലർ ജർമ്മൻ ജനതയെ ഓർമ്മിപ്പിച്ചത് ഇതാണ്. 'NEVER FOR GET THAT YOUR COUNTRY IS THE MOTHER OF YOUR LIFE' ഭാരതമാതാവിന് ജയ് വിളിക്കുന്ന ഇന്ത്യൻ ഫാസിസ്റ്റുകളുടെയും മനോഘടനയിൽ പ്രവർത്തിക്കുന്നത് ഇതേ മനഃശാസ്ത്രം തന്നെ. ജൂതൻ മനുഷ്യനാണോ? എന്നൊരു ചോദ്യം വന്നപ്പോൾ ഗീബൽസ് പറഞ്ഞ മറുപടി ഇതായിരുന്നു. "നിങ്ങളുടെ അമ്മയുടെ മുഖത്ത് ചാട്ടവാറടിക്കുന്ന ഒരാളെ നിങ്ങളെന്തുവിളിക്കും? അയാൾ മനുഷ്യനല്ല, ചെകുത്താനാണ്. അവൻ നമ്മുടെ മാതാവിനെ അപമാനിക്കുന്നു, നമ്മുടെ വംശരക്തം ഊറ്റിക്കുടിക്കുന്നു. നമ്മുടെ സംസ്കാരത്തെ മലിനമാക്കുന്നു. അതുകൊണ്ട് ജൂതൻ മരണത്തിന് അർഹനാണ്." ഇതേസ്വരത്തിൽ തന്നെയല്ലേ ഗോൾവാൾക്കർ മുതൽ സാദ്ധ്വി പ്രാച്ചി വരെ സംസാരിക്കുന്നത്!

ജനാധിപത്യം സമ്പൂർണ്ണമായി ധനിക പക്ഷത്താക്കുകയും അഴിമതി പൂരിതമാക്കുകയും ചെയ്ത 2010-2014 കാലത്ത് വടക്കെ ഇന്ത്യയിൽ മദ്ധ്യവർഗ്ഗമനസ്സിലേക്ക് സംഘപരിവാർ ഫാസിസത്തിനു കടന്നു ചെല്ലാൻ കഴിഞ്ഞതിന്റെ പശ്ചാത്തലം മുൻ വിവരിച്ച മനഃശാസ്ത്രതലം തന്നെയാണ്. നിലനില്ക്കുന്നത ജനാധിപത്യത്തിലുള്ള അസംതൃപ്തി യാഥാസ്ഥിതിക ചിന്തയുടെ മേൽഭൗതികമായി സംഭവിക്കുന്ന മദ്ധ്യവർഗ്ഗ രൂപീകരണം, സാമൂഹ്യവും സാംസ്കാരിവുമായ വർഗ്ഗസമരത്തിന്റെ അഭാവം - ഇത്തരമൊരവസ്ഥ ഫാസിസത്തിനുള്ള രംഗവേദിയായിത്തീരുന്നു.

സമീപകാല ഉത്തരേന്ത്യൻ അനുഭവം തന്നെ ഈ രീതിയിൽ വായിച്ചെടുത്താൽ മദ്ധ്യവർഗ്ഗവല്ക്കരണവും ഭരണവ്യവസ്ഥയുടെ അഴിമതിവല്ക്കരണവും അതിദ്രുതം സംഭവിച്ചുകൊണ്ടിരിക്കുന്ന കേരളത്തിൽ ഫാസിസത്തിന് ഉയർന്ന പ്രതീക്ഷകളാണുള്ളത് എന്നു നാം തിരിച്ചറിയണം. ഇന്നത്തെ ഇന്ത്യൻ അവസ്ഥയിൽ വിൽഹെം റീച്ചിനെ വായിക്കുമ്പോൾ തെളിഞ്ഞു വരുന്ന ബോദ്ധ്യത്തെ ഇങ്ങനെ സംഗ്രഹിക്കാം ആസൂത്രിതവും ലക്ഷ്യോന്മുഖവുമായ വർഗ്ഗസമരം പിൻവാങ്ങുന്നിടങ്ങളിലേക്ക് ഫാസിസത്തിന്റെ നരസിംഹം ഓടിക്കയറുകയാണ് ചെയ്യുന്നത്.

"ദാസ് ക്യാപ്പിറ്റൽ" പ്രവർത്തിച്ചുകൊണ്ടേയിരിക്കുന്നു

"ഇനിയുമെത്താത്ത വാഗ്ദത്ത ഭൂമിതൻ
നിനവുകൾ നിന്നെരിയും മനുഷ്യനിൽ
ഇടിമുഴക്കമായ് വിദ്യുൽക്കണങ്ങളായ്
ഇവിടെ നിൻവാക്കുറങ്ങാതിരിക്കുന്നു."

കാൾ മാർക്സിന്റെ വാക്കുകളെ ഒ എൻ വി കുറുപ്പ് വിശേഷിപ്പിക്കുന്നതിങ്ങനെയാണ്. അതേ; മാർക്സിന്റെ വാക്കുകൾ വാഗ്ദത്ത ഭൂമിയുടെ നിനവെരിയും മനസ്സുകളിൽ പ്രവർത്തിച്ചുകൊണ്ടേയിരിക്കുന്നു. *മൂലധനം* (Das Capital) 1867 സെപ്തംബർ 14 നാണ് ഒന്നാം വാല്യം ജർമ്മൻ പതിപ്പ് ഇറങ്ങുന്നത്. 150 വർഷം തികഞ്ഞു. ഇപ്പോഴും ദാസ് ക്യാപ്പിറ്റൽ ജനഹൃദയങ്ങളിൽ പ്രവർത്തിച്ചുകൊണ്ടേയിരിക്കുന്നു.

ലോകത്തെ പുതുക്കിപ്പണിത ഏതാനും വിശിഷ്ട ഗ്രന്ഥങ്ങളിൽ മുൻനിരയിലാണ് *ദാസ് ക്യാപ്പിറ്റലി*ന്റെ സ്ഥാനം ഈ പുസ്തകത്തിനു ശേഷമുള്ള ലോകം അതിനുമുമ്പുണ്ടായിരുന്നതല്ല. ചരിത്രം അതിനുമുമ്പത്തെ ചരിത്രമല്ലാതായി മാറി. ധനശാസ്ത്രം അതിനു മുമ്പത്തെ ധനശാസ്ത്രമല്ലാതായി മാറി, രസതന്ത്രവും ഭൗതികവും അതിനുമുമ്പു നിലനിന്നതല്ലാതായി മാറി. എന്തിന് നരവംശശാസ്ത്രവും മനഃശാസ്ത്രവും അതിനുമുമ്പുള്ളതായിരുന്നില്ല പിന്നീടുണ്ടായത്. മനുഷ്യൻ തന്നെ ഈ പുസ്തകത്തിന്റെ വരവോടെ പുതിയ മനുഷ്യനായി മാറി. ഇങ്ങനെ അടിമുടി ലോകത്തെ മാറ്റിത്തീർക്കാൻ കഴിഞ്ഞ മഹാഗ്രന്ഥങ്ങൾ മനുഷ്യചരിത്രത്തിൽ അത്യന്തം വിരളമാണ്.

മൂലധനം ഇറങ്ങിയകാലം മുതൽ ഈ 150 വർഷക്കാലത്ത് മൂലധനത്തെ വ്യാഖ്യാനിച്ചും, ഉപജീവിച്ചും, വിമർശിച്ചും ആയിരക്കണക്കിനു പുസ്തകങ്ങൾ എഴുതപ്പെട്ടിട്ടുണ്ട്. പിന്നീടുണ്ടായ എല്ലാ തത്ത്വ ചിന്താത്ത

ധനശാസ്ത്രചിന്ത-സാമൂഹ്യചിന്ത-രാഷ്ട്രീയദർശനം-എല്ലാം മൂലധനം സ്പർശിക്കാതെ കടന്നുപോയിട്ടില്ല. ആ നീണ്ട നിരയിൽ ഏറ്റവും ഒടുവിൽ പുറത്തിറങ്ങിയ പുസ്തകമാണ് ലണ്ടനിലെ പ്ലൂട്ടോ പ്രസ് പുറത്തിറക്കിയ Reading Capital Today. ഇംനോഷ്മിസ്റ്റും കാർലോഫാകനല്ലിയും ചേർന്ന് എഡിറ്റു ചെയ്ത ഈ പുസ്തകത്തിൽ നമ്മുടെ പ്രഭാത് പട്നായിക് മുതൽ 10 പ്രശസ്ത ഇടതുപക്ഷ ചിന്തകർ *ദാസ് ക്യാപ്പിറ്റൽ* എന്ന ഗ്രന്ഥം ഇന്നത്തെ ലോകത്തിന്റെ പ്രശ്നങ്ങളോട് എങ്ങനെ പ്രതികരിക്കുന്നു എന്ന് വിശദീകരിക്കുന്ന 10 പ്രബന്ധങ്ങളാണുള്ളത്.

പത്തൊൻപതാം നൂറ്റാണ്ടിന്റെ ഉത്തരാർദ്ധത്തിൽ ഇറങ്ങിയ *ദാസ് ക്യാപ്പിറ്റലിൽ* ഇരുപത്തൊന്നാം നൂറ്റാണ്ടിലെ പ്രധാന വിഷയങ്ങളായ വർഗ്ഗ സമരം, ലിംഗപദവിയുടെ ഫെമിനിസ്റ്റ് പ്രശ്നം, പരിസ്ഥിതി ചിന്ത എന്നിവയോട് പ്രതികരിക്കാവുന്ന വിധത്തിലുള്ള സൂചനകളും വ്യാഖ്യാനങ്ങളും എങ്ങനെ ഉൾക്കൊണ്ടിരിക്കുന്നു എന്ന പരിശോധനയാണ് ഈ ലേഖനം. ഈ ശ്രമത്തിൽ പ്രധാന അവലംബം സാക്ഷാൽ *ദാസ് ക്യാപ്പിറ്റൽ* ടെറി ഈഗിൾട്ടന്റെ *Why Marx was Right, Reading Capital Today* എന്നീ ഗ്രന്ഥങ്ങളാണ്. ഉദ്ധരണികൾ മിക്കവാറും 1990 ലെ *ദാസ് ക്യാപ്പിറ്റലി*ന്റെ ഇംഗ്ലീഷ് എഡിഷനെയും സാഹിത്യ പ്രവർത്തക സംഘം പ്രസിദ്ധീകരിച്ച മലയാള പരിഭാഷയെയും ആശ്രയിച്ചതുമാണ്.

Reading Capital Today എന്ന പുസ്തകത്തിലെ ആശയങ്ങൾ അവലോകനം ചെയ്യും മുമ്പ് നമുക്ക് അതിനു പത്തുവർഷങ്ങൾ മുമ്പ് ടെറി ഈഗിൾട്ടൺ എഴുതിയ *മാർക്സ് എന്തുകൊണ്ട് ശരിയായിരുന്നു* എന്ന ഗ്രന്ഥത്തിലെ ചില വാദങ്ങൾ പരിശോധിക്കാം. വർഗ്ഗസമരം അപ്രസക്തമായിരിക്കുന്നു എന്ന പാശ്ചാത്യ ബൂർഷ്വാ വിമർശനം തന്നെ ആദ്യം പരിശോധിക്കാം.

ചോദ്യം: വർഗ്ഗസമരം ഇന്ന് അപ്രത്യക്ഷമായിരിക്കുന്നു. വർഗ്ഗങ്ങൾ അപ്രസക്തമാകുംവിധം ചലനാത്മകമായ ഒരു സമൂഹമാണ് ഇന്ന് നിലവിലുള്ളത്. വിപ്ലവകാരിയായ തൊഴിലാളിവർഗ്ഗം, ചൂഷകരായ മേൽത്തരം ക്യാപ്പിറ്റലിസ്റ്റുകളെപ്പോലെ തന്നെ മാർക്സിസത്തിലെ ഒരു കല്പിതഭാവനമാത്രമാണ്.

ഈ വാദത്തിന് ടെറി ഈഗിൾട്ടൺ ഇങ്ങനെ മറുപടി പറയുന്നു:

മാർക്സിസത്തിലെ വർഗ്ഗ സങ്കല്പം നിങ്ങൾ എങ്ങനെ ചിന്തിക്കുന്നു എന്നതിനെ അടിസ്ഥാനപ്പെടുത്തിയല്ല. നിലവിലുള്ള ഉല്പാദനവ്യവസ്ഥയിൽ നിങ്ങൾ ഇവിടെ നില്ക്കുന്നു എന്നതിനെ അടിസ്ഥാനമാക്കിയാണ്. നിങ്ങൾ അടിമയായി, സ്വന്തമായി പണിയെടുക്കുന്ന കർഷകനായി, കാർഷിക കുടിയാനായി, മൂലധനത്തിന്റെ ഉടമയായി, ധനമൂലധനം ഇറക്കുന്നവനായി, സ്വന്തം അദ്ധ്വാനശക്തി മാത്രം വില്ക്കാനുള്ളവനായി, അഥവാ ചെറുകിട സ്വത്തുടമസ്ഥനായി ഇങ്ങനെ എവിടെയാണ് നിങ്ങളുടെ സ്ഥാനം എന്നതിനെ ആശ്രയിച്ചാണ്. തൊഴിലാളി വർഗ്ഗത്തിന്റെ തിരോധാനത്തെക്കുറിച്ച് ഇപ്പോൾ ധാരാളം പറയപ്പെടുന്നുണ്ട്. തൊഴിലാളി

വർഗ്ഗത്തിന്റെ ഘടനയിലും രൂപഭാവങ്ങളിലും സദാ മാറ്റങ്ങളുണ്ടാവുന്നുണ്ട്. പക്ഷേ, വർഗ്ഗങ്ങൾ ഇല്ലാതാവുന്നില്ല. ഇന്ന് തൊഴിലാളി വർഗ്ഗം അത്യന്തം സങ്കീർണ്ണതയും ബഹുലതയും ആർജ്ജിച്ചിട്ടുണ്ട്. വികസിത മുതലാളിത്തം പ്രചരിപ്പിക്കുന്ന ഒരു കേവലമിഥ്യമാത്രമാണ് തൊഴിലാളി വർഗ്ഗത്തിന്റെ തിരോധാനം. സത്യത്തിൽ മുമ്പ് എക്കാലത്തേയുംകാൾ മൂലധനം ചുരുക്കം ചില കൈകളിൽ കേന്ദ്രീകരിക്കപ്പെടുകയും ബഹുഭൂരിപക്ഷം നിസ്വരും നിരാധാരരും ആയിക്കൊണ്ടിരിക്കുകയുമാണ്. ഓരോ ദിവസവും ഭൂമിയിൽ നൂറുകോടിയിലേറെ മനുഷ്യർ പട്ടിണി കിടക്കുകയാണ്. ഭൂമിയുടെ തെക്കേ പകുതിയിൽ മഹാനഗരങ്ങളുടെ ചേരിയിൽ കഴിയുന്നവർ നഗരജനതയുടെ മുന്നിൽ ഒരു ഭാഗം വരും. ലോകത്തെ മൊത്തം നഗരജനതയിൽ പകുതി യോളം പേർ ദുരിതവും പട്ടിണിയും നേരിടുന്ന ചേരി നിവാസികളാണ്. ലോകത്തിന്റെ വിധി നിർണ്ണയിക്കുന്നത് പാശ്ചാത്യ ലോകത്തെ വിരലി ലെണ്ണാവുന്ന രാഷ്ട്രീയാന്തരീക്ഷ കോർപ്പറേറ്റുകളാണ്.

മാർക്സിസം മുതലാളിത്തം സൃഷ്ടിച്ച് മാറ്റങ്ങളെ കാണാതിരിക്കു ന്നില്ല. സമ്പത്തുല്പാദനത്തിന് പൗരാവകാശ സ്ഥാപനത്തിന്, അന്താ രാഷ്ട്ര സമൂഹത്തെ ആധുനികവല്ക്കരിക്കുന്നതിന് ഒക്കെ മുതലാളിത്തം കനത്ത സംഭാവനകൾ ചെയ്തിട്ടുണ്ട്. പക്ഷേ, ഇതിനുള്ള പ്രവർത്തന ങ്ങൾ ശക്തിപ്പെടുന്തോറും ആ പ്രക്രിയയിൽ അവർ തൊഴിലാളി വർഗ്ഗത്തെ കൂടി സൃഷ്ടിക്കുന്നുണ്ട് മുതലാളിത്ത ഉല്പാദനവ്യവസ്ഥയിലെ കറുത്ത ഹാസ്യമാണ് അവരുടെ ശവക്കുഴി തോണ്ടാൻ കെല്പുള്ള തൊഴിലാളി വർഗ്ഗത്തെ കൂടി അവർ സൃഷ്ടിക്കുന്നു എന്നത്. തൊഴിലാളി കളർ ടെലി വിഷനും മൊബൈൽ ഫോണും കരസ്ഥമാക്കി എന്നതുകൊണ്ട് മുതലാ ളിത്തത്തിന്റെ ചൂഷണം അവസാനിച്ചു എന്നോ തൊഴിലാളി അവന്റെ അന്യവല്ക്കരണത്തിൽനിന്ന് മോചിതനായി എന്നോ അർത്ഥമില്ല.

യൂറോപ്പിലും അമേരിക്കയിലും മാത്രമല്ല, ലോകത്താകെ വ്യവസായ തൊഴിലാളികളുടെ എണ്ണത്തിൽ കുറവുണ്ടായിട്ടുണ്ട്. സാങ്കേതിക പുരോ ഗതിയും യന്ത്രവല്ക്കരണവും ഒരു കാരണമാണ്. വികസിത രാജ്യങ്ങൾ കായിക പ്രവർത്തനം ആവശ്യമുള്ള മേഖലകൾ കൂടുതൽ ദരിദ്രമായ മറ്റു ലോക രാജ്യങ്ങളിലേക്ക് മാറ്റി സ്ഥാപിക്കുന്നതും ഒരു കാരണമാണ്. ശാരീ രികാദ്ധ്വാനം ചെയ്യുന്നവർ മാത്രമല്ല തൊഴിലാളി വർഗ്ഗത്തിൽപ്പെടുന്നതെന്ന് മൂലധനത്തിൽ മാർക്സ് വ്യക്തമാക്കുന്നുണ്ട്. വിപണന-വാണിജ്യ മേഖ ലകളിൽ, ഗതാഗതം, തപാൽ, ആശുപത്രി, ശുചീകരണം, ഭക്ഷ്യവിതരണം, ചെറുകിട കച്ചവടം - ഈ മേഖലയിലൊക്കെ പണിയെടുക്കുന്നവർചൂഷ ണത്തിനു വിധേയമാകുന്നുണ്ട്. അതിനൊക്കെ പുറമേ ചേരി വാസികൾ, വഴിവാണിഭക്കാർ സേവന മേഖലയിലെ കമ്യൂണിക്കേഷൻ രംഗത്തു പ്രവർത്തിക്കുന്നവർ - ഇങ്ങനെ പ്രത്യക്ഷമായോ പരോക്ഷമായോ സ്വയം അദ്ധ്വാനശേഷി മൂലധനത്തിനു വില്ക്കേണ്ടി വരുന്നവരെല്ലാം തൊഴിലാ ളിവർഗ്ഗം തന്നെയാണ്. മുതലാളിത്തത്തിന്റെ പതനത്തിൽ നിന്ന് ആർക്കൊക്കെ ഗുണമുണ്ടാവുന്നുവോ അവരൊക്കെ വിശാലമായ അർത്ഥ

ത്തിൽ തൊഴിലാളി വർഗ്ഗത്തിന്റെ ഭാഗമാണ്. വ്യാവസായിക മുതലാളിത്തം വ്യവസായികാനന്തര മുതലാളിത്തമായും ആധുനികോത്തര മുതലാളിത്തമായും രൂപം മാറുമ്പോൾ തൊഴിലാളി വർഗ്ഗത്ത്ന്റെ ഘടനയിലും മുഖച്ഛായയിലും മാറ്റങ്ങളുണ്ടാവുന്നു എന്നുമാത്രം. ആധുനികോത്തര മുതലാളിത്തം സൃഷ്ടിക്കുന്ന ലഘുസമ്പന്ന മദ്ധ്യവർഗ്ഗ കാപ്പിറ്റലിസ്റ്റിന്റെയും പ്രോലിറ്റേറിയറ്റിന്റെയും ഇടയിൽ സ്ഥാനം പിടിച്ചവർ യഥാർത്ഥത്തിൽ തൊഴിലാളി വർഗ്ഗത്തിന്റെ ഭാഗം തന്നെയാണ്. അതായത് വൻവിഭജനം ആധുനിക കാലത്തിന്റെയും യാഥാർത്ഥ്യമാണ്. ചലനാത്മകമായ വിശാലമായ സമൂഹത്തെക്കുറിച്ചുള്ള പാടിപ്പുകഴ്ത്തലുകൾ യഥാർത്ഥത്തിൽ ആധുനികോത്തര മുതലാളിത്തത്തിന്റെ ഒരു ചതിയൻ തന്ത്രമല്ലാതെ യാതൊന്നുമല്ല തന്നെ."

ഇനി നമുക്ക് മൂലധനവും വർഗ്ഗസമരത്തിന്റെ ചരിത്രവും എന്ന പ്രമേയത്തിലേക്കു വരാം.

*മൂലധന*ത്തിന്റെ ഒന്നാം വാല്യത്തിന്റെ ആമുഖത്തിൽ മാർക്സ് തന്റെ ജർമ്മൻ വായനക്കാരോട് ഇങ്ങനെ പറയുന്നുണ്ട് - "ഈ പുസ്തകത്തിന്റെ ആത്യന്തിക ലക്ഷ്യം ആധുനിക സമൂഹത്തിന്റെ ചലന നിയമങ്ങൾ വ്യക്തമാക്കുക എന്നതാണ്." ആധുനിക സമൂഹം എന്ന് മാർക്സ് വിളിക്കുന്നത് മുതലാളിത്ത ഉല്പാദന ക്രമത്തിലേക്കെത്തിയ സമൂഹം എന്നതാണ്. മൂലധനത്തിലെ ആദ്യ 24 അദ്ധ്യായങ്ങളിൽ ചരക്ക്, ചരക്കു കൈമാറ്റം, പണം മൂലധനം, മിച്ചമൂല്യത്തിന്റെ ഉല്പാദനം, മൂലധന സഞ്ചയാ എന്നിവയാണ് വിശകലനം ചെയ്യപ്പെടുന്നത്. ഇവിടെ പരാമർശിക്കപ്പെടുന്നത് രണ്ടുതരം സമൂഹങ്ങളാണ്. ഉല്പാദനോപാധികളുടെ ഉടമസ്ഥരായ മുതലാളിമാരും അദ്ധ്വാനം വില്ക്കേണ്ടി വരുന്ന തൊഴിലാളികളും മുതലാളിത്ത ഉല്പാദന രീതി വ്യാപകമായിക്കഴിഞ്ഞ ഇംഗ്ലണ്ടിനെ മുൻ നിർത്തിയാണ് മാർക്സ് തന്റെ ആശയങ്ങൾ വിശദീകരിക്കുന്നത്. തുടർന്നു വരുന്ന 8 അദ്ധ്യായങ്ങളിൽ ഇംഗ്ലണ്ടിന്റെ ചരിത്രം മുൻനിർത്തിക്കൊണ്ട് ആദ്യകാല മൂലധന സഞ്ചയത്തിന്റെ മാറ്റങ്ങൾ മുതൽ മൊത്ത മുതലാളിത്ത വ്യവസ്ഥ നടത്തുന്ന മൂലധന സമാഹരണത്തിന്റെയും ചൂഷണത്തിന്റെയും വിശദാംശങ്ങളും അപഗ്രഥിക്കുന്നു. മുതലാളിത്ത ഉല്പാദനവ്യവസ്ഥയുടെ ചരിത്രപരമായ വികാസഗതി പരിശോധിച്ചുകൊണ്ട് 25-ാം അദ്ധ്യായത്തിലാണ് മാർക്സ് മൂലധന സഞ്ചയത്തിന്റെ സൈദ്ധാന്തികവല്ക്കരണത്തിലേക്കെത്തുന്നത്. മുതലാളിമാർ കൂലി കുറയ്ക്കാനും ജോലിസമയം കൂട്ടാനും നടത്തുന്ന യത്നങ്ങൾക്കെതിരേ തൊഴിലാളികൾ കൂലികൂട്ടാനും തൊഴിൽ സമയം കുറയ്ക്കാനും നടത്തുന്ന പോരാട്ടങ്ങളെക്കുറിച്ചുള്ള വിവരങ്ങളും ഈ ഭാഗത്തിലുണ്ട്. എന്നാൽ തൊഴിലാളികൾ ചില കാര്യങ്ങളിൽ പരാജയപ്പെടുന്നതിന്റെ വിവരണവും മാർക്സ് നല്കുന്നുണ്ട്. കൈത്തൊഴിൽ മേഖലയിൽ നിപുണരായിരുന്ന തൊഴിലാളികൾ യന്ത്രങ്ങളുടെ അനുബന്ധങ്ങളായി താഴുന്നതും ഒരു വിഭാഗം കരുതൽ തൊഴിലാളികളുടെ ഗണത്തിലേക്ക് മാറ്റപ്പെടുന്നതുകൊണ്ട് മൊത്തം തൊഴിൽ ശക്തിക്ക് സംഘ

ടിതമായി വിലപേശലിന്റെ കാര്യത്തിൽ വരുന്ന ബലക്കുറവും മാർക്സ് ചൂണ്ടിക്കാണിക്കുന്നുണ്ട്. തൊഴിലാളികൾ എണ്ണത്തിൽ വർദ്ധിച്ചുകൊണ്ടിരിക്കുകയാണെങ്കിലും അവർ പരിശീലനം നേടിയവരാണെങ്കിലും, സംഘടിതശക്തിയുള്ളവരാണെങ്കിലും അവരുടെ മൂലധനത്തിന്മേലുള്ള ആശ്രിതത്വം കൂടുതൽ വ്യാപകവും ശക്തവും ആവുകയാണ് എന്നും മാർക്സ് കണ്ടിരുന്നു.

സോവിയറ്റു സോഷ്യലിസത്തിന്റെ തകർച്ച മുതലാളിത്ത ശക്തികൾക്ക് സാമൂഹ്യപരിഷ്കരണങ്ങളിൽ നിന്ന് പിൻവാങ്ങുവാനും വ്യാവസായിക തൊഴിലാളിവർഗ്ഗത്തെ ഉത്തരാർദ്ധഗോളത്തിൽനിന്നും കോളനിവല്ക്കരണത്തിൽനിന്നും മോചിതരായ ദക്ഷിണാർദ്ധഗോളത്തിലേക്ക് പറിച്ചു നടാനും പറ്റിയ കാലം അവസരമൊരുക്കിയിട്ടുണ്ട്.

1867 മുതലിങ്ങോട്ടുള്ള കാലത്ത് മൂലധനത്തിൽ മാർക്സ് വിശകലനം ചെയ്ത ആശയങ്ങൾ കോടിക്കണക്കിന് മനുഷ്യരുടെ ബോധതലത്തിലേക്കിറങ്ങുകയും മാർക്സ് തന്നെ പറഞ്ഞതുപോലെ ആ ആശയങ്ങൾ ഈ ഒരു ഭൗതിക ശക്തിയായി സമൂഹത്തിൽ മാറുകയും ചെയ്തു കഴിഞ്ഞു. ഈ ശക്തി വർത്തമാനകാലത്ത് ഉയർന്നു വരുന്ന എല്ലാ സാമ്രാജ്യ വിരുദ്ധമുന്നേറ്റങ്ങളുടെയും അടിസ്ഥാന പ്രചോദനമാണ്. ഒന്നാം ഇന്റർനാഷണലിന്റെ കാലത്ത് മാർക്സും മറ്റു സഖാക്കളും നടത്തിയ പ്രവർത്തനങ്ങളുടെ ആശയപരമായ തുടർച്ച ഇന്നത്തെ സാമ്രാജ്യത്വ വിരുദ്ധ മുന്നേറ്റങ്ങളിൽ കാണാൻ കഴിയും. സോവിയറ്റു യൂണിയന്റെ ശിഥിലീകരണത്തിനു ശേഷവും. കാരണം മുതലാളിത്തം സൃഷ്ടിക്കുന്ന ജീവിത ദുരിതങ്ങളും അസംതൃപ്തിയും അത്രയേറെ ഗാഢമാണ് എന്നതുതന്നെ.

രണ്ടാംലോകയുദ്ധങ്ങൾക്കുശേഷം പാശ്ചാത്യ രാജ്യങ്ങളിലെ മുതലാളിത്തം എന്നത്തേക്കാളും വേഗത്തിൽ വളരാൻ തുടങ്ങുകയും മുൻപത്തെ ലിബറൽമുതലാളിത്തം പ്രാപ്തിയും സന്തുലിതത്വവും ആർജ്ജിച്ച പുതു മുതലാളിത്തമായി മാറുകയും ചെയ്തു. ഈ മുതലാളിത്തത്തിന് മാർക്സ് വിഭാവനം ചെയ്ത വിപ്ലവപരമായ അംശങ്ങളേക്കാൾ സോഷ്യൽ ഡെമോക്രാറ്റുകൾ പുകഴ്ത്തിപ്പാടിയ സ്വഭാവമാണുണ്ടായിരുന്നത്. മുതലാളിത്തത്തിന്റെ പ്രാരംഭദശയിൽ നിരവധി വ്യവസായ സംരംഭങ്ങൾ തമ്മിൽ കഠിനമായ മത്സരങ്ങളുണ്ടായി. വില വർദ്ധിച്ചപ്പോൾ അവർ ഉല്പാദനം വർദ്ധിപ്പിച്ചു. വിലകൾ താണപ്പോൾ ഉല്പാദനം മന്ദീഭവിപ്പിച്ചു. മൂലധനം കുത്തകസ്വഭാവം ആർജ്ജിച്ചതോടെ മത്സരം നവീകരണത്തിനു വഴിമാറാൻ ഒരുങ്ങി. ക്രെഡിറ്റ് സൊസൈറ്റികളുടെയും സ്റ്റോക്ക്മാർക്കറ്റുകളുടെയും ആവിർഭാവം ഉല്പാദനത്തെ വിപുലവും നിരന്തരവുമാക്കാൻ സഹായിച്ചു. തുടർച്ചയായ തൊഴിൽ സാദ്ധ്യതയുണ്ടായി. മാത്രമല്ല ആഭ്യന്തര വ്യവസായങ്ങളിൽ എന്നതിനേക്കാൾ കോളനികളിലെ വ്യവസായ സംരംഭങ്ങൾക്ക് കൂടുതൽ മുതൽമുടക്കാൻ തുടങ്ങി. സോവിയറ്റു യൂണിയൻ തീവ്രമായ വ്യവസായവല്ക്കരണത്തിലേക്ക് നീങ്ങിയതോടെ പാശ്ചാത്യ രാജ്യങ്ങൾക്ക് കോളനി വിപണികളെ കൂടുതൽ ആശ്രയിക്കേ

ണ്ടിവന്നു. അപ്പോഴും 'ഇരുമ്പുമറ'യുടെ രണ്ടുവശത്തുമായി മൂലധന സ്വരൂപണത്തെക്കുറിച്ച് പുതിയ വ്യാഖ്യാനങ്ങളുണ്ടായി. തൊഴിലാളികളുടെ പോരാട്ടങ്ങൾക്കും കേന്ദ്രീകരണ സ്വഭാവം വന്നു. ഇരുപതാം നൂറ്റാണ്ടിന്റെ പകുതിയോടെ മൂലധനത്തിൽ മാർക്സ് വിശകലനം ചെയ്ത ഫാക്ടറിവല്ക്കരണത്തിന്റെ ലഘുരൂപങ്ങൾ വ്യാപ്തിയാർജ്ജിക്കാനും കർശനമായി തൊഴിൽ വിഭജനങ്ങളിലേക്കു നീങ്ങാനും തുടങ്ങി. ഇത് Specialisation (പ്രത്യേക നൈപുണ്യവല്ക്കരണം) എന്ന പ്രക്രിയയിലേക്കും കൂടുതൽ കർക്കശമായ തൊഴിൽ വിഭജനത്തിലേക്കും നയിച്ചു. സ്വാഭാവികമായ ബ്യൂറോക്രസി (ഉദ്യോഗസ്ഥവല്ക്കരണം)യുടെ ഉദയത്തിലേക്കും ബ്യൂറോക്രസി ഭരണകൂട ഉപകരണങ്ങളെ സ്വാധീനിക്കുന്നതിലേക്കും ഇതെത്തി. ഇതു തിരിച്ചറിഞ്ഞ തൊഴിലാളിവർഗ്ഗം മറ്റെവിടേക്കുമല്ല മൂലധനത്തിലേക്കു തന്നെയാണ് തിരിഞ്ഞത്. മാർക്സിന്റെ വിശകലനങ്ങളെ അടിസ്ഥാനമാക്കി തൊഴിൽ സമയം കുറയ്ക്കാനും കൂലി കൂട്ടാനുമുള്ള നിരന്തര പ്രക്ഷോഭങ്ങളിലേക്ക് അവർ നീങ്ങി. ഈ അവസരങ്ങളിൽ മാർക്സിന്റെ മുതലാളിത്ത പ്രതിസന്ധിയെക്കുറിച്ചുള്ള വിശകലനമാണ് തൊഴിലാളികൾക്ക് കരുത്തു നല്കിയത്. എന്നാൽ ഈ പ്രതിസന്ധികളും അതിനെതിരെയുള്ള പോരാട്ടങ്ങളും പുതിയ സോഷ്യലിസ്റ്റു ക്രമങ്ങൾ സൃഷ്ടിക്കാൻ പര്യാപ്തമായിരുന്നില്ല. സോവിയറ്റു കമ്യൂണിസത്തിനും സോഷ്യൽ ഡെമോക്രസിക്കും വിരുദ്ധമായ ഒരു പുതിയ ഇടതുപക്ഷം (New left) രൂപപ്പെടുത്താനുള്ള ശ്രമങ്ങൾ ഉണ്ടായെങ്കിലും അത് വേണ്ടത്ര ഫലവത്തായില്ല.

ഈ ഘട്ടത്തിലാണ് നവ ഉദാരീകരണ മുതലാളിത്തം എന്നു വിളിക്കാവുന്ന മാറ്റം ഉണ്ടായത്. മുതലാളിത്തം അതിന്റെ സാമൂഹ്യ ക്ഷേമ മുഖംമൂടി അഴിച്ചു മാറ്റി വിപരീതമായ ഒരു വർഗ്ഗസമരത്തിന് അരങ്ങൊരുക്കി. ക്ഷേമപദ്ധതികളിൽ നിന്നു പിൻവാങ്ങുകയും സംഘടിത തൊഴിൽ മേഖലയെ വിഭജിത ഉല്പാദനപ്രക്രിയയിലൂടെ ശിഥിലീകരിക്കാൻ തുടങ്ങുകയും ചെയ്തു. ഉല്പാദനവും കണക്കുസൂക്ഷിപ്പുമൊക്കെ കൂടുതൽ യന്ത്രവല്കൃതമാക്കുകയും ഉല്പാദന പ്രക്രിയതന്നെ വിവിധ പ്രദേശങ്ങളിലായി വിഭജിച്ച് വിന്യസിക്കുകയും ചെയ്തു. കൂലി കൂടുതലുള്ള മേഖലകളിൽ നിന്ന് ഉല്പാദനപ്രവർത്തനം ചെലവുകുറഞ്ഞ ദിക്കുകളിലേക്ക് മാറ്റി സ്ഥാപിക്കപ്പെട്ടു. ഇതുമൂലം സംഘടിതവും ബൃഹത്തും ആയ മുതലാളിത്ത വിരുദ്ധപ്പോരാട്ടങ്ങളുടെ സാദ്ധ്യത മങ്ങുകയും മറുവശത്ത് മൊത്തം മിച്ചമൂല്യശേഖരണത്തിനും മൂലധന സ്വരൂപണത്തിനും തടസ്സമില്ലാത്ത അവസ്ഥ ഉയർത്തുകയും ചെയ്തു. അതായത് *മൂലധനത്തിൽ* മാർക്സ് അവതരിപ്പിച്ച മൂലധനത്തിന്റെ എല്ലാ ജനവിരുദ്ധ സ്വഭാവങ്ങളും കൂടുതൽ അക്രമാകമായി പ്രയോഗിക്കുകയാണ് ഈ ആഗോളമൂല ധന ശക്തികളും ചെയ്യുന്നത്. മാർക്സ് ഒന്നാം വാല്യത്തിൽ വിശകലനം ചെയ്തതും എംഗൽസ് *ഇംഗ്ലണ്ടിലെ തൊഴിലാളിവർഗ്ഗത്തിന്റെ സ്ഥിതി* എന്ന ഗ്രന്ഥത്തിൽ വിശദീകരിച്ചതുമായ അവസ്ഥയ്ക്കു തുല്യം

തന്നെയാണ് ഇന്ന് തൊഴിലാളി വർഗ്ഗത്തിന്റെ സ്ഥിതി. അതുകൊണ്ട് അടിസ്ഥാന ധാരണകളിൽ നാം മൂലധനത്തിലേക്ക് വീണ്ടും വീണ്ടും പോകേണ്ടിവരുന്നു. എങ്കിലും പുതിയ വ്യാഖ്യാനങ്ങളെ തള്ളിക്കളയാൻ കഴിയില്ല. ഉല്പാദന പ്രക്രിയയുടെ ശിഥിലീകരണം, ദക്ഷിണാർദ്ധഗോളത്തിലെ കേന്ദ്രീകരണം എന്നിവ ആഗോള മൂലധനത്തിന്റെ സമകാലിക പ്രവർത്തനത്തെക്കുറിച്ച് കൂടുതൽ വിശകലനം നടത്തേണ്ട സാഹചര്യം സൃഷ്ടിക്കുന്നുണ്ട്. അതു നടത്തുമ്പോഴും മൂലധനത്തിലെ സൈദ്ധാന്തീകരണം - മുതലാളിത്തത്തിന്റെ ഹൃദയം വ്യാവസായികോല്പാദനമാണെന്നും അതെവിടെ കേന്ദ്രീകരിക്കുന്നുവോ അവിടെയാണ് മുതലാളിത്തവ്യവസ്ഥയുടെ ഹൃദയം പ്രവർത്തിക്കു എന്നും സ്വീകാര്യമായ അടിത്തറയായി ഉപയോഗപ്പെടുത്തേണ്ടതുണ്ട്. ഈ പ്രക്രിയയിൽ ലെനിന്റേയും റോസാ ലക്സംബർഗിന്റേയും വിശകലനങ്ങൾ പ്രധാന സഹായങ്ങളാവാം.

മൂലധനത്തിൽ പറയുന്ന ഫാക്ടറികൾ സ്വതന്ത്ര ധനകാര്യ യൂണിറ്റുകളാണ്. എന്നാൽ കുത്തകമുതലാളിത്തത്തിന്റെ കാലത്ത് അവ സ്വതന്ത്ര യൂണിറ്റുകളല്ല. ഒരു പരന്ന നെറ്റ് വർക്കിന്റെ കണ്ണികളാണ്. അതുകൊണ്ട് അവയുടെ ശക്തിപ്രയോഗത്തിന്റെ വ്യാപ്തിയും കേന്ദ്രീകരണവും സൂക്ഷ്മമായി സിദ്ധാന്തവല്ക്കരിക്കേണ്ടിവരുന്നു ഇവിടെ ഭരണകൂടങ്ങൾ, അതു നിയന്ത്രിക്കുന്ന പൊതുവിപണി ഷെയർമാർക്കറ്റ് ഇതിന്റെയൊക്കെ സൂക്ഷ്മവിശകലനം ആവശ്യമായി വരുന്നു. മൂലധനം മൂന്നാം വാല്യത്തിലെ ധനവിശകലനം ഇങ്ങനെയൊരന്വേഷണത്തിന്റെ പ്രാരംഭമായി സ്വീകരിക്കേണ്ടതുണ്ട്.

സമകാലികമായ ഒരു രാഷ്ട്രീയ സമ്പദ്ശാസ്ത്രവിമർശനം രൂപപ്പെടുത്താൻ നാം ഒരുപക്ഷേ, മൂലധനത്തിൽനിന്ന് വീണ്ടും മുന്നോട്ടു പോകേണ്ടതായി വരും (തോമസ് പിക്കറ്റിയുടെ ഇരുപത്തൊന്നാം നൂറ്റാണ്ടിലെ മൂലധനത്തിൽ ഓർക്കുക!) ഇടയ്ക്ക് മൂലധനത്തിലേക്കു തിരിച്ചുപോവുകയും വീണ്ടും ആ വെളിച്ചമുപയോഗിച്ച് സമകാലികാവസ്ഥയുടെ വിശകലനത്തിലേക്ക് ആഴത്തിലിറങ്ങുകയും ചെയ്യുക എന്നതാണ് ശരിയായ വഴി. 1867 മുതൽ ഏതാണ്ട് 1980-90 വരെയുള്ള തൊഴിലാളി പ്രവർത്തനത്തിന് അത് ധാരാളം വഴികാട്ടിത്തന്നു. പിന്നീടുയർന്നു വന്ന ആഗോളീകൃത മൂലധനം പുതിയ പ്രശ്നങ്ങളെ ഉയർത്തിക്കൊണ്ടുവരുന്നുണ്ട്. അതിന് മൂലധനത്തെത്തന്നെ അടിസ്ഥാനമാക്കിക്കൊണ്ട് പുതിയ അന്വേഷണങ്ങളിലേക്കു സഞ്ചരിക്കേണ്ടതുണ്ട് മാർക്സ് മൂലധനത്തിലെ തന്റെ ആശയങ്ങളെ ഒന്നാം ഇന്റർനാഷണലിന്റെ പ്രയോഗത്തിലേക്ക് കൊണ്ടുപോയതുപോലെതന്നെ.

മൂലധനവും ഫെമിനിസവും

ഫെമിനിസം, പരിസ്ഥിതിവാദം, വർഗ്ഗീയ രാഷ്ട്രീയം, സമാധാന പ്രസ്ഥാനം എന്നിങ്ങനെ കഴിഞ്ഞ നാലഞ്ചു ദശകങ്ങളിലായി വികസിച്ചുവന്ന പ്രസ്ഥാനങ്ങൾ മാർക്സിസത്തിന്റെ സ്വാധീനവലയത്തിനു പുറത്താ

ണെന്നും ഇതെല്ലാം മാർക്സിസത്തിന്റെ അപചയത്തിന്റെ സൂചനയാണെന്നുമുള്ള വാദത്തിന് ടെറി ഈഗിൾട്ടൺ ഇങ്ങനെ മറുപടി പറയുന്നുണ്ട്.

ഫെമിനിസവും പരിസ്ഥിതിവാദവും സമാധാനപ്രസ്ഥാനങ്ങളുമെല്ലാം യഥാർത്ഥത്തിൽ മാർക്സിസത്തിന്റെ വ്യവഹാരങ്ങളോട് ബന്ധപ്പെട്ടതുതന്നെയാണ്. സ്ത്രീവിമോചനം ആത്യന്തികമായി തൊഴിലാളിവർഗ്ഗ വിമോചനവുമായി അഭേദ്യമായി ബന്ധപ്പെട്ടു കിടക്കുന്നു. ഭൂരിപക്ഷജനത മൂലധനത്തിന്റെ നുകത്തിനുകീഴിൽ അമരുന്ന ഒരു വ്യവസ്ഥിതിയിൽ സ്ത്രീകൾക്കു മാത്രമായി മോചനമുണ്ടാവുക സാദ്ധ്യമല്ലല്ലോ. പുരുഷകേന്ദ്രിത കുടുംബവ്യവസ്ഥ യഥാർത്ഥത്തിൽ മുതലാളിത്തത്തിന്റെ ഉല്പന്നമാണ്. ഇതിന് വർഗ്ഗസമൂഹവുമായി പ്രയോഗത്തിൽ ഐക്യമുണ്ട്. ഒന്നില്ലാതെയാവുമ്പോൾ മാത്രമേ രണ്ടാമത്തേത് ഇല്ലാതാക്കാനുള്ള സാഹചര്യം സൃഷ്ടിക്കപ്പെടൂ. ബോൾ ഷെവിക് വിപ്ലവം സ്ത്രീപ്രശ്നത്തെ ഗൗരവമായി കണ്ട് ആദ്യ അജണ്ടകളിൽ ഒന്നായിത്തന്നെ കൈകാര്യം ചെയ്തു. ഒരു ഇന്റർനാഷണൽ വിമൻസ് സെക്രട്ടേറിയറ്റ് രൂപീകരിച്ചു. ഈ സെക്രട്ടേറിയറ്റ് രൂപീകരിച്ചു. ഈ സെക്രട്ടേറിയറ്റ് ആണ് ആദ്യമായി ഇന്റർനാഷണൽ വർക്കിങ് വിമൺ കോൺഗ്രസ് സംഘടിപ്പിച്ചത്. തൊഴിലാളി വർഗ്ഗവിമോചനത്തിന്റെ ഭാഗം തന്നെയാണ് സ്ത്രീ വിമോചനം എന്ന് ഈ സമ്മേളനം ഉറപ്പിച്ചു പറഞ്ഞു. (Why Marx was Right)

Reading Capital Today യിൽ സിൽവിയാഫെഡറിക്കി മൂലധനത്തോട് ബന്ധപ്പെടുത്തി സ്ത്രീവാദത്തെ പരിശോധിക്കുന്നുണ്ട്. മാർക്സിന്റെ ആദ്യകാല രചനകളിൽത്തന്നെ ലിംഗപരമായ അസമത്വങ്ങളെയും കുടുംബത്തിലും സമൂഹത്തിലുമുള്ള പുരുഷാധിപത്യ സ്വാധീനത്തെയും നിരാകരിക്കുന്ന സൂചനകളുണ്ട്. മൂലധനത്തിൽ പലേടത്തുമായി ചിതറിക്കിടക്കുന്ന നിരീക്ഷണങ്ങളിൽനിന്ന് നാം ഒരു കാഴ്ചപ്പാട് രൂപപ്പെടുത്തി എടുക്കേണ്ടതാണ്. മൂലധനത്തിൽ വിശകലനം ചെയ്യുന്ന മൂലധനസ്വരൂപണം, വില- മൂല്യധനനിർണ്ണയങ്ങൾ എന്നിവയിലും ചരിത്രപരമായ ഭൗതികവാദത്തിന്റെ വിശദീകരണങ്ങളിൽ നിന്നുമാണ് ഇന്നത്തെ വർഗ്ഗസമൂഹത്തിലെ ഫെമിനിസ്റ്റ് വാദത്തിന്റെ അടിത്തറ രൂപപ്പെട്ടിട്ടുള്ളത്. ലിംഗം, വംശം, വർഗ്ഗം എന്നിവയുടെ പരസ്പരബന്ധത്തെക്കുറിച്ചുള്ള മാർക്സിന്റെ നിരീക്ഷണങ്ങൾ ഇന്നത്തെ ഫെമിനിസ്റ്റുവാദത്തെ ഉത്തേജിപ്പിക്കാൻ വളരെയേറെ സഹായിച്ചിട്ടുണ്ട്.

വ്യവസായത്തൊഴിലിൽ സ്ത്രീകളുടെ പങ്ക് പരിശോധിക്കുമ്പോൾ (*മൂലധനം* ഒന്നാം വാല്യം) സ്ത്രീയുടെ കുടുംബത്തിനുള്ളിലെ അദ്ധ്വാനത്തെക്കുറിച്ച് മാർക്സ് നിശ്ശബ്ദത പുലർത്തുന്നുണ്ട്. ഒരുപക്ഷേ, മൂലധനം എഴുതുന്ന ചരിത്രസന്ദർഭത്തിൽ യൂറോപ്യൻ സോഷ്യലിസ്റ്റു പ്രസ്ഥാനം പൊതുവിൽ സ്ത്രീ സ്വാതന്ത്ര്യത്തേക്കാൾ കേന്ദ്രസ്ഥാനത്തു കണ്ടത് വ്യവസായ തൊഴിലാളികളുടെ വിമോചനശക്തിയെ ആയിരുന്നു എന്നതാവാം കാരണം. ഒന്നാം വാല്യത്തിൽ മാർക്സ് ജണ്ടർ പ്രശ്നത്തെ നേരിട്ടു പരാമർശിക്കുന്നുണ്ട്. വ്യാവസായിക വിപ്ലവത്തിൽ സ്ത്രീയുടെ ഫാക്ടറി

തൊഴിലവസ്ഥ എന്ന പ്രശ്നമാണ് വിശകലനം ചെയ്യുന്നത്. ഫാക്ടറികളിൽ സ്ത്രീതൊഴിലാളികളുടെ എണ്ണം വർദ്ധിച്ചതോടെ 1840 കൾ മുതൽ ധനശാസ്ത്രകാരന്മാരും രാഷ്ട്രീയക്കാരുമൊക്കെ കുടുംബവ്യവസ്ഥ തകർന്നെന്ന് വിലപിക്കാൻ തുടങ്ങിയിരുന്നു. സ്ത്രീകളുടെയും കുട്ടികളുടെയും തൊഴിൽ സമയം നിജപ്പെടുത്തുന്ന നിയമങ്ങൾ ബ്രിട്ടീഷ് ഗവൺമെന്റ് നിഷ്കർഷിക്കാൻ തുടങ്ങിയതോടെ ബൂർഷ്വാ സമൂഹത്തിൽ നിന്ന് ഇത്തരം വിമർശനങ്ങൾ കൂടുതലുയർന്നു. ഒന്നാം വാല്യത്തിലെ തൊഴിൽ ദിനങ്ങൾ, വൻകിട വ്യവസായവും യന്ത്രസാമഗ്രികളും എന്നീ അദ്ധ്യായങ്ങളിൽ മാർക്സ് ഈ പ്രശ്നമാണ് പ്രധാനമായി പരിശോധിക്കുന്നത്. ഭക്ഷണം പോലുമില്ലാതെ ദിവസം 14 മണിക്കൂർ അദ്ധ്വാനിക്കേണ്ടി വരുന്ന സ്ത്രീകളെക്കുറിച്ച്, പാതിരാത്രിയിൽ ഉറക്കത്തിൽനിന്നു വിളിച്ചുണർത്തി ഏതെങ്കിലും യന്ത്ര രാക്ഷസന്റെ മുമ്പിലേക്ക് നിർബ്ബന്ധിച്ചയയ്ക്കപ്പെടുന്ന കുട്ടികളെയുംകുറിച്ച് ഇവിടെ ഗൗരവമായി ചർച്ച ചെയ്യുന്നു. (*മൂലധനം* ഒന്നാം വാല്യം. അദ്ധ്യായം 10 - മലയാള പരിഭാഷ) ഫാക്ടറി ആ തൊഴിൽ സ്ത്രീകളെ അവരുടെ മാതൃത്വപരമായ ചുമതലകളിൽനിന്ന് അകറ്റി നിർത്തുന്നു എന്നും അതുവഴി അവരുടെ സാംസ്കാരിക സ്വഭാവത്തെ ക്ഷുദ്രമാക്കുന്നു എന്നുമൊക്കെ മാർക്സ് കണ്ടെത്തുന്നുണ്ട്. സ്വയം പ്രതിരോധിക്കാൻ കഴിയുന്ന ശക്തി എന്നതിനേക്കാൾ ഇരകളാക്കപ്പെടുന്നവർ എന്ന നിലയിലാണ് ഇവിടെ സ്ത്രീ തൊഴിലാളികളെ കാണുന്നത്. ഒന്നാം ഇന്റർനാഷണലിന്റെ സെക്രട്ടറി എന്ന നിലയിൽ, ഫാക്ടറി തൊഴിലിൽനിന്ന് ആ സ്ത്രീകളെ അകറ്റി നിർത്താനുള്ള മുതലാളിത്ത ശ്രമങ്ങൾ ഉണ്ടായപ്പോഴൊക്കെ മാർക്സ് അതിനെതിരെ ശക്തമായി രംഗത്തുവന്നിട്ടുണ്ട്.

> മുതലാളിത്തത്തിനുകീഴിൽ നിലനിന്നിരുന്ന പഴയ കുടുംബവ്യവസ്ഥയുടെ ശിഥിലീകരണം എത്രകണ്ട് ഭയാനകവും മനം മടുപ്പിക്കുന്നതും ആണെങ്കിലും, സാമൂഹ്യമായി സംഘടിപ്പിക്കപ്പെട്ട ഉല്പാദന വ്യവസ്ഥ എന്ന നിലയിൽ വൻകിടവ്യവസായീകരണം സ്ത്രീകൾക്കും കുട്ടികൾക്കും ഒരു പുതിയ സാമ്പത്തിക അടിത്തറയും അതിലൂടെ ഉയർന്ന നിലവാരമുള്ള ഒരു കുടുംബവ്യവസ്ഥയും, സ്ത്രീപുരുഷബന്ധങ്ങളും പ്രദാനം ചെയ്യുന്നുണ്ട്. (*മൂലധനം* I പേജ് 620-621)

എന്നാൽ 1970 കളോടെ ഈ കാഴ്ചപ്പാട് കുറേക്കൂടി വ്യക്തമാക്കാൻ ഫെമിനിസ്റ്റുകൾ പരിശ്രമിച്ചു. മുതലാളിത്തപൂർവ്വഘട്ടത്തിൽ ഗൃഹജോലിയിലേർപ്പെട്ടിരുവന്നവരിൽ കുറഞ്ഞൊരു ശതമാനം മാത്രമാണ് വ്യാവസായിക വിപ്ലവത്തോടെ ഫാക്ടറികളിലേക്കെത്തിയത് എന്നും, ഇതിനു പിന്നിൽ കൈത്തൊഴിലുകളിലേർപ്പെട്ടിരുന്ന തൊഴിൽ ഗിൽഡുകളുടെ തകർച്ചയും ഒരു കാരണമായിട്ടുണ്ടെന്നും അവർ കണ്ടെത്തി.

അതുകൊണ്ട് മുതലാളിത്തവ്യാവസായിക മുന്നേറ്റം മാത്രമാണ്

സ്ത്രീതൊഴിലാളികളെ ഫ്യൂഡൽ ചങ്ങലയിൽനിന്ന് വിമോചിപ്പിച്ചത് എന്ന് മുഴുവനായി അവകാശപ്പെടാൻ കഴിയില്ല. വ്യാവസായിക മുന്നേറ്റത്തിലും ലിംഗപരമായ മുൻവിധികളും വിവേചനവും തുടരുകയാണുണ്ടായത്. മാർക്സ് ഇത് തിരിച്ചറിയുന്നുണ്ട്. എന്നാൽ തൊഴിലാളികൾ രാഷ്ട്രീയാധികാരം പിടിച്ചുപറ്റുന്നതോടെ വ്യാവസായിക മേഖല പുനഃസംഘടിപ്പിക്കപ്പെടുമെന്നും ഈ വക വിവേചനങ്ങൾ അവസാനിക്കുമെന്നും മാർക്സ് പ്രതീക്ഷിക്കുന്നു *മൂലധനം* I, പേജ് 852, 853)

തൊഴിൽ ശക്തിയുടെ പുനരുല്പാദനം എന്ന വിഷയം ചർച്ച ചെയ്യുമ്പോൾ ഭക്ഷണമുണ്ടാക്കൽ, തുണി അലക്കൽ, കുട്ടികളെ പരിപാലിക്കൽ എന്നിങ്ങനെ സ്ത്രീകളുടെ അദ്ധ്വാനപങ്കാളിത്തം മാർക്സ് വേണ്ടത്ര ഗൗരവമായി പരിഗണിക്കുന്നില്ല എന്ന് ഫെമിനിസ്റ്റുകൾ പരാതിപ്പെട്ടിട്ടുണ്ട്. ഒരുപക്ഷേ, തൊഴിലാളി കുടുംബങ്ങളിൽ സ്ത്രീയും പുരുഷനും കുട്ടികളും ഒരേപോലെ സൂര്യോദയം മുതൽ സൂര്യാസ്തമയം വരെ വ്യാവസായികാദ്ധ്വാനത്തിൽ ഏർപ്പെട്ടിരുന്ന സാഹചര്യം നിലവിലിരുന്നതിനാലാവാം ഗാർഹിക തൊഴിലിനെക്കുറിച്ച് മാർക്സ് മൗനം പാലിക്കാനിടയായത്. അമേരിക്കൻ ആഭ്യന്തരയുദ്ധത്തോട് ബന്ധപ്പെട്ട് പരുത്തി ഫാക്ടറികൾ അടിച്ചിട്ടതുകൊണ്ട് സ്ത്രീതൊഴിലാളികൾക്ക് പാചകകലയിലും തുന്നൽക്കലയിലും വൈദഗ്ദ്ധ്യം നേടാൻ സമയം ലഭിച്ചു എന്ന് മാർക്സ് തന്നെ ചൂണ്ടിക്കാണിക്കുന്നുണ്ട് (പാചകം ചെയ്യാനോ തിന്നാനോ ഏറെയൊന്നും ഇല്ലാതിരുന്നിട്ടും!) സ്ത്രീ അദ്ധ്വാനത്തെ കൂടുതൽ ഉയർത്തിക്കാട്ടിയാൽ, വ്യാവസായിക ശക്തികളും പരിഷ്കരണവാദികളും തൊഴിലിൽനിന്ന് സ്ത്രീകളെ ഒഴിവാക്കാൻ അതുതന്നെ കാരണമായുയർത്തികാണിക്കാനിടയുണ്ട് എന്ന് മാർക്സ് വിചാരിച്ചിരിക്കാമെന്ന് അന്റോണിയോ നെഗ്രി ഊഹിക്കുന്നുണ്ട്.

1970 കളോടെ ഗാർഹിക ജോലിയിലടങ്ങിയ ചൂഷണം, പുരുഷന്മാരുടെ മേൽ സാമ്പത്തിക ആശ്രയം എന്നീ സ്ത്രീ അനുഭവങ്ങൾക്കെതിരെ പോരാട്ടവുമായുയർന്നുവന്ന ഫെമിനിസം, സ്ത്രീകളുടെ അടിച്ചമർത്തപ്പെടുന്ന അവസ്ഥയെ വർഗ്ഗവീക്ഷണത്തോടെ സമീപിക്കാൻ തുടങ്ങി. ഇത് മാർക്സിസത്തെയും ഫെമിനിസത്തെയും അഗാധമായി സ്വാധീനിച്ച ഒരു സൈദ്ധാന്തിക വിപ്ലവമായി മാറി.

തൊഴിൽശക്തിയുടെ ഒരു പ്രധാനഭാഗമായി ഗാർഹിക തൊഴിലിനെ വിശകലനം ചെയ്ത മരിയാഗോസ ഡെല്ല കോസ്റ്റ (1975) കൂലിയില്ലാ വേലയായി ഗാർഹിക തൊഴിലിനെ വ്യാഖ്യാനിച്ച സെൽമാ ജെയിംസ് (1975) എന്നിവർ ഗാർഹിക തൊഴിലിനെ ചൂഷണത്തിന്റെയും മൂലധന സ്വരൂപണത്തിന്റെയും ലിംഗവിവേചനത്തിന്റെയും ഉപാധികളായി കണ്ടു. ഇതിനെ 'അടുക്കള വർത്തമാനം' എന്നു ചിലർ പരിഹസിച്ചു തള്ളി എങ്കിലും ക്രമേണ ഇത് മുതലാളിത്തത്തിന്റെ സ്വഭാവ വിശേഷമായും അതിനെതിരായ പോരാട്ടത്തിന്റെ ദിശയായും തന്നെ അംഗീകരിക്കപ്പെട്ടു. മാർക്സിന്റെ 'ലളിതമായ അദ്ധ്വാനശക്തിയുടെ പുനരുൽപ്പാദനം' എന്ന മൂലധനം

ഒന്നാം വാല്യത്തിലെ വിശകലനം ഈ നിലപാടിന് കൂടുതൽ തെളിച്ചം നല്കുന്നതായിരുന്നു. അദ്ധ്വാനശക്തിയെ പുനരുല്പാദിപ്പിക്കാനുള്ള സാഹചര്യം, തുടർച്ചയായ അദ്ധ്വാനചൂഷണത്തിന് അവസരമൊരുക്കി ക്കൊണ്ട് *മൂലധന* സമാഹരണത്തെ ത്വരിതപ്പെടുത്തും എന്ന മാർക്സിന്റെ സിദ്ധാന്തം ഗാർഹിക തൊഴിൽ ചൂഷണത്തിന്റെ വർഗ്ഗ സ്വഭാവത്തെ വെളി പ്പെടുത്തുന്നതായിരുന്നു. ഇത് ലിംഗസ്ഥിതിയും വർഗ്ഗവും തമ്മിലുള്ള ബന്ധത്തെയും അതുവഴി മുതലാളിത്ത വ്യവസ്ഥയിലെ വർഗ്ഗ വൈരു ദ്ധ്യങ്ങളുടെ വേരുകളെയും കുറിച്ച് സൈദ്ധാന്തിക വ്യക്തത നല്കി. അതാ യത് ഗാർഹിക തൊഴിൽ ചൂഷണത്തെ മുതലാളിത്ത ചൂഷണത്തിന്റെ ഒരു പരോക്ഷപ്രകാശനമായി കാണാം എന്നർത്ഥം.

പാരിസ്ഥിതിക സ്ത്രീവാദം (Ecofeminism) മാർക്സിന്റെ സ്ത്രീചൂഷണത്തെക്കുറിക്കുന്ന വാദത്തോട് പ്രകൃതിയുടെ മേൽ ആധി പത്യം സ്ഥാപിക്കുന്നവനാണ് മനുഷ്യൻ എന്ന സിദ്ധാന്തത്തെ ബന്ധി പ്പിച്ച് മറിയാ മൈസിന്റെയും ഏരിയൻ സാലിഹിന്റെയും പഠനങ്ങൾ മാർക്സിന്റെ വാദങ്ങളെ വീണ്ടും അപഗ്രഥിച്ചു. അദ്ധ്വാനത്തെ പിതാ വായും പ്രകൃതിയെ മാതാവായും കാണുന്നതാണ് മാർക്സിയൻ കാഴ്ച എന്ന് ഏരിയൽ സാലിഹ് പറയുന്നുണ്ട്. ഇക്കോ- ഫെമിനിസ്റ്റുകൾ വാദി ക്കുന്നത്. പ്രകൃതിയെ അമ്മയായിക്കാണുന്ന ഈ മാർക്സിയൻ കാഴ്ച സ്ത്രീ അദ്ധ്വാനത്തെ സിദ്ധാന്തവല്ക്കരിക്കാതിരുന്നത് സ്വാഭാവികമാണെ ന്നാണ്.

ഇന്ന് വ്യവസായവല്ക്കരണത്തെയും യന്ത്രവല്ക്കരണത്തെയും സംബന്ധിച്ച കാഴ്ചപ്പാടുകൾ മാറിയിരിക്കുന്നു. "യന്ത്രം" ചരിത്ര പുരോ ഗതിയുടെ ചാലകശക്തിയല്ലാതായി മാറിയിരിക്കുന്നു. മാർക്സ് തന്നെ തന്റെ അവസാന കാലത്ത് അമേരിക്കയിലെ വടക്കു കിഴക്കൻ സമൂഹ ത്തെക്കുറിച്ചു പഠിക്കുമ്പോൾ ഇത് തിരിച്ചറിഞ്ഞിരുന്നു. ഡിജിറ്റൽ സാങ്കേ തികതയുടെ വികാസം, ഫെമിനിസ്റ്റു പോരാട്ടങ്ങൾ നേടിയെടുത്ത പുതിയ സാംസ്കാരിക ബോധം എന്നിവ മാർക്സിന്റെ യന്ത്രവല്ക്കൃത സംസ്കൃ തിയിൽ നിന്ന് വളരെ മുമ്പോട്ടു പോയിരിക്കുന്നു. അതുകൊണ്ട് മൂലധ നത്തെ ഉയർത്തിപ്പിടിച്ചുകൊണ്ടുതന്നെ വീണ്ടും മുന്നോട്ടു സഞ്ചരിക്കേ ണ്ടിയിരിക്കുന്നു.

മൂലധനവും പരിസ്ഥിതിചിന്തയും

ആധുനികമായ പരിസ്ഥിതി ചിന്തയ്ക്ക് മാർക്സിസമോ മൂലധനമോ ഒരു പ്രസക്തിയും കല്പിക്കുന്നില്ല എന്ന വിമർശനത്തെ പ്രതിരോധിച്ചു കൊണ്ട് ടെറി ഈഗിൾട്ടൺ മുൻ സൂചിപ്പിച്ച ഗ്രന്ഥത്തിൽ പ്രസക്തമായ വിശദീകരണം നല്കുന്നുണ്ട്. മുതലാളിത്തത്തിന്റെ ആർത്തിയും പിടിച്ച ടക്കലും തന്നെയാണ് പ്രകൃതിയെ ഇത്രയേറെ പരിക്കേല്പിച്ചത്. ഇന്ന് മുതലാളിത്ത രാജ്യങ്ങൾ പുറന്തള്ളുന്ന കാർബണിന്റെ നാലിലൊന്നുമാ ത്രമാണ് മറ്റുള്ളവർ പുറന്തള്ളുന്നത്. ഹിരോഷിമയും നാഗസാക്കിയും

അണുപ്രസരണവും എല്ലാം തന്നെ വികസിത മുതലാളിത്തത്തിന്റെ അഭിശപ്ത പാരിതോഷികങ്ങളാണ്.

മാർക്സിന്റെ കാലത്ത് കാർബൺ വിസർജ്ജനത്തിന്റെയും പ്ലാസ്റ്റിക് മാലിന്യത്തിന്റെയും പ്രശ്നം രൂക്ഷമായി ഉയർന്നിരുന്നില്ല. എങ്കിലും പ്രകൃതിയും മനുഷ്യനും തമ്മിലുള്ള ബന്ധത്തെ മാർക്സ് കൃത്യമായി വിലയിരുത്തിയിട്ടുണ്ട്. പ്രകൃതിയെ മനുഷ്യൻ ഒരു പരിധിവരെ മാറ്റിയെടുക്കേണ്ടതുണ്ട്. രോഗങ്ങൾക്ക് മരുന്നു കണ്ടുപിടിക്കാൻ കഴിഞ്ഞതും പാലങ്ങൾ പണിയാനും ഹൃദയ ശാസ്ത്രക്രിയ നടത്താനും കഴിഞ്ഞതും എല്ലാം ഇങ്ങനെ പ്രകൃതിയിൽ ഇടപെട്ടതുകൊണ്ടാണ്. പക്ഷേ, ഭൗതികമായ ഒരു കൊടുക്കൽ വാങ്ങലാണ് മനുഷ്യൻ പ്രകൃതിയുമായി നടത്തേണ്ടത് എന്ന് മൂലധനത്തിൽ മാർക്സ് പറയുന്നുണ്ട്. ആധിപത്യമല്ല, ആദാനപ്രദാനമാണ് വഴി. ആർത്തിയല്ല, വിവേകപൂർണ്ണമായ ഉപയോഗമാണ് മാർക്സ് നിർദ്ദേശിക്കുന്നത്. മനുഷ്യാസ്തിത്വത്തിന്റെ ഒന്നാമത്തെ ആധാരം പ്രകൃതിയാണ് എന്ന് എംഗൽസ്. ഒരു ആക്രമിയെപ്പോലെയോ വിദേശിയെപ്പോലെയോ നാം പ്രകൃതിയെ കണ്ടുകൂടാ. നാം പ്രകൃതിക്കു പുറത്തല്ല. പ്രകൃതിയുടെ ഭാഗമാണ്. രക്തംകൊണ്ടും മാംസംകൊണ്ടും ചിന്തകൊണ്ടും നാം പ്രകൃതിയുടെ ഉള്ളിലാണ്. അതിന്റെ നിയമങ്ങൾക്കകത്തുനിന്നുകൊണ്ടുമാത്രമേ നമുക്ക് പ്രകൃതിയുമായി ഇടപഴകാനാകൂ. (Dialectics of Nature) "ഒരു സമൂഹമോ രാഷ്ട്രമോ നിലവിലുള്ള മനുഷ്യവംശം മുഴുവനുമോ ഭൂമിയുടെ ഉടമസ്ഥരല്ല. അവർ കൈവശക്കാർ മാത്രമാണ്. കൂടുതൽ മെച്ചപ്പെടുത്തി തുടർന്നു വരുന്ന തലമുറകൾക്ക് കൈമാറേണ്ടവർ മാത്രം." (*മൂലധനം* III Page 218) വ്യാവസായിക മുതലാളിത്തത്തെക്കുറിച്ചു ചർച്ച ചെയ്യുമ്പോൾ മാർക്സ് മാലിന്യ നിർമ്മാർജ്ജനം, വനനശീകരണം, നദികളുടെ മലിനീകരണം, വായുമലിനീകരണം എന്നിവയെക്കുറിച്ച് ദീർഘവീക്ഷണത്തോടെ ചർച്ച ചെയ്യുന്നുണ്ട്. സോഷ്യലിസ്റ്റ് വ്യവസ്ഥയിലെ കൃഷി പാരിസ്ഥിതിക സംരക്ഷണത്തിന്റെ പ്രാധാന്യം മാർക്സ് എടുത്തുപറയുന്നു. സോഷ്യലിസ്റ്റു സമൂഹത്തിലെ ഭൗതിക സമൃദ്ധി ചരക്കുകളുടെ അവസാനമില്ലാത്ത പ്രവാഹമല്ല ആവശ്യമുള്ളതുമാത്രം ചരക്കുകൾ ഉല്പാദിപ്പിക്കുക എന്നതാണ്. പരിസ്ഥിതി സംരക്ഷണത്തിൽ ഒരു ചെറിയ അളവുവരെ മുതലാളിത്തം ശ്രദ്ധ വെക്കും. അതിനുതകുന്ന സാങ്കേതികവിദ്യ നല്ല ലാഭത്തിൽ വിപണിയിൽ വിറ്റഴിക്കാനുള്ള അവസരമുള്ളതിനാൽ കൂടുതൽ ലാഭത്തിനുവേണ്ടി കൂടുതൽ ഉല്പാദനം നടത്തുമ്പോൾ ആ അമിതപ്പാച്ചിലിൽ പരിസ്ഥിതിയുടെ അന്തകനായി മുതലാളിത്തം മാറുന്നു. നാം ഇന്നു കാണുന്ന ഈ അവസ്ഥയെ മനസ്സിലാക്കാൻ സമർത്ഥമായ ഉൾക്കാഴ്ചകൾ മാർക്സിസവും നല്കുന്നുണ്ട്.

ഇന്നത്തെ പരിസ്ഥിതി പ്രതിസന്ധികളെ ചരിത്രപരമായി മനസ്സിലാക്കാനുള്ള അന്വേഷണങ്ങൾ മൂലദനത്തിൽ സുചിതമാണ്. അത് മുന്നോട്ടു വെക്കുന്ന ദർശനങ്ങൾ പലതും ഇന്ന് സാമാന്യധാരണ തങ്ങളുടെ ഭാഗമായിക്കഴിഞ്ഞു. മുതലാളിത്തം സൃഷ്ടിച്ചിട്ടുള്ള പാരിസ്ഥിതിക വിച്ഛേദം

(Ecological Rift) ഒരുതരം പാരിസ്ഥിതിക സാമ്രാജ്യത്വം (Econological Imperialis) എന്നു വിളിക്കപ്പെടുന്ന അവസ്ഥയിലേക്കു വികസിച്ചിരിക്കുന്നു. ഒരു വിഭാഗം അതിസമ്പന്നതയിലേക്കുയരുമ്പോൾ ബഹുഭൂരിപക്ഷവും കെടുതികളിലേക്കു കൂപ്പുകുത്തുന്നത് എന്തുകൊണ്ട് എന്ന ചോദ്യത്തിന് മൂലധനത്തിലാണ് ഇന്ന് ഉത്തരം കണ്ടെത്താൻ കഴിയുന്നത്. ആ ഉത്തരം തേടാത്തവരെ സംബന്ധിച്ച് കേവല പരിസ്ഥിതി വാദികളായി തുടരാൻ മാത്രമേ കഴിയൂ. മുതലാളിത്ത രാഷ്ട്രീയസമ്പദ്വ്യവസ്ഥ വികസിച്ചു വന്നതിന്റെ ചരിത്രപരമായ അവലോകനം നമ്മെ യഥാർത്ഥ കാരണങ്ങളിലേക്കു നയിക്കുന്നു. ജനസമൂഹങ്ങളെ ആട്ടിപ്പായിച്ചു നടത്തിയ പ്രാകൃത മൂലധനസഞ്ചയനം സമൂഹത്തെ ലാഭമുണ്ടാക്കുന്നവരും ലാഭം കൈയടക്കുന്നവരും എന്ന രീതിയിൽ വിഭജിക്കുന്നത്, പ്രകൃതിയെ വിനാശകരമാവും വിധം വിഭവചൂഷണത്തിനു വിധേയമാക്കുന്നത്, ഇങ്ങനെയുള്ള മാർക്സിന്റെ വിശകലനങ്ങൾ ഇന്നത്തെ പാരിസ്ഥിതിക പ്രശ്നത്തെ ആഴത്തിൽ മനസ്സിലാക്കാൻ നമ്മെ സഹായിക്കുന്നു. *മൂലധന*ത്തിന്റെ 8-ാം ഭാഗത്ത് മാർക്സ് എഴുതുന്നു-

> ഉല്പാദനോപാധികളെപ്പോലെ പണവും ചരക്കുകളും സ്വയം മൂലധനമാക്കുന്നില്ല. അവയെ മൂലധനമാക്കി മാറ്റി എടുക്കേണ്ടതുണ്ട്. ഇതു സാധിക്കുന്നത് രണ്ടുതരം ശക്തികളുടെ ഇടപെടലിലൂടെയാണ്. ഒന്ന് ഉല്പാദനോപകരണങ്ങളുടെ അടിസ്ഥാനശക്തി. രണ്ട് അദ്ധ്വാനത്തിലൂടെ മൂല്യങ്ങളെ പരിവർത്തിപ്പിക്കാനും പുതിയ മൂല്യം സൃഷ്ടിക്കാനും കഴിയുന്ന തൊഴിലാളിയുടെ അദ്ധ്വാനശക്തി. മുതലാളിത്ത വികസനം എന്നാൽ അദ്ധ്വാനശക്തിയെയും പ്രകൃതിവിഭവത്തെയും കൂടുതൽ ലാഭത്തിനുവേണ്ടി നിർദ്ദയമായി ചൂഷണം ചെയ്യുക എന്നതല്ലാതെ മറ്റൊന്നുമല്ല. (*മൂലധനം* പേജ് 874)

കൃഷിഭൂമി വെട്ടിപ്പിടിക്കലും ജനസമൂഹത്തെ ആട്ടിപ്പായിക്കലും ആ കാർഷികഭൂമി അത്രയും പിന്നീട് പണത്തിന്റെ രൂപത്തിൽ ആദിമമൂലധനമായി വേഷം മാറി വന്നു എന്ന് ഇംഗ്ലണ്ടിന്റെ ചരിത്രം മുൻനിർത്തി മാർക്സ് വിശദീകരിക്കുന്നുണ്ട്. (*മൂലധനം* I പേജ് 874, 875, 876, 876) ഇന്നു നാം തീവ്രമായനുഭവിക്കുന്ന പരിസ്ഥിതി നാശത്തിന്റെ പ്രാരംഭം ഈ വെട്ടിപ്പിടിത്തങ്ങളിൽ നിന്നാരംഭിക്കുന്നതാണ്. മനുഷ്യനും പ്രകൃതിയും തമ്മിലുള്ള മെറ്റബോളിസത്തിന്റെ തകർച്ചയായാണ് മാർക്സ് ഇതിനെ കാണുന്നത്.

"മുതലാളിത്ത ഉല്പാദനം ജനങ്ങളെ ഒരിടത്ത് ആട്ടിക്കൂട്ടുന്നു. ഇത് രണ്ടു ഫലങ്ങൾ ഉളവാക്കുന്നു. ഒരിടത്ത് ആവശ്യങ്ങളുടെ തീവ്രതയും അളവും വർദ്ധിപ്പിക്കുന്നു. മറുവശത്ത് മനുഷ്യർ പ്രകൃതിയിൽ നിന്ന് വിച്ഛേദിക്കപ്പെടുന്നു. അതിലൂടെ പ്രകൃതിയുടെ ഉർവ്വരത ഒരു കടങ്കഥയായി മാറുന്നു. (*മൂലധനം* പേജ് 637) മൂന്നാം വാല്യത്തിൽ മാർക്സ് വീണ്ടും എഴുതുന്നു.-

“ഭൂമി മുതലാളിത്തത്തിനു കീഴിൽ പരിചരണ ശൂന്യമാകുന്നു. ആളുകൾ നഗരവല്ക്കരിക്കപ്പെടുന്നു. മണ്ണിന്റെ കാർഷിക പരിചരണം കൃത്രിമ മാർഗ്ഗത്തിലാവുന്നു. സോഷ്യൽ മെറ്റബോളിസത്തെപ്പോലെ തന്നെ ഇക്കോളജിക്കൽ മെറ്റബോളിസവും തകർക്കപ്പെടുന്നു. മണ്ണിന്റെ സജീവത അന്താരാഷ്ട്ര വിപണിയുടെ ആധിപത്യത്തിൽ തകരുന്നു. (*മൂലധനം* III പേജ് 949)

സാമ്പത്തിക സാമ്രാജ്യത്വവും പാരിസ്ഥിതിക സാമ്രാജ്യത്വവും ഒരേ ലക്ഷ്യത്തിനുവേണ്ടിയുള്ളതാണെന്നു തിരിച്ചറിയാനുള്ള വകകൾ *മൂലധന*ത്തിൽ മാർക്സ് നല്കിയിട്ടുണ്ട്.

സമൂഹത്തിന്റെ മെറ്റബോളിസമാണ് പരിസ്ഥിതിയുടെ മെറ്റബോളിസം നിയന്ത്രിക്കുന്നത് എന്നത് വലിയൊരു തിരിച്ചറിവായിരിക്കേണ്ടതാണ്. മൂലധനം ഈ തിരിച്ചറിവ് നല്കിക്കൊണ്ട് ഇന്നും പ്രവർത്തിച്ചുകൊണ്ടേയിരിക്കുന്നു.

കവിയുടെ വാക്കും ദാർശനികന്റെ കാഴ്ചയും

കാൾ മാർക്സ് ഒരു സർഗ്ഗ സാഹിത്യകാരൻ എന്ന നിലയിൽ

He did the greatest literary feat a man can do Marx changed the mind of world.

Bernard Shaw

തത്ത്വശാസ്ത്രം, സമ്പദ്ശാസ്ത്രം, ചരിത്രം എന്നിവ ചിന്തയുടെയും രചനയുടെയും പ്രധാന മേഖലകളായി സ്വീകരിച്ച കാൾ മാർക്സിനെയാണു കൂടുതൽ പേർക്കും പരിചിതം. ആ മേഖലകളിൽ മാർക്സിന്റെ സംഭാവനകൾ ലോകത്തെ കോടാനുകോടി മനുഷ്യരെ അന്നുമിന്നും സ്വാധീനിച്ചുകൊണ്ടിരിക്കുന്നു. ദാസ്ക്യാപ്പിറ്റലിനു ശേഷമുള്ള മനുഷ്യൻ അതിനു മുൻപുള്ള മനുഷ്യനല്ല. ചരിത്രം അതിനു മുൻപുള്ള ചരിത്രമല്ല. മനുഷ്യവംശത്തെ ഭാഷയുടെയും ദേശത്തിന്റെയും സംസ്കാരത്തിന്റെയും വ്യതിരിക്തതകൾക്കപ്പുറം ഇവ്വിധം മാറ്റിമറിച്ച ഒരൊറ്റ മനുഷ്യൻ വേറെയില്ല. ഇക്കാര്യമാണു ബർണാഡ് ഷാ തന്റെ ശൈലിയിൽ ചുരുക്കിപ്പറയുന്നത്. “മനുഷ്യനു കഴിയാവുന്ന ഏറ്റവും മഹത്തായ സാഹിതീയ കർമ്മം അദ്ദേഹം നിർവ്വഹിച്ചു. മാർക്സ് ലോകത്തിന്റെ മനസ്സ് മാറ്റിത്തീർത്തു.”

മാർക്സ് ഒരു സർഗ്ഗാത്മക സാഹിത്യകാരൻ കൂടിയാണ്. അദ്ദേഹത്തിന്റെ സാമ്പത്തിക ചരിത്രശാസ്ത്രഗ്രന്ഥങ്ങളിലൂടെ കടന്നുപോകുന്ന ഒരാൾക്ക് അവയിലുടനീളം തിളങ്ങി നില്ക്കുന്ന ഒരു സർഗ്ഗസാഹിത്യകാരന്റെ സാന്നിദ്ധ്യം അനുഭവിക്കാതിരിക്കാനാവില്ല.

ജർമ്മൻ റൊമാന്റിസിസത്തിന്റെ കാവ്യസ്വാധീനം മാർക്സിൽ തുടക്കം മുതലേ തെളിഞ്ഞു നിന്നിരുന്നു. ഭദ്രശാന്തമായ ഒരു മനുഷ്യന്റെ ജീവിതമല്ല, പ്രക്ഷുബ്ധവും സമരോത്സുകവുമായ മഹത്തായ ഒരു ലക്ഷ്യത്തിലേക്ക് ഉന്മുഖവുമായ ഒരു സംഘം, ജീവിതമാണ് തന്റെ ആത്മാവിൽ നിറയുന്ന കൊടുങ്കാറ്റ് ആഗ്രഹിക്കുന്നതെന്ന് ഇരുപത്തൊന്നാം വയസ്സിൽത്തന്നെ അദ്ദേഹം കവിതയെഴുതിവച്ചിരുന്നു.

To me no fame terrestrial
That travels far through land and nation
To hold them thrillingly in thrall
With its far flung reverlievation

Is worth your eyes..."

ജർമ്മൻ റൊമാന്റിസത്തിന്റെ കാവ്യസ്വാധീനം മാർക്സിൽ തുടക്കം മുതലേ തെളിഞ്ഞു നിന്നിരുന്നു. ഭദ്രശാന്തമായ ഒരു മാന്യന്റെ ജീവിതമല്ല. പ്രക്ഷുബ്ധം സമരോത്സുകവുമായ, പ്രണയത്തിന്റെ പൂക്കാലത്ത് ജെന്നിയുടെ നീലക്കണ്ണുകളിൽ നോക്കിക്കൊണ്ട് മാർക്സ് എഴുതിയ കവിതയിലെ വരികളാണിത്. മൂന്നു വാല്യങ്ങളിലായി മാർക്സിന്റെ പ്രണയ കവിതകൾ സമാഹരിച്ചു പ്രസിദ്ധീകരിച്ചിട്ടുണ്ട്.

മൂലധനത്തിന്റെ ഒന്നാം വാല്യമാണ് മാർക്സ് ഏറ്റവും ശ്രദ്ധ നല്കി രചിച്ച കൃതി. അതിന്റെ രചനയ്ക്കുവേണ്ടി മാർക്സ് അനുഭവിച്ച തീവ്ര ക്ലേശങ്ങൾ മേരി ഗബ്രിയേൽ തന്റെ *പ്രണയവും മൂലധനവും* എന്ന ബൃഹത്തും മഹത്തും ആയ കൃതിയിൽ ഹൃദയസ്പർശിയായി വിവരിക്കുന്നുണ്ട്. എക്കാലത്തും സാമ്പത്തികവും ആരോഗ്യപരവും കുടുംബ ബാദ്ധ്യതാപരവുമായ കഠിന ക്ലേശങ്ങൾക്കു നടുവിലായിരുന്നു മാർക്സ്. മൂന്നു മക്കളുടെ ബാലമരണങ്ങൾ, നിരവധി തവണ വാടകവീടുകൾ മാറൽ എന്നിങ്ങനെ. നാലു വയസ്സിൽ മരിച്ചു പോയ മകന്റെ ശവമടക്കിന് ശവപ്പെട്ടി വാങ്ങാൻ രണ്ടു പൗണ്ട് ഇല്ലാത്തതുകൊണ്ട് വാടക വീട്ടിലെ കുടുസ്സു മുറികളിലൊന്നിൽ കുട്ടിയുടെ ജഡം നാലു ദിവസം വച്ചുകൊണ്ടിരിക്കേണ്ടി വന്നിട്ടുണ്ട് മാർക്സിന്. അത്തരം ഹൃദയഭേദകമായ അനുഭവങ്ങളുടെ അഗ്നിയിൽ നിന്നുകൊണ്ടാണ് മാർക്സ് തൊഴിലാളി വർഗ്ഗത്തിന്റെ ഈ വിമോചനവേദാന്തം രചിച്ചു തീർത്തത്.

ബ്രിട്ടീഷ് മ്യൂസിയം ഗ്രന്ഥശാലയിൽ പലപ്പോഴും ഭരണംപോലും കഴിക്കാനില്ലാതെ മാർക്സ് അക്ഷരങ്ങളും വാക്കുകളും ഭക്ഷിച്ചു വിശപ്പടക്കി. അങ്ങനെ നോവുതിന്നു വളർന്ന ഹൃദയത്തിൽ നിന്നുമാണ് മഹത്തായ *മൂലധന*മെന്ന കൃതി പിറക്കുന്നത്. അതുകൊണ്ടുതന്നെ അത് ഒരു ശാസ്ത്ര ഗ്രന്ഥമെന്നതു പോലെതന്നെ ഒരു സാഹിത്യകൃതിയും കൂടി ആയിത്തീർന്നിരിക്കുന്നു.

മൂലധനത്തിന്റെ ആദ്യസഞ്ചികയിൽ തന്നെ അഞ്ഞൂറിലേറെ ഗ്രന്ഥകാരന്മാരുടെ രണ്ടായിരത്തിലേറെ ഗ്രന്ഥങ്ങളിൽനിന്നുള്ള ഉദ്ധരണികളോ പരാമർശങ്ങളോ സൂചനകളോ അടങ്ങിയിരിക്കുന്നു. അൻപതിലേറെ മറ്റു പ്രസിദ്ധീകരണങ്ങൾ, നൂറിലേറെ റഫറൻസ് ഗ്രന്ഥങ്ങൾ, എഴുപത്തഞ്ചിലേറെ പാർലമെന്റ് റിപ്പോർട്ടുകൾ, മറ്റ് അനൗദ്യോഗിക രേഖകൾ ഇങ്ങനെ അതിവിപുലമായ വായനയുടെയും സ്വാംശീകരണത്തിന്റെയും കർമ്മഫലം കൂടിയാണ് *മൂലധന*മെന്നു കൃതി. എന്നാൽ അതിലെ സാഹിത്യ പരാമർശങ്ങളും വിവരണശൈലിയും എല്ലാം തന്നെ മാർക്സിലെ സർഗ്ഗാത്മക രചയിതാവിനെ എടുത്തുകാട്ടുന്നതാണ്. ബൈബിളും ഗ്രീക്ക് ദുരന്ത

നാടകങ്ങളും ഷേക്സ്പീരിയൽ കഥാപാത്രങ്ങളും മാത്രമല്ല പൗരസ്ത്യ ദേശത്തുനിന്നുള്ള *മനുസ്മൃതിയും ബുദ്ധകഥ*കളും വരെ തന്റെ ആശയങ്ങൾ വിശദീകരിക്കാനും സമർത്ഥിക്കാനുമായി മാർക്സ് ധാരാളിത്തത്തോടെ എഴുത്തുപയോഗിക്കുന്നുണ്ട്.

സാഹിത്യകൃതിയുടെ പ്രകരണശുദ്ധിയെക്കുറിച്ചും സമഗ്രസൗന്ദര്യത്തെക്കുറിച്ചും ഏകാഗ്രതയെക്കുറിച്ചും ഒരു സർഗ്ഗാത്മകരചയിതാവിനുണ്ടാവാനിടയുള്ള സൗന്ദര്യബോധാധിഷ്ഠിതമായ പൂർണ്ണത്വകാംക്ഷ മൂലധനത്തെക്കുറിച്ച് മാർക്സിനുണ്ടായിരുന്നതായി *പ്രണയവും മൂലധനവും* എന്ന കൃതിയിൽ മേരി ഗബ്രിയേൽ ചൂണ്ടിക്കാട്ടുന്ന ഈ സന്ദർഭം വ്യക്തമാക്കുന്നുണ്ട്-

ജീവിതപ്രശ്നങ്ങളുടെയും സാമ്പത്തികക്ലേശങ്ങളുടെയും രോഗങ്ങളുടെയും നടുവിൽപ്പെട്ടുഴലുന്ന മാർക്സിനോട് ഗ്രന്ഥത്തിന്റെ എഴുതിയിടത്തോളം പേജുകൾ പ്രസാധകന് അയച്ചുകൊടുക്കാൻ എംഗൽസിന്റെ സമ്മർദ്ദം ഏറിയപ്പോൾ മാർക്സ് എഴുതുന്നു- "ആദ്യത്തെ മൂന്നു ഭാഗങ്ങൾ പൂർത്തിയാവാൻ മൂന്നു അദ്ധ്യായങ്ങൾ കൂടി വേണം. പിന്നെ വേണം ചരിത്രത്തെയും സാഹിത്യത്തെയും അടിസ്ഥാനപ്പെടുത്തിയ നാലാം അദ്ധ്യായത്തിന്റെ പണി. പക്ഷേ, ഇപ്പോൾ വീണ്ടും അത് നീട്ടിവക്കേണ്ടി വന്നിരിക്കുന്നു. എനിക്കാകട്ടെ മുഴുവൻ സാധനവും തയ്യാറാവാതെ അച്ചടിക്കുവിടാൻ കഴിയില്ല. എന്റെ രചനയ്ക്ക് എന്തെല്ലാം പോരായ്മകളുണ്ടായിരുന്നാലും ഒരു ഗുണവശം അതിന്റെ സാഹിത്യപരമായ സമഗ്രതയാണ്. ഈ സമഗ്രത നേടണമെങ്കിൽ എഴുതിയതുമുഴുവൻ അതിന്റെ പൂർണ്ണതയിൽ എന്റെ മുന്നിൽ വേണം. അതുവരെ അത് പ്രസിലേക്ക് അയച്ചുകൂടാ. (*Love and capital* page 328). *മൂലധനം* ഒന്നാംവാല്യത്തിലെ നിരവധിയായ സാഹിത്യസൂചനകളും, ഉദ്ധരണികളും, സദുദ്ദേശപരമായ ഔചിത്യം കൊണ്ടും ധ്വനിഭംഗി കൊണ്ടും പ്രത്യേകം ശ്രദ്ധേയമാണ്.

ആദർശവാദികളായ ചില മുതലാളിത്ത അനുകൂലികൾ എല്ലാ മുതലാളികളും ഹൃദയശൂന്യരല്ല എന്നുവാദിക്കുമ്പോഴാണ് മാർക്സ് പറഞ്ഞത്, മുതലാളിക്ക് നല്ല ഹൃദയമുണ്ടായിട്ടുകാര്യമില്ല, മൂലധനത്തിന് ഹൃദയമില്ല എന്ന്. മുതലാളിത്ത വ്യവസ്ഥയിൽ പണത്തിന്റെ മാഹാത്മ്യം വിശദീകരിക്കുമ്പോൾ ഷേക്സ്പിയറുടെ നാടകത്തിൽ നിന്നദ്ദേഹം ഉദ്ധരിക്കുന്നു. "തിളങ്ങുന്ന ഈ മഞ്ഞലോഹമുണ്ടെങ്കിൽ തിന്മ നന്മയാകും, നീചൻ ശ്രേഷ്ഠനാകും, വൃദ്ധൻ യുവാവാകും, പെരുങ്കള്ളന്മാരെ സചിവോത്തമന്മാരാക്കും. ഇത് മനുഷ്യവർഗ്ഗത്തിന്റെ പൊതുവേശ്യയാണ്." (പേജ് 132)

പ്രൂധോണിന്റെ വാദത്തിലെ അശാസ്ത്രീയത ചൂണ്ടിക്കാട്ടുമ്പോൾ ജർമ്മൻ മഹാകവി ഗോയ്ഥേയുടെ *ഫൗസ്റ്റ്* എന്ന നാടകത്തിൽ നിന്നും മാർക്സ് ഉദ്ധരിക്കുന്നു. "ചിന്തയുടെ അഭാവത്തിൽ വാക്കുകൾ ആസ്ഥാനം കൈയേല്ക്കുന്നു." ചരക്കുകളുടെ മൂല്യപരമായ തുല്യത പണം എന്ന മദ്ധ്യസ്ഥ ശക്തിയെ എങ്ങനെ ആവശ്യമാക്കിത്തീർത്തു എന്നു വിശദീകരിക്കുന്നിടത്ത് മാർക്സ് ബൈബിളിലെ വെളിപാട് പുസ്തകത്തിൽ

നിന്ന് യോഹന്നാന്റെ വചനങ്ങൾ ഉദ്ധരിക്കുന്നു. "അവർ (ചരക്കും അതിന്റെ സമമൂല്യമെന്ന നിലയിൽ വിലയായ പണവും) ഏകമനസ്സുള്ളവരാണ്. അതില്ലെങ്കിൽ ആർക്കും ഒന്നും വാങ്ങുവാനോ വില്ക്കുവാനോ കഴിയുകയില്ല." (പേജ്: 220) ചരക്കുകളുടെ പരിക്രമണം എന്ന ഭാഗം ചർച്ച ചെയ്യുമ്പോൾ ഒരുവാങ്ങൽ ഒരു വില്പന തന്നെയാണെന്ന ആശയം മാർക്സ് വ്യക്തമാക്കുന്നത് മദ്യപിച്ചേ തീരൂ എന്നു തോന്നിയ ഒരു കുടിയൻ പണമില്ലാത്തതു കൊണ്ട് തന്റെ വേദപുസ്തകം കൊടുത്ത് മദ്യം വാങ്ങുന്ന ഉദാഹരണം ചൂണ്ടിക്കാട്ടിക്കൊണ്ടാണ് - നെയ്ത്തുകാരൻ തന്റെ തുണി വിറ്റതിനാലാണ് ഗോതമ്പ് വില്ക്കാൻ കഴിഞ്ഞത്. കുടിയൻ അയാളുടെ കൈവശമുള്ള അമൃതജലം (*ബൈബിൾ*) വിറ്റതുകൊണ്ടാണ് വാറ്റുകാരന് തന്റെ മൃതസഞ്ജീവനി (ബ്രാണ്ടി) വില്ക്കാൻ കഴിഞ്ഞത്. ഈ പ്രക്രിയ അങ്ങനെ തുടരുന്നു. (പേജ് 249)

ചരക്കുകളുടെ കൈമാറ്റത്തിൽ മൂല്യത്തിന്റെ സൗകര്യമായ ഒരു പ്രതിനിധി എന്ന നിലയിൽ ആവിർഭവിച്ച പണം വളരെ പെട്ടെന്നു തന്നെ സമ്പാദ്യമാവുകയും, ക്രമേണ മൂലധനമാവുകയും ചെയ്യുന്ന പ്രക്രിയ വിവരിക്കുമ്പോൾ ഗ്രീക്കുപുരാണത്തിലെ പാതാള ദേവതയായ പ്ലൂട്ടസസിനേയും ക്രൂശിതനായ ക്രിസ്തുവിന്റെ രക്തം ശേഖരിച്ച വിശുദ്ധപാത്രത്തേയും (ഹോളി ഗ്രേയിൽ) ആഖ്യാനത്തിലേക്ക് കൊണ്ടുവരുന്നു. സാമ്പത്തികവും ധാർമ്മികവുമായ ക്രമങ്ങളെ പണം തകിടം മറിച്ചു. പെറ്റുവീണയുടൻതന്നെ ഭൂമിയുടെ അന്തരാളങ്ങളിൽനിന്ന് പാതാള ദേവതയെ മുടിയിൽ പിടിച്ചു വലിച്ചുപുറത്തുകൊണ്ടുവന്ന ആധുനികസമുദായം അതിന്റെ വിശുദ്ധ പാത്രമെന്ന പോലെ സ്വർണ്ണത്തെ സ്വീകരിച്ചു." (പേജ്: 268) മൂലധനമായി മാറുമ്പോഴുള്ള പണത്തിന്റെ, സ്വർണ്ണത്തിന്റെ, ദുഷ്ടസ്വാധീനത്തിന്റെയും അതിനെ മുതലാളിത്തം എത്ര പവിത്രമായിട്ടാണു കരുതുന്നത് എന്നതിന്റെയും ധ്വനിഭംഗികൾ ആഖ്യാനത്തിൽ സാക്ഷാല്ക്കരിക്കപ്പെടുകയാണ്.

പത്തൊൻപതാം നൂറ്റാണ്ടിന്റെ പകുതിയിൽ ബ്രിട്ടനിൽ നിലനിന്നിരുന്ന ഫാക്ടറിത്തൊഴിൽ നിയമങ്ങളുടെ കാർക്കശ്യം ഫാക്ടറിത്തൊഴിൽ നിയമങ്ങളുടെ കാർക്കശ്യം വിവരിക്കുമ്പോൾ ഫാക്ടറിയുടമയുടെ ഷൈലോക്കിന്റെ വാക്കുകൾ മാർക്സ് ഓർമ്മിക്കുന്നു- "അതുകൊണ്ട് അത് 8 വയസ്സുള്ള കുട്ടികളെക്കൊണ്ട് ഉച്ചയ്ക്കു 2 മുതൽ രാത്രി 8 വരെ നിരന്തരമായി കഠിനാദ്ധ്വാനം ചെയ്യിക്കാനും, ആ സമയമത്രയും അവരെ പട്ടിണിക്കിടാനുമുള്ള അധികാരമവകാശപ്പെടുകയും നേടുകയും ചെയ്തു. അതേ അവന്റെ ചങ്ക് അതാണു കരാർവ്യവസ്ഥ (പേജ് 463) തൊഴിലാളികളുടെ സ്ത്രീകളുടെയും കുട്ടികളുടെയുമടക്കം ഹൃദയം മുറിച്ചെടുക്കാൻ കത്തിയുമായി നില്ക്കുന്ന അക്കാലത്തെ മുതലാളിത്തത്തെ എത്ര ശക്തമായി ഈ ആലംബം കൊണ്ട് മാർക്സ് വ്യക്തമാക്കുന്നു എന്നു കാണുക.

തൊഴിലാളികളുടെ അധികാദ്ധ്വാനം ചൂഷണം ചെയ്തു നേടുന്ന മിച്ചമൂല്യം മൂലധനമായി വികസിപ്പിക്കുന്ന മുതലാളിത്തത്തിന് ആ മൂലധനത്തിൽ നിന്ന് സ്വയം ചെലവു ചെയ്യുന്നതുപോലും അളവിൽ കുറവുണ്ടാ

ക്കുമെന്നതുകൊണ്ട് ഇഷ്ടമുള്ള കാര്യമല്ല. പക്ഷേ, ആധുനിക മുതലാളിത്തോല്പാദനത്തിന്റെ പുരോഗതി ഊഹക്കച്ചവടും വായ്പാസമ്പ്രദായവും വഴി പെട്ടെന്നു പണക്കാരനാവാനുള്ള നൂറു വഴികളും തുറന്നു വെക്കുന്നു. അതുകൊണ്ട് ഒരളവുവരെയുള്ള ധൂർത്ത് മുതലാളിയെ സംബന്ധിച്ചും ബിസിനസിന്റെ ഒരവശ്യമായിത്തീരുന്നു. ഈ ദ്വൈതഭാവത്തെ ജർമ്മൻ മഹാകവി ഗോയ്ഥെയുടെ *ഫൗസ്റ്റ്* നാടകത്തിൽ നിന്നുള്ള ഉദ്ധരണി കൊണ്ടു സമർത്ഥിക്കുന്നു- "അവന്റെ അന്തരംഗത്തിൽ രണ്ടാത്മാക്കൾ കുടികൊള്ളുന്നു. ഹാ കഷ്ടം അതിലൊന്ന് മറ്റേതിനെ എപ്പോഴും വിട്ടകലുന്നു." (പേജ് 593)

സാഹിത്യം തൊഴിലായെടുക്കാത്ത മാർക്സ് തന്റെ എല്ലാ കൃതികളിലും അത്യുന്നതമായ സാഹിത്യ ബോധവും സാഹിത്യപരിചയവും പ്രകടിപ്പിക്കുന്നു എന്നത് നിരവധി പഠിതാക്കളെയും തുടർചിന്തകരെയും ആകർഷിച്ച വസ്തുതയാണ്. സാഹിത്യത്തിന്റെ സൗന്ദര്യശാസ്ത്രത്തെ സംബന്ധിച്ച് പ്രത്യേകമായി താത്ത്വികഗ്രന്ഥങ്ങളൊന്നും മാർക്സോ എംഗൽസോ രചിച്ചിട്ടില്ലെങ്കിലും അവരുടെ കൃതികളിലാകെ ചിതറിക്കിടക്കുന്ന എണ്ണമറ്റ സൂചനകളിൽനിന്നാണ് പിന്നീട് "മാർക്സിയൻ സൗന്ദര്യശാസ്ത്രം" എന്നൊന്ന് വികസിച്ചുവന്നത്.

സമ്പത്തുല്പാദനമെന്ന അടിത്തറയിൽനിന്നുയർന്നുവന്ന ഉപരിഘടനയാണ് സാഹിത്യവും സംസ്കാരവും നിയമവ്യവസ്ഥകളുമെല്ലാം എന്ന മാർക്സിയൻ സൈദ്ധാന്തിക സമീപനം ഇവിടെ സ്മരണീയമാണ്. ഭൗതിക ജീവിതത്തിലും ധിഷണാജീവിതത്തിലും മാർക്സിനു സഹായിയും പിന്തുണയുമായി നിന്നത് എംഗൽസായിരുന്നു. ഇതു വ്യക്തമാക്കുന്നതാണ് ടെറീ ഈഗിൾട്ടൺ എഴുതിയ രസകരമായ ഈ വാചകം - "എംഗൽസെന്ന അടിത്തറമേൽ ഉയർന്നുവന്ന ഉപരിഘടനയാണ് കാൾമാർക്സ്" (*Why Marx was right* എന്ന പുസ്തകം)

www.ingramcontent.com/pod-product-compliance
Lightning Source LLC
LaVergne TN
LVHW090047160826
845672LV00015B/1594